ಮಧು ವೈ ಎನ್ ತುಮಕೂರು ಜಿಲ್ಲೆಯವರು. ತುಮಕೂರಿನ ನವೋದಯ ವಿದ್ಯಾಲಯದಲ್ಲಿ ವಿದ್ಯಾಭ್ಯಾಸ. ಬೆಂಗಳೂರಿನ ಗ್ಲೋಬಲ್ ಅಕಾಡೆಮಿ ಆಫ್ ಟೆಕ್ನಾಲಜಿಯಿಂದ ಎಲೆಕ್ಟ್ರಾನಿಕ್ಸ್ ಅಂಡ್ ಕಮ್ಯುನಿಕೇಶನ್ ವಿಭಾಗದಲ್ಲಿ ಎಂಜಿನಿಯರಿಂಗ್ ಪದವಿ. ಬಿಟ್ಸ್ ಪಿಲಾನಿಯಿಂದ ಸಾಫ್ಟವೇರ್ ಸಿಸ್ಟಮ್ಸ್‌ನಲ್ಲಿ ಮಾಸ್ಟರ್ಸ್ ಡಿಗ್ರಿ. ಮೈಸೂರಿನ ಇನ್ಫೋಸಿಸ್ ಸಂಸ್ಥೆಯಲ್ಲಿ ಉದ್ಯೋಗ ಆರಂಭ. ಸದ್ಯಕ್ಕೆ ಐಬಿಎಮ್ ಉದ್ಯೋಗಿ. ಬೆಂಗಳೂರಿನಲ್ಲಿ ವಾಸ.

ಇವರ ಹಲವಾರು ಕತೆಗಳು ಕನ್ನಡದ ಪ್ರಮುಖ ಕಥಾಸ್ಪರ್ಧೆಗಳಲ್ಲಿ ಬಹುಮಾನ ಪಡೆದಿವೆ. ಚೊಚ್ಚಲ ಕೃತಿ 'ಕಾರೇಹಣ್ಣು' 2019ರ 'ಈ ಹೊತ್ತಿಗೆ ಕಥಾ ಸಂಕಲನ ಪ್ರಶಸ್ತಿ' ಪಡೆದಿದೆ. ಎರಡನೆಯ ಕಥಾ ಸಂಕಲನ 'ಫೀಫೋ' ಹೊಸ ಮಾದರಿಯ ಕತೆಗಳ ಗುಚ್ಛವೆಂದು ಗುರುತಿಸಿಕೊಂಡಿದೆ. ಇವರ 'ಕನಸೇ ಕಾಡುಮಲ್ಲಿಗೆ' ಕನ್ನಡದಲ್ಲಿ ವಿರಳಾತಿವಿರಳವಾಗಿರುವ ಯಂಗ್ ಅಡಲ್ಟ್ ಮಾದರಿಯ, ಹಾಸ್ಯ-ಪ್ರಣಯ ಮಿಶ್ರಿತ ಲವಲವಿಕೆಯ ಕಾದಂಬರಿಯೆಂದು ಓದುಗರ ಪ್ರೀತಿಗೆ ಪಾತ್ರವಾಗಿದೆ. 'ಡಾರ್ಕ್‌ವೆಬ್' ಕೃತಿ ತಂತ್ರಜ್ಞಾನದ ಸಂಗತಿಗಳನ್ನು ಕಥಾ ಮಾದರಿಯಲ್ಲಿ ಪ್ರಸ್ತುತಪಡಿಸಿರುವ ಕನ್ನಡದ ಮೊದಲ ತಂತ್ರಜ್ಞಾನ ಪುಸ್ತಕವೆಂದು ಮೆಚ್ಚುಗೆ ಪಡೆದಿದೆ. ಅದೇ ಮಾದರಿಯ ಹೊಸ ಪುಸ್ತಕ 'ಆರ್ಟಿಫಿಶಿಯಲ್ ಇಂಟೆಲಿಜೆನ್ಸ್, ಸರಳಗನ್ನಡದಲ್ಲಿ' ಕನ್ನಡದಲ್ಲಿ ಎಐ ಬಗ್ಗೆ ಮೂಡಿ ಬಂದಿರುವ ಪ್ರಥಮ ಕೃತಿಯಾಗಿ ಗಮನ ಸೆಳೆದಿದೆ.

ಇವರು ಸದ್ಯಕ್ಕೆ ವಿಜಯಕರ್ನಾಟಕ ಪತ್ರಿಕೆಗೆ 'ಟೆಕ್‌ಫೋಸ್ಟ್' ಎಂಬ ಅಂಕಣದಲ್ಲಿ ಎರಡು ವಾರಕ್ಕೊಮ್ಮೆ ವಿಜ್ಞಾನ ತಂತ್ರಜ್ಞಾನ ಕುರಿತಾಗಿ ಲೇಖನಗಳನ್ನು ಬರೆಯುತ್ತಿರುವರು.

email:madhusudanayn@gmail.com
fb:madhusudana.yn
insta:madhu.yn

ನೆಲಮುಗಿಲು ಪ್ರಕಾಶನದ ಮೂರನೆಯ ಕೃತಿ

ಕಾರೇಹಣ್ಣು

(೨೦೧೯ರ "ಈ ಹೊತ್ತಿಗೆ ಕಥಾ ಪ್ರಶಸ್ತಿ" ಪಡೆದ ಕೃತಿ)

ಮಧು ವೈ ಎನ್

ನೆಲಮುಗಿಲು

KAREHANNU
A short stories collecton in Kannada by Madhu Y N
1st print 2019
2nd print 2024
Cover by Kiran madalu
Layout by Madhu Y N
Published by Nelamugilu Publications, Bangalore
Distributed by Krishna Chengadi, 9620796770

Paper Type : 75gsm, holmen creamy
Total pages 120
Price Rs 120

ಪ್ರತಿಗಳಿಗಾಗಿ ಮತ್ತು ಪ್ರತಿಕ್ರಿಯೆಗಾಗಿ:
nelamugiluprakashana@gmail.com/8310295027

DISCLAIMER

This is a work of fiction. Names, characters, business, events and incidents are the products of the author's imagination. Any resemblance to actual persons, living or dead, or actual events is purely coincidental.

ವಿದ್ಯಾರ್ಥಿ ಜೀವನ, ಉದ್ಯೋಗ ಹಾಗೂ ಕೌಟುಂಬಿಕ ನೆಲೆಯಲ್ಲಿ ಮಾನವ ಸಂಬಂಧಗಳ ಸಾಲು ಸಾಲು ಸೂಕ್ಷ್ಮ ವಿವರಗಳನ್ನು ಒಳಗೊಂಡ ಇಲ್ಲಿಯ ಎಲ್ಲಾ ಕತೆಗಳಲ್ಲೂ ಬದುಕನ್ನು ಒರೆಗೆ ಹಚ್ಚಿ ಸಾಣೆ ಹಿಡಿವ ತೆರೆನಾದ ಬಂಧವಿದೆ. ವಿಡಂಬನಾತ್ಮಕ ಚಿಂತನೆಗಳಿವೆ. ಬದುಕಿನ ಮಹತ್ವದ ತಿರುವುಗಳಲ್ಲಿ ಆಕಸ್ಮಿಕವಾಗಿ ಎದುರುಗೊಳ್ಳುವ ವಿಚಿತ್ರ ಸಮಸ್ಯೆಗಳಿವೆ. ಸರಿ ತಪ್ಪುಗಳನ್ನು ಜೀರ್ಣಿಸಿಕೊಳ್ಳುವ ಚರ್ಚೆಗಳಿವೆ. ಅಲ್ಲಲ್ಲಿ ಹೊಸ ಲೋಕವೊಂದರ ಅನಾವರಣವಿದೆ.

ಮಧು ಅವರಿಗೆ ಕತೆ ಹೇಳುವ ನಯನಾಜೂಕು ಗೊತ್ತಿದೆ, ಪಾತ್ರಗಳ ಸೃಷ್ಟಿಯಲ್ಲಿ ಇರಬೇಕಾದ ಸಹಾನುಭೂತಿಯ ಅರಿವಿದೆ. ಕಥೆಗಾಗಿ ನಿರ್ಮಿಸಿಕೊಳ್ಳಬೇಕಾದ ವಾತಾವರಣದ ಅಂಕುಡೊಂಕುಗಳ ತಿಳಿವಳಿಕೆಯಿದೆ. ಭಾಷೆಯನ್ನು ಸಹಜವಾಗಿ ದುಡಿಸಿಕೊಳ್ಳುವ ಪ್ರತಿಭೆಯಿದೆ. ಯಾವುದೇ ವಸ್ತುವನ್ನು ಕಥೆಗಳ ಹಾದಿಗೆ ತಂದು ಮುನ್ನಡೆಸುವ ಛಲವಿದೆ. ತಮ್ಮ ಪ್ರಾಮಾಣಿಕ ಸಂವೇದನೆಗಳನ್ನು ತಿದ್ದಿ ತೀಡಿ ಓದುಗರೊಂದಿಗೆ ಸಂವಾದಿಸಲು ಬಿಡುವ ಕಲೆಯಿದೆ. ಅವರು ಇನ್ನೂ ಹೆಚ್ಚು ಹೆಚ್ಚು ಒಳ್ಳೆಯ ಕಥೆಗಳನ್ನು ಕನ್ನಡಕ್ಕೆ ನೀಡಲಿ ಎಂದು ಆಶಿಸುತ್ತ ಈ ಸಹಪಯಣಕ್ಕೆ ಮಧು ಅವರಿಗೆ ತುಂಬು ಅಕ್ಕರೆಯಿಂದ ಸುಭ ಕೋರುವೆ.

ಸುನಂದಾ ಕಡಮೆ

'ಕಾರೇಹಣ್ಣು' ಕಥಾ ಸಂಕಲನದ ಕತೆಗಳು ಓದುಗನನ್ನು ಆಕರ್ಷಿಸುತ್ತವೆ. ಕಥಾವಸ್ತುಗಳಲ್ಲಿ ಭಿನ್ನತೆಯಿದೆ. ಕತೆಗಳ ನಿರೂಪಣೆಯಲ್ಲಿ ದೃಶ್ಯಗಳು ಕಣ್ಣಿಗೆ ಒತ್ತಿ ನಿಲ್ಲುತ್ತವೆ. ನುಡಿಬಳಕೆಯಲ್ಲಿ ನಾಜೂಕುತನವಿದೆ. ಕತೆಯ ಒಡಲಿನಿಂದಲೇ ನುಡಿ ಮೂಡಿಬಂದಿದೆ. ಕಥೆಯಲ್ಲಿ ತೋರಿಸುವಿಕೆ ಇದೆ. ಕಥೆ ಹೇಳುವಿಕೆ ಇಲ್ಲ. ಅನಗತ್ಯ ಎನ್ನುವುದು ಅತಿ ಕಡಿಮೆಯಿದೆ. ಕತೆಗಳ ರಚನೆಯಲ್ಲಿ ಇಂತಹ ಹೊಸತನವಿದೆ. ಅದರಿಂದಲೇ ಈ 'ಕಾರೇಹಣ್ಣು' ಕಥಾಸಂಕಲನ ಪ್ರಶಸ್ತಿಗೆ ಆಯ್ಕೆಯಾಗಿದೆ.

ಅಮರೇಶ ನುಗಡೋಣಿ
'ಈ ಹೊತ್ತಿಗೆ' ಕಥಾಪ್ರಶಸ್ತಿ 2019ರ ತೀರ್ಪುಗಾರರು

ಕನ್ನಡ ಸಾಹಿತ್ಯದ ಮೇಲೆ ಒಲವಿನ ಬೀಜ ಬಿತ್ತಿದ

ಕನ್ನಡ ಶಿಕ್ಷಕರಾದ

ಶ್ರೀ ಮಾರುತಿ ದಾಸಣ್ಣನವರ್ ಅವರಿಗೆ,

ಪರಿವಿಡಿ

ನನ್ನ ಪ್ರೀತಿಯ

ಮಾಯಾ,

ಲ್ಯಾನಿಯೋ ತಲುಪಿದೆ ಮಾಯಾ. ತುಂಬ ಸುಸ್ತು. ನಿದ್ದೆ. ಮೈಕೈಯೆಲ್ಲ ಮರಗಟ್ಟಿ ನೋಯ್ತಿದೆ. ಸುಮ್ನೆ ಮಾತಾಡೋಣ ಅನ್ನಿಸ್ತು, ಅದಕ್ಕೆ ಕಾಲ್ ಮಾಡಿದೆ. ಇನ್ನೂ ಸಿಮ್ ತಗೊಂಡಿಲ್ಲ. ಇಲ್ಲೇ ಯಾರೋ ಫೋನ್ ಕೊಟ್ಟಿದಾರೆ.

ನೆನ್ನೆ ಬೆಳಗ್ಗೆ ಪ್ಯಾರಿಸ್ನಲ್ಲೆ ಉಳಕೊಂಡು ಐಫೆಲ್ ಟವರ್ ನೋಡೋಣ ಅಂತ ಹೋಗಿದ್ದೆ. ನಂಗೇನೊ ಅದು ಅಂಥಾ ಅದ್ಭುತ ಅನ್ನಿಸ್ಲಿಲ್ಲ. ಟನ್ನುಗಟ್ಲೆ ಕಬ್ಬಿಣವನ್ನ ಸುರಿದು ಅಚ್ಚೊತ್ತಿದ ಆಕೃತಿ ಥರಾ ಇತ್ತು. ಆಗಿನ ಕಾಲದಲ್ಲಿ ಪ್ಯಾರಿಸ್ನೋರಿಗೆ ನಾವು ಏನಾದರೂ ಒಂದು ಪ್ರಚಂಡವಾದದ್ದನ್ನ ಕಟ್ಟೋಣ ಅಂತ ಹುಟ್ಟಿದ ಯೋಚನೆಯ ಫಲನೇ ಈ ಟವರ್. ಆದರೂ ಈ ಟವರ್ ಮೂಲಕ ಒಂದು ದೇಶ ಒಂದು ಸಲ ದುಡ್ಡು ಹಾಕಿ ನೂರಾರು ವರ್ಷ ಸಾವಿರಾರು ಪಟ್ಟು ಲಾಭ ಗಳಿಸುತ್ತ, ಲಕ್ಷಾಂತರ ಜನರಿಗೆ ಉದ್ಯೋಗ ಕಲ್ಪಿಸುತ್ತಿರೋದನ್ನ ಮಾತ್ರ ಮೆಚ್ಚಬೇಕಾದ್ದೆ. ಏನೋ, ಹೋಗ್ಲಿ ಬಿಡು. ಆಮೇಲೆ ಮೊನಾಲಿಸಾ ನೋಡೋಕೆ ಅಂತ ಲೂವ್ರ್ ಮ್ಯೂಸಿಯಮ್ಮಿಗೆ ಹೋಗಿದ್ದೆ. ನೂರಾರು ಎಕರೆ ಆವರಿಸಿರೋ ತಳಮಹಡಿಯಲ್ಲಿ ಎಲ್ಲೋ ಒಂದು ಮೂಲೇಲಿ ಗೋಡೆ ಮೇಲಿನ ದೇವರ ಫೋಟೋ ತರ ತಗುಲಾಕಿದ್ದಾರೆ ಮಾಯಾ. ಏನಪ್ಪ ಈ ಫೋಟೋ ನೋಡೋಕೆ ಪ್ರಪಂಚದ ಮೂಲೆಮೂಲೆಯಿಂದ ಜನ ಬರ್ತಾರಲ್ಲ ಅಂತದ್ದೇನಿದೆ ಇದರಲ್ಲಿ ಅಂತ ಸುಮ್ನೆ ನಿಂತ್ಕೊಂಡು ಒಂದಷ್ಟೊತ್ತು ಗಮನಿಸಿದೆ. ಆ ಮಂದಸ್ಮಿತ ಮುಖ, ಅಗಲವಾದ ಹಣೆ, ತೆಳುವಾದ ಕೆನ್ನೆಗುಳಿ, ಎಲ್ಲಿ ನಿಂತು ನೋಡಿದರೂ ನನ್ನನ್ನೇ

ದಿಟ್ಟಿಸುತ್ತಿರುವಂತಹ ನೋಟ, ಸ್ನಿಗ್ಧ ಸೌಂದರ್ಯ. ಅದರ ಜೊತೆ ಕಲೆತಿರೋ ಗಾಂಭೀರ್ಯ. ಇದೆಲ್ಲ ಚಂದ ಇತ್ತು ಮಾಯ. ಆದರೆ ಅವೆಲ್ಲದರ ಹಿಂದೆ ಒಂದು ವ್ಯಂಗ್ಯ ಅಡಗಿರುವುದು ತೋಚಿದ್ದೇ, ವಾವ್ ಅನಿಸ್ಬಿಟ್ತು!. ನಿಜವಾಗಿ ಆಕೆಯ ಮುಖದಲ್ಲಿ ಸರ್ಕಾಸ್ಮ್ ಇದೆ ಮಾಯಾ. ನನಗಂತೂ ಆಕೆ ತನ್ನನ್ನು ನೋಡಲು ಮುಗಿಬಿದ್ದ ಜನರನ್ನ ಮತ್ತು ಅವರ ಮೂಲಕ ಜಗತ್ತನ್ನ ಒಂದು ಸರಳ ನೋಟದಿಂದ ವಿಡಂಬನೆ ಮಾಡ್ತಿದಾಳೇನೋ ಅನಿಸ್ತು. ಅಂಥ ಅಗಾಧ ಚೆಲುವು, ಸೆಳೆದಿಡುವಂತಹ ನಗು, ಅದರ ಹಿಂದಿರೋ ಸುಪ್ತ ನೋವಿನ ಛಾಯೆ, ಅಣುಕು ದೃಷ್ಟಿ, ಜೀವನದ ಬಗ್ಗೆ ಆಕೆ ತೋರುತ್ತಿರುವ ವ್ಯಂಗ್ಯ. ಇವನ್ನೆಲ್ಲ ಒಂದೇ ಫ್ರೇಮ್‌ನಲ್ಲಿ ಬಣ್ಣದ ಮೂಲಕ ಕಟ್ಟಿಕೊಟ್ಟಿದ್ದಾನಲ್ಲಾ ಡಾ ವಿಂಚಿ, ಅದಕ್ಕೇ ಇರಬೇಕು ಅದು ಅಷ್ಟು ಫೇಮಸ್ಸು. ಕೂಲಂಕಷವಾಗಿ ಪರಾಮರ್ಶಿಸಿದರೆ ಮಾಯಾ ಆತ ಬೇಕೂಂತಲೇ ಆಕೆ ಹಿನ್ನೆಲೆಯಲ್ಲಿರೋ ಪರಿಸರದ ಚಿತ್ರವನ್ನ ತುಂಬಾ ಉದಾಸೀನತೆಯಿಂದ ಚಿತ್ರಿಸಿದ್ದಾನೆ. ಇಷ್ಟೆಲ್ಲ ಇದ್ದರೂ, ಆತ ಇದನ್ನ ವರ್ಲ್ಡ್ ಫೇಮಸ್ ಪೇಂಟಿಂಗ್ ಮಾಡ್ತೀನಿ ಅಂತ ಶುರು ಮಾಡಿರಲಿಕ್ಕಿಲ್ಲ. ಅದೇ ನೋಡು ಐಫೆಲ್ ಟವರ್ಗೂ ಮೊನಾಲಿಸಾ ಪೇಂಟಿಗಿಗೂ ಇರೋ ವ್ಯತ್ಯಾಸ.

ಸಾಯಂಕಾಲ ಆಗೋವರ್ಗೆ ಅಲ್ಲೇ ಇದ್ದು ವಿದ್ಯುತ್‌ನಿಂದ ಝಗಮಗಿಸುವ ಐಫೆಲ್ ಹೇಗಿರುತ್ತೇಂತ ನೋಡಿಕೊಂಡು ಲೆಕ್ಕಕ್ಕಿರಲಿ ಅಂತ ಒಂದು ಫೋಟೋನೂ ತಕ್ಕೊಂಡು ತಿರುಗ ಫ್ಲೈಟ್ ಹತ್ತಿ ಲ್ಯಾನಿಯೋಗೆ ಬಂದೆ. ಇದು ತುಂಬಾ ಚಿಕ್ಕ ಊರು ಮಾಯಾ. ಪಶ್ಚಿಮ ಫ್ರಾನ್ಸಿನ ತುತ್ತ ತುದಿಯಲ್ಲಿ ಜಗತ್ತಿನ ಸಂಪರ್ಕವನ್ನೇ ಕಡಿದುಕೊಂಡು ಸಮುದ್ರದ ಕಿನಾರೆಯಲ್ಲಿ ಮಲಗಿದ್ದಂತಿದೆ. ಏರ್ಪೋರ್ಟು ಒಳ್ಳೆ ಗೌರ್ಮೆಂಟು ಬಸ್ಟಾಪಿನ ತರ ಇದೆ. ಪುಟ್ಟದಾಗಿರೋದೆಲ್ಲ ಸುಂದರವಾಗಿ ಕಾಣುತ್ತಲ್ಲ ಏನು ಮೋಡಿ ಅಲ್ವ. ಒಂದಕ್ಕೊಂದು ಅಂಟಿಕೊಂಡಿರೋ ಮನೆಗಳು, ಇಕ್ಕಟ್ಟಾದ ರಸ್ತೆಗಳು. ಹಣ್ಣು ಹಣ್ಣು ಮುದುಕ ಮುದುಕಿಯರು. ನಿರ್ಜನ ಬೀದಿಗಳು. ಜನಸಂಖ್ಯೆನೇ ಕಡಿಮೆ ಇಲ್ಲಿ. ಅದರ ಜೊತೆಗೆ ಇಪ್ಪತ್ನಾಲ್ಕು ಗಂಟೆನೂ ಕೌಕೊಂಡಿರೋ ಆಕಾಶ. ನಾನೇನಾದರೂ ಇದೇ ವಾತಾವರಣದಲ್ಲಿ ಇನ್ನೆರಡು ತಿಂಗಳು ಇದ್ದುಬಿಟ್ಟರೆ ಖಿನ್ನತೆಯಿಂದಲೇ ಸತ್ತುಹೋಗ್ತಿದ್ದೆ ಮಾಯಾ! ಬಹುಶಃ ಈ ಊರು ನಿವೃತ್ತಿ ಆಗೋರಿಗೆ ಸೂಕ್ತ ಅನಿಸುತ್ತೆ. ಏಕಾಂತಕ್ಕೆ ಹೇಳಿ ಮಾಡಿಸಿದ ಜಾಗ ಇದು. ಶುದ್ಧ ಗಾಳಿ, ಸ್ವಚ್ಛ ನೀರು. ಅತ್ಯಂತ ವ್ಯವಸ್ಥಿತವಾದ ನಾಗರಿಕತೆ. ಕೊನೇ ದಿನಗಳಿಗೆ ಇನ್ನೇನು ಬೇಕು ಹೇಳು?

ಈಗ ಇಲ್ಲೇ ಕೆಳಮಹಡಿಯಲ್ಲಿರೋ ಹೋಟೆಲ್ಲಿಗೆ ತಿಂಡಿ ತಿನ್ನೋಕೆ ಅಂತ ಬಂದಿದ್ದೀನಿ. ಜೆಟ್ ಲ್ಯಾಗ್‌ನಿಂದ ನಾಲ್ಕು ತಾಸು ತಡವಾಗಿ, ಹೊಟ್ಟೆ ತುಂಬ

ಹಸೀತಿದೆ. ಅವರಿಬ್ಬರೂ ಏನು ಮಾಡ್ತಿದಾರೆ? ಸ್ಕೂಲಿಗೋಗಿದಾರಾ ಹೇಗೆ? ಊಟದ ಟೈಮು, ಬಾಕ್ಸು ಖಾಲಿ ಮಾಡ್ತಿರ್ತಾರೆ ಅನ್ಸುತ್ತೆ. ವಿಡಿಯೋ ಕಾಲ್ ಮಾಡೋಣ ಅಂದುಕೊಂಡೆ. ಈ ಹೋಟೆಲ್ನೋರು ಇನ್ನೂ ವೈಫೈ ಪಾಸ್ವರ್ಡ್ ಕೊಟ್ಟಿಲ್ಲ ನೋಡು. ಇಲ್ಲಿ ತುಂಬಾ ಛಳಿ ಮಾಯಾ. ವರ್ಷದ ಮುಕ್ಕಾಲು ದಿವಸ ಇವರು ಸೂರ್ಯನ ಮುಖಾನೇ ನೋಡೋದಿಲ್ಲ. ಇಲ್ಲಿ ನೋಡು, ನನ್ನೆದುರಿಗೆ ವಯಸ್ಸಾದ ಅಜ್ಜಿ ಕೂತಿದೆ. ತುಂಬಾ ನಡುಗ್ತಿದೆ. ಜ್ಯಾಕೆಟ್ ಮರೆತು ಬಂದಿದೆ ಅನ್ಸುತ್ತೆ, ಅಜ್ಜ ಜ್ಯಾಕೆಟ್ ತರೋಕೆ ಅಂತ ಮೇಲೆ ರೂಮಿಗೆ ಹೋದೋನು ಇನ್ನೂ ಬಂದಿಲ್ಲ. ನನಗೂ ಹೀಗೆ ಮಂಡಿಯೂರಿ ನಿಂತೂ ನಿಂತೂ ಮಂಡಿ ನೋಯ್ತಾ ಇದೆ ಮಾಯಾ. ಕುತ್ತಿಗೆ ಹಿಂದೆ ಗನ್ನೊಂದು ನಾನು ಮಾತು ಮುಗಿಸುವುದನ್ನೆ ಕಾಯ್ತಿದೆ. ಚೂರು ಅಲುಗಾಡಿದರೂ ಸಾಕು, ಲೋಹದ ಸ್ಪರ್ಶವಾಗಿ ಥಂಡೀಲಿ ಛುಳ್ ಅನಿಸುತ್ತೆ. ಪಾಪ ಅಜ್ಜಿಯ ಕಣ್ಣುಗಳು ಇಂಗಿಹೋಗಿವೆ. ಅವಳಿಗೆ ಈ ರಂಪವೆಲ್ಲ ಅರ್ಥ ಆಗ್ತಿರಲಿಕ್ಕಿಲ್ಲ. ಇಂಥ ಸಮಯದಲ್ಲಿ ಅಜ್ಜ ಜೊತೆಗೆ ಇಲ್ದಿರೋದು ಅವಳನ್ನ ಇನ್ನೂ ಅಸ್ಥಿರಗೊಳಿಸಿದೆ. ಅವನ ಸಾಂಗತ್ಯ ಬೇಕಿದ್ದರೂ, ಬರದೇ ಇರಲಿ ಅಂತಾನೇ ಪ್ರಾರ್ಥನೆ ಮಾಡ್ತಿದಾಳೆ ಮಾಯಾ. ಮೂತಿಗೆ ಮೊಬೈಲ್ ಹಿಡಿದು ಐದು ನಿಮಿಷ ಮಾತಾಡ್ಲಿಕ್ಕೆ ಟೈಮು ಕೊಟ್ಟಿದಾರೆ ನನಗೆ. ಅದೂ ಒನ್‌ವೇ. ಅದಿರಲಿ ಬಿಡು. ಮಿಕ್ಕಿದ್ದೆಲ್ಲ ನೀನು ಟೀವಿ ಆನ್ ಮಾಡಿದರೆ ಗೊತ್ತಾಗುತ್ತೆ. ಮಾಯಾ, ನಿನ್ನ ಕೊನೇ ಆಸೆ ಏನು ಅಂತ ಇವರೇನಾದರೂ ಕೇಳಿದರೆ, ನಾ ಕೇಳೋದಿಷ್ಟೆ. ಈ ಐದು ನಿಮಿಷದೊಳಗೆ ಹೇಗಾದರೂ ಮಾಡಿ ಸರ್ಕಾರದೋರು ನೀ ಎಲ್ಲಿದ್ದರೂ ಹುಡುಕಿ ನನಗೆ ಕನೆಕ್ಟ್ ಮಾಡಿಕೊಡಲಿ ಎಂದು. ನಾ ಅಳ್ತಿಲ್ಲ ಮಾಯಾ, ತುಂಬಾ ಲವಲವಿಕೆ ಯಿಂದಾನೇ ಇಷ್ಟೆಲ್ಲ ಹೇಳ್ತಿದ್ದೀನಿ.

ಹೊರಗೆ ರಸ್ತೆ ಬದಿಯಲ್ಲಿ ಹುಲ್ಲುಹಾಸಿನ ಮೇಲೆ ಡ್ಯಾಫೋಡಿಲ್ ಹೂಗಳು ತೆಳುಗಾಳಿಯ ಚೆಲ್ಲಾಟಕ್ಕೆ ನುಲಿಯುತ್ತಿವೆ ಮಾಯಾ. ಹಸಿರು ಚಾದರದ ಮೇಲೆ ಅರಿಶಿಣ ಸಿಂಪಡಿಸಿದಂತಿದೆ. ಹುಲ್ಲುಗರಿ ಮೇಲೆ ಇಬ್ಬನಿಯೊಂದು ನಾಜೂಕಾಗಿ ನಿಂತಿದೆ. ಪ್ರಕೃತಿ ಎಷ್ಟು ಸುಂದರ ಅಲ್ವಾ ಮಾಯಾ? ಎಲ್ಲೆಲ್ಲಿಗೆ ಹೋಗಿದೀವಿ ನಾವು. ಕನ್ಯಾಕುಮಾರಿಯಿಂದ ಹಿಡಿದು ಲೇಹ್ ತನಕ, ಕಛ್‌ನಿಂದ ಹಿಡಿದು, ರೋಯಿಂಗ್ ತನಕ. ಒಂದೊಂದು ಸಲನೂ ಒಂದೊಂದು ದಿಕ್ಕಿನ ತುತ್ತ ತುದಿ ಮುಟ್ಟಿ ಬಂದಿದ್ದೀವಿ. ಎಲ್ಲ ನೆನಪಾಗ್ತಿದೆ. ಬದುಕನ್ನು ಉತ್ಕಟವಾಗಿ ಅನುಭವಿಸಬೇಕು ಅಂತ ಭಾವಿಸಿದ್ದೋರು ನಾವಿಬ್ಬರೂ. ಏನೆಲ್ಲ ಮಾತಾಡಬೇಕು ನಿನ್ನ ಹತ್ತಿರ, ಏನೆಲ್ಲ ಹಂಚ್ಕೋಬೇಕು. ಹೀಗಾಗ್ತಿದೆಯಲ್ಲಾ ಅಂತ ಅಘಾತಕ್ಕೊಳಗಾಗಿ ಈ ಗಳಿಗೇನ

ವ್ಯರ್ಥ ಮಾಡಬಾರದು ಅಲ್ವಾ. ಈಗಾಗಲೇ ಒಬ್ಬನನ್ನು ಕಳಿಸಿದ್ದಾರೆ. ಮುಂದಿನ ಸರತಿ ನಂದೆ.

ಈ ಭೂಮಿ ನೋಡು ಮಾಯಾ. ಚಿಕ್ಕೋರಿದ್ದಾಗ ತಿಂದಿದ್ದ ಕಮ್ಮಗಿರೋ ಕೆಮ್ಮಣ್ಣು ನೆನಪಾಗ್ತಿದೆ. ನಿಮ್ಮೂರ್ಕಡೆ ಮಣ್ಣು ಕಪ್ಪು ಅಂತ ನಾನು ಆಡಿಕೊಳ್ತಿದ್ದೆ. ಆಗ ನೀನು ನಿನ್ನ ಮೂತಿಗಿಂತ ಕಪ್ಪುಗೇನಿರ್ಲಿಲ್ಲ ಬಿಡು ಅಂತ ತಿರುಗು ಬಾಣ ಬಿಡ್ತಿದ್ದೆ. ನಮ್ಮೂರ್ಕಡೆ ಮಣ್ಣು ಕೆಂಪಗಿದ್ರೂ ನಿಮ್ಮ ಮಣ್ಣಿನಷ್ಟು ಫಲವತ್ತಾಗಿರಲಿಲ್ಲ ನೋಡು. ಶಾಪ ತಟ್ಟಿದ ನಾಡು ನಮ್ಮದು. ದಂಡಿಯಾಗಿ ಸುರಿಯೋದು ಅಂದರೆ ಬಿಸಿಲು ಮಾತ್ರ. ಅದಿರಲಿ. ಏರ್ಪೋರ್ಟಿಂದ ನೇರ ಹೋಟೆಲ್ಲಿಗೆ ಬರದೆ ಒಂದೆರಡು ಹಳ್ಳಿಗಳನ್ನ ಸುತ್ತಾಡಿಕೊಂಡು ಬಂದೆ. ಇಲ್ಲಿನ ಮುಖ್ಯ ಬೆಳೆನೇ ಮೇವು ಹುಲ್ಲು. ಅದು ಬಿಟ್ರೆ ಕೋಸು ಸೊಪ್ಪು ಗಿಪ್ಪು ಅಂತ ಬೆಳೀತಾರೆ. ನೋಡು ಈ ಸಣ್ಣ ಸೀಮೆ ನೋಡು ಮಾಯಾ, ಯಾರ ಎಗ್ಗಿಲ್ಲದೆ ರಾಜಾರೋಷವಾಗಿ ಅಡ್ಡಾಡ್ತಿದೆ. ಗನ್ನಿನ ಭಯಾನೇ ಇಲ್ಲ ಅದಕ್ಕೆ. ಅಷ್ಟಕ್ಕೂ ಯಾಕಿರಬೇಕು ಅಂತ? ನಮ್ಮ ಜಾತಿ ಅಲ್ಲ ನೋಡು ಅವು. ಯಾರನ್ನೂ ಕೊಲ್ಲಲಾರದ ಅತೀ ಸಣ್ಣ, ಘನವಂತ ಜೀವಿ!. ಅವುಗಳ ಜೀವನೋತ್ಸಾಹ ನೋಡ್ತಿದ್ರೆ ಖುಷಿಯಾಗುತ್ತೆ. ಎಂದೂ ಅವು ನಿಂತ ಕಡೆ ನಿಂತಿದ್ದೇ ನೋಡಿಲ್ಲ ನಾನು. ಅವುಗಳ ಮುಂದೆ ನಾವೆಷ್ಟು ಸಣ್ಣ ಜನ ಅಲ್ವಾ? ನೀನು ಹೇಳ್ತಿದ್ದು ಸತ್ಯ ಮಾಯಾ, ಮನುಷ್ಯ ಕಂಡುಹಿಡಿದಿರುವಷ್ಟು ಜೀವಹಾನಿ ವಿಧಗಳನ್ನ, ಕಾರಣಗಳನ್ನ ಪ್ರಕೃತಿನೂ ಕಂಡುಹಿಡಿದಿಲ್ಲವೇನೋ. ಹೇ, ಹೇ, ಇಲ್ಲೆಲ್ಲಿಗೆ ಬರ್ತೀದ್ದೀಯ ಸೀಮೆ, ಅತ್ತಗೆಲ್ಲಾದರೂ ಹೋಗು, ಛಳಿಯಿಂದಲಾದರೂ ತಪ್ಪಿಸಿಕೋ!.

ಥೋತ್ಥೇರಿ ! ತುಳ್ದಾ. ತುಳ್ದಾಕ್ಬಿಟ್ಟ. ಧಡಿಯ. ಬಡಕೊಂಡೆ ಎಲ್ಲಾದ್ರೂ ಬಚ್ಚಿಟ್ಕೋ ಅಂತ. ಪಾಪ ಮಾಯಾ, ಅವನ ಬೂಟ್ಸಿಗೆ ಅಂಟಿಕೊಂಡೇ ಹೋಯ್ತು. ಗನ್ ಹಿಡಿದಿರೋರಿಗೆ ನೆಲಾನೆ ಕಾಣ್ಸಲ್ಲ ಮಾಯಾ. ಬೂಟ್ಸಿನ ಕೆಳಗೆ ಅಂದ ತಕ್ಷಣ ಅಮೆರಿಕಾ ಕವಿ ವೈಟ್‌ಮ್ಯಾನ್ ಸಾವಿನ ಬಗ್ಗೆ ಬರೆದಿರೋ ಒಂದು ಕವಿತೆ ನೆನಪಾಯ್ತು, ನಂಗೆ ಬಂದಂಗೆ ಕನ್ನಡದಲ್ಲಿ ಹೇಳ್ತೀನಿ–

ಓಡುವ ಸೂರ್ಯನಿಗೆ ಧೂಳನ್ನು ಕೊಡವಿ ನಾನು ಗಾಳಿಯಂತೆ ನಿರ್ಗಮಿಸುತ್ತೇನೆ.
ನೀರಿನ ಸುಳಿಗೆ ದೇಹವನ್ನು ಅರ್ಪಿಸಿ, ಅಲೆಯಾಗಿ ತೇಲುತ್ತೇನೆ.
ನಾನು ನನ್ನನ್ನೇ ತ್ಯಜಿಸಿ ಗೊಬ್ಬರವಾಗುತ್ತೇನೆ. ನಾನಿಷ್ಟಪಡುವ ಹುಲ್ಲಾಗಿ ಬೆಳೆಯಲು.
ನಾನು ನಿನಗೆ ಬೇಕಿದ್ದಲ್ಲಿ, ನಿನ್ನ ಬೂಟ್ಸಿನ ತಳದಲ್ಲಿ ಹುಡುಕು.
ನಾನ್ಯಾರು, ನಾನೆಂದರೇನು, ನಿನಗೆ ಗೊತ್ತಿಲ್ಲ.
ಆದರೂ ನಿನ್ನ ರಕ್ತ ಶುದ್ಧೀಕರಿಸಿ, ನಾರಿನಂಶ ಒದಗಿಸಿ,
ನಿನಗೆ ಉತ್ತಮ ಆರೋಗ್ಯ ಬಯಸುತ್ತೇನೆ.

ಹೊರಗೆ ಹೆಪ್ಪುಗಟ್ಟಿದ ಮೋಡದ ಉಂಡೆ. ನೀಲಿಗಟ್ಟಿದ ಆಗಸ. ತಲೆ ಎತ್ತಿ ನೋಡೋ ಅಭ್ಯಾಸನೇ ತಪ್ಪೋಗಿದೆ. ಮೊದಲೆಲ್ಲ ನೀನು ರಾತ್ರಿ ಊಟವಾದ ಕೂಡಲೇ ಮಾಳಿಗೆ ಮೇಲೆ ವಾಕಿಂಗ್ ಅಂತ ನನ್ನನ್ನೂ ಬಲವಂತವಾಗಿ ಎಳಕೊಂಡು ಹೋಗ್ತಿದ್ದೆ. ಚುಕ್ಕಿ ಚಂದ್ರನ್ನ ತೋರಿಸ್ತಿದ್ದೆ. ಕತ್ತಲೇಲಿ ಆಕಾಶ ಪ್ರತಿ ದಿನಾನೂ ಹೊಸದಾಗಿ ಕಾಣೋದು. ಕೆಲಸದ ಒತ್ತಡ ಈಗ. ತಲೆ ಎತ್ತಿ ಆಕಾಶ ನೋಡಿ ಎಷ್ಟು ದಿನವಾಗಿತ್ತೋ. ಸೂರ್ಯ ಮೋಡದ ಮರೆಯಿಂದ ಹೊರಬಂದ ಮಾಯಾ. ಬೆಳಕು ಕಣ್ಣನ್ನ ಚುಚ್ತಿದೆ.

ಇನ್ನೊಂದು ವಿಷಯ. ನೀನು ಆದಷ್ಟು ಬೇಗ ಡ್ರೈವಿಂಗ್ ಕಲ್ತುಕೋಬೇಕು ಆಯ್ತಾ. ನಾನಿಲ್ಲದಾಗ ಕರ್ಕೊಂಡು ಹೋಗೋರು ಯಾರೂ ಇಲ್ಲ ಅಂತ ಎಲ್ಲೂ ಹೋಗದೆ ಮನೇಲೆ ಸೇರ್ಕೊಬೇಡ. ಯಾವಾಗಲೂ ಎಲ್ಲಾದರೂ ಹೋಗ್ತಾ ಇರು. ಅಲ್ಲಿ ಅಷ್ಟೊಂದು ಅನುಭವ ಆಗಿದ್ರೂ ನನಗೇ ಇಲ್ಲಿ ರಸ್ತೆ ಮೇಲೆ ಕೆಲವು ಸಲ ಪರಪಟ್ಟಾಗುತ್ತೆ. ಡ್ರೈವರ್ ಸೀಟು ಎಡಕ್ಕೆ ನೋಡು. ನನ ಕೈಲಿ ಆಗಲ್ಲ ಅಂತ ಸಬೂಬು ಕೊಡೋಂಗಿಲ್ಲ ನೀನು. ಸಿಟ್ಟು ಬರುತ್ತೆ ನನಗೆ. ಮರ್ಯಾದೆಯಿಂದ ಡ್ರೈವಿಂಗ್ ಕಲ್ತುಕೋಬೇಕು. ಆಯ್ತಾ.

ಅವನ್ಯಾರೋ ಒಬ್ಬ ನಾನು ಪತ್ರಕರ್ತನಲ್ಲ ಅಂತೇಳಿ ಬಚಾವಾದ ಮಾಯಾ. ಪ್ಲೀಸ್, ಕ್ಷಮಿಸು. ನನಗೆ ಹಾಗೆ ಹೇಳಿ ತಪ್ಪಿಸಿಕೊಳ್ಳೋಕೆ ಮನಸೇ ಬರ್ತಿಲ್ಲ. ನಾನು ಪತ್ರಕರ್ತ ಆಗಿರದೇ ಇರಬೋದು, ಆದರೆ, ಅದೇ ನನ್ನನ್ನು ಹಿಡಿದು ನಿಲ್ಲಿಸಿದೆ. ಒಂದು ವೇಳೆ ಪತ್ರಕರ್ತ ಆಗಿದ್ದಿದ್ದರೆ ಏನಾದರೂ ತಂತ್ರ ಹೂಡಿ ತಪ್ಪಿಸಿಕೊಳ್ತಿದ್ನೊ ಏನೋ. ನಾನವನಲ್ಲ ಅಂತ ಹೇಳೋಕೆ ಬಾಯೇ ಬರ್ತಿಲ್ಲ ನೋಡು. ಪಲಾಯನ, ಕಪಟ, ಅಮಾನವೀಯ ಅದನ್ನ ಏನನ್ನಬೇಕೂಂತ ನನಗೆ ಗೊತ್ತಾಗ್ತಾ ಇಲ್ಲ. ಬಹುಶಃ ಪ್ರಶ್ನೆ ಇರಬೇಕು ಯಾರಾದರೇನು ಅಂತ. ಎಲ್ಲರಿಗೂ ಬದುಕೋ ಹಕ್ಕಿದೆ ಅಲ್ವಾ ಮಾಯಾ. ಆ ಅಜ್ಜಿಗೂ ಹಾಗೇ ಅನ್ನಿಸಿರ್ಬೇಕು ಮಾಯಾ. ಇಲ್ಲಾಂದ್ರೆ ಈಗ್ಲೋ ಆಗ್ಲೋ ಅನ್ನೋಳ್ನ ಕಟ್ಕೊಂಡು ನಿಮಗೇನು ಸಿಗುತ್ತೆ ಅಂತೇಳಿ ಎದ್ದು ಹೋಗಿರೋಳು!

ಪ್ರಪಂಚದ ಜೀವಂತಿಕೆ ನೋಡಿ ಕೆಲವು ಸಲ ಬದುಕೋ ಆಸೆ ಬಲವಾಗುತ್ತೆ ಮಾಯಾ. ನನ್ನೆದುರು ಚಿಕ್ಕ ಹುಡುಗಿಯೊಬ್ಳು ಸ್ಕೇಟಿಂಗ್ ಮಾಡಿಕೊಂತ ರಸ್ತೆ ದಾಟ್ತಿದ್ದಾಳೆ. ಅವಳ ಅಣ್ಣ ಫುಟ್‌ಪಾತ್ ಮೇಲೇನೆ ಫುಟ್‌ಬಾಲ್ ಆಡ್ತಿದಾನೆ. ಪಕ್ಕದಲ್ಲೇ ಕಾರುಗಳು ಭರ್ರನೆ ಓಡ್ತಿವೆ! ಒಂಚೂರೂ ಎಡವದಂತೆ ಆ ಹುಡುಗ ಚೆಂಡನ್ನ ಹತೋಟಿಲ್ಲಿಟ್ಟುಕೊಂಡಿದಾನೆ. ಕಾಲ್ಚಳಕ ಅಂದ್ರೆ ಅದು. ಮುಂದೆ ಜಿದಾನೆ ಆಗ್ತಾನೆ ಅನ್ಸುತ್ತೆ. ಇಲ್ಲಿಗೆ ಬರ್ತ ಪ್ಲೈಲಟ್ಟು ಇನ್ನೇನು ಇಳಿಸಬೇಕು, ಒಂದು ಹತ್ತು ಸೆಕೆಂಡು ಮುಂಚೆ ಧಸಕ್ಕನೆ ಪ್ಲೇನನ್ನ ಗಾಳೀಲೆ ಬೀಳಿಸಿ ಜೀವ ಬಾಯಿಗೆ ಬರಿಸಿದ್ದ.

ಜನ ಎಲ್ಲ ಹೋ ಅಂತ ಕಿರುಚಿಕೊಂಡು ಬಿಟ್ರು. ನಂಗಂತೂ ತಿರುಗ ನಿನ್ನನ್ನ ನೋಡ್ತೀನೋ ಇಲ್ವೋ ಅನ್ನೋಷ್ಟು ಭಯ ಆಗಿತ್ತು. ಸಾವು ಅನ್ನೋದು ಒಂದು ಸಲ ಬೆನ್ನತ್ತಿದರೆ ಬಿಡಲ್ವಂತೆ. ಹಂಗಾಗಿದೆ ನೋಡು. ಒಂದು ಮಾತು ಮಾಯಾ: ನನಗೆ ಹೀಗಾಯ್ತು ಅಂತ ಮಕ್ಕಳಿಗೆ ತಿಳಿಸಬೇಡ, ಮನುಷ್ಯ ಜಾತಿ ಮೇಲೆ ದ್ವೇಷ ಬೆಳೆಸ್ಕೋತಾರೆ. ನೀನೇ ಹೇಳ್ತಿದ್ದ ಹಾಗೆ ಒಂದು ಸಲ ಎದೇಲಿ ದ್ವೇಷದ ಬೀಜ ಬಿತ್ತೂ ಅಂದ್ರೆ ಜೀವನಪೂರ್ತಿ ನೆಮ್ಮದಿ ಹಾಳಾಗುತ್ತೆ. ಮನುಷ್ಯತ್ವದ ಮೇಲೆ ನಂಬಿಕೆ ಇರೋಂಗೆ ಮಕ್ಕಳನ್ನ ಬೆಳೆಸು ಮಾಯಾ. ಯಾಕಂದರೆ ಮೂಲತಃ ನಾವೆಲ್ಲರೂ ದುರ್ಬಲರೇ. ನಂಬಿಕೆ, ಫೈತ್ ಅಂತಾರಲ್ಲಾ, ಅದಿಲ್ಲಾಂದ್ರೆ ಬದುಕೋದು ಅಸಾಧ್ಯ. ಇನ್ನೊಬ್ಬರ ಬದುಕಿನ ಅವಕಾಶವನ್ನು ಕಿತ್ತುಕೊಳ್ಳೋರೆಲ್ಲರೂ ಒಂದೇ ಮಾಯಾ. ಇಂತೋರು ಹಿಂದೇನೂ ಇದ್ದರು, ಮುಂದೇನೂ ಇರ್ತಾರೆ. ಅವತಾರಗಳು ಬದಲಾಗ್ತಿದಾವೆ ಅಷ್ಟೆ. ಆದ್ದರಿಂದ ಇವರ್ಯಾರನ್ನೂ ಲೆಕ್ಕಕ್ಕಿಡಬೇಡ. ನಾಟ್ ವರ್ತ್.

ಎಲ್ಲಿದ್ದೀಯ ಮಾಯಾ? ಏನು ಮಾಡ್ತಿದ್ದೀಯ? ಊಟಕ್ಕೇನಾದರೂ ಹೋಗಿದ್ದೀಯ? ಪವಾಡ ಅಂದರೂ ಪರವಾಗಿಲ್ಲ ಸಿಗು ಮಾಯಾ. ಒಂದೇ ಒಂದು ಸಲ ಮೊಬೈಲ್ ಚೆಕ್ ಮಾಡು, ಒಂದೇ ಒಂದು ಸಲ ಎಲ್ಲಾದ್ರೂ ಟೀವೀ ನೋಡು. ನಾನು ಟೀವೀಲಿ ಬರ್ತಿದೀನಿ ಮಾಯಾ.. ಪ್ಲೀಜ್. ಟೈಮು ಜೋರಾಗಿ ಓಡ್ತಾ ಇದೆ. ನೀವು ಹುಡುಗೀರೇ ಹೀಗೆ. ಯಾವಾಗ್ಲೂ ಮೊಬೈಲ್ ಬ್ಯಾಗಲ್ಲೆ ಇಟ್ಕೊಂಡಿರ್ತೀರ. ಕಾಲ್ ಮಾಡುದ್ರೂ ಗೊತ್ತಾಗಲ್ಲ. ಮೆಸೇಜ್ ಮಾಡುದ್ರೂ ಗೊತ್ತಾಗೋಲ್ಲ. ಸರಿ ಹೋಗ್ಲಿ ಬಿಡು. ಸಮಯ ಮುಗೀತು. ಚಿಂತೆ ಮಾಡಬೇಡ. ಹಿಂದೆ ಗನ್ ತಿವೀತಿದೆ. ನಾನು ಬರ್ತೀನಿ. ಮತ್ತೆ?

* * *

ಆಫೀಸಲ್ಲಿ ಮೊಬೈಲ್ ತಿವ್ಕೊಂಡು ಊಟ ಮಾಡ್ತಿದ್ದೆ. ಇದ್ದಕಿದ್ದಂತೆ ವಾಟ್ಸಾಪು ಫೇಸ್‌ಬುಕ್ಕುಗಳಲೆಲ್ಲ ಯುದ್ಧ ಘೋಷಿಸಿದರೇನೋ ಎಂಬಷ್ಟು ಗದ್ದಲ. ಏನಾಯ್ತು ಅಂತ ನೋಡಿದರೆ ಭಾರತೀಯನೊಬ್ಬ ಫ್ರಾನ್ಸಲ್ಲಿ ಭಯೋತ್ಪಾದಕರ ಕೈಲಿ ಸಿಕ್ಕಿಹಾಕಿಕೊಂಡು ಅವನು ಫೋನಲ್ಲಿ ಮಾತಾಡುತ್ತಿದುದೆಲ್ಲ ನೇರವಾಗಿ ಟೀವೀ ಚಾನೆಲ್ಲುಗಳು ಬಿತ್ತರಿಸುತ್ತಿದ್ದವು.

'ಢಂ' ಎಂಬ ಶಬ್ದದೊಂದಿಗೆ ಮಾತು ಮುಗಿದಿತ್ತು.

ಒಂದು ಕಡೆ ಸರ್ಕಾರ ಭಯೋತ್ಪಾದಕರೊಡನೆ ಸಂಧಾನದ ಮಾತುಕತೆಯಲ್ಲಿ ನಿರತವಾಗಿರಲು ಮತ್ತೊಂದು ಕಡೆ ಇಡೀ ದೇಶ ಆತನ ಮಡದಿಯನ್ನು ಎಲ್ಲಿದ್ದರೂ ಹುಡುಕಿ ಮೊಬೈಲಿಗೆ ಕನೆಕ್ಟ್ ಮಾಡಲು ಹರಸಾಹಸ ಪಡುತ್ತಿತ್ತು. ಚಾನೆಲ್ಗಳಂತು ತಮ್ಮದೇ ಎಕ್ಸ್‌ಕ್ಲೂಸಿವ್ ಅಂತ ಬೊಬ್ಬೆ ಹೊಡಿತಿದ್ದರು. ಜನ ಹೀಗಾದರೂ

ತಮ್ಮದೊಂದು ಜನಸೇವೆಯಾಗಲಿ ಎಂಬಂತೆ ಶೇರ್ ಮೇಲೆ ಶೇರ್ ಮಾಡುತ್ತಿದ್ದರು. ಅಂತ್ಯ ಹೀಗಾಗಬೇಕೇ. ಯಾರಿಗಾದರೂ ಆಗಲಿ ಕರುಳು ಕಿತ್ತು ಬರುವಂತಹ ಸನ್ನಿವೇಶ. ಐದು ನಿಮಿಷ ಕಾಲಾವಕಾಶ ನೀಡಿ ಯಾವುದೋ ಬೇಡಿಕೆಗೆ ಹೂಗುಟ್ಟಿಸಲು ವಿಫಲವಾಗಿ, ಛೇ. ಪಾಪ, ಆ ಹೆಂಗಸು ಎಲ್ಲಿರುವಳೋ ಏನೋ. ಯಾವ ಕೆಲಸದಲ್ಲಿ ಮಗ್ನಳಾಗಿದ್ದಳೋ ಏನೋ. ಟೆರೇಸಿನಲ್ಲಿ ಬಟ್ಟೆ ಒಗೆಯುತ್ತಿರಬಹುದು, ಅಡಿಗೆ ಮನೆಯಲ್ಲಿ ಪಾತ್ರೆ ತೊಳೆಯುತ್ತಿರಬಹುದು. ಬಚ್ಚಲಲ್ಲಿ ಮಕ್ಕಳಿಗೆ ಜಳಕ ಮಾಡಿಸುತ್ತಿರಬಹುದು. ಪೈಲೆಟ್ಟಿರಬಹುದು. ವಿಜ್ಞಾನಿಯಾಗಿ ಲ್ಯಾಬಿನಲ್ಲಿ ಸಿಕ್ಕಿಹಾಕಿಕೊಂಡಿರಬಹುದು. ಗಹನವಾಗಿ ಪುಸ್ತಕ ಓದುತ್ತಿರಬಹುದು! ತನ್ನ ಗಂಡನ ಆಲಾಪನೆಯ ಧ್ವನಿಸುರುಳಿ ಅವಳ ಕಿವಿಗೆ ಬಿದ್ದಾಗ ಆಕೆಗೆ ಹೇಗಾಗಬೇಡ?. ಎಳೆಯ ಮಕ್ಕಳಿರಬೇಕು, ಅವರಿಗೆ ಆಕೆ ಅಘಾತವನ್ನು ಮನವರಿಕೆ ಮಾಡುವುದಾದರೂ ಹೇಗೆ? ವಿಧಿಯೇಕೆ ಹೀಗೆ? ಅವನ ಕುಟುಂಬಕ್ಕೆ ಸಾಂತ್ವನ ಅಂತ ಟ್ವೀಟ್ ಟೈಪಿಸುತ್ತಿದ್ದೆ. ನನ್ನದೊಂದು ಟ್ವೀಟ್‌ನಿಂದ ಆಕೆಗೆ ಎಳ್ಳಷ್ಟಾದರೂ ಸಮಾಧಾನವಾಗಬಹುದೇ? ಸಾಧ್ಯವೇ ಇಲ್ಲ. ಸುಮ್ಮನಾದೆ.

ಸಾಯಂಕಾಲವಾಗುವುದರೊಳಗೆ ಅಧಿಕಾರಿಗಳು ಇನ್ನೊಂದು ಅಘಾತದ ಸುದ್ದಿ ನೀಡಿದರು. ಆ ವ್ಯಕ್ತಿಗೆ ಹೆಂಡತಿ ಮಕ್ಕಳೇ ಇಲ್ಲವಂತೆ. ಮೊದಲಾಗಿ ಆತನಿಗೆ ಇನ್ನೂ ಮದುವೆಯೇ ಆಗಿಲ್ಲವಂತೆ. ಸುಮ್ಮಸುಮ್ಮನೆ ಯಾಕೆ ಅವನು ಹಾಗೆಲ್ಲ ಬಡಬಡಾಯಿಸಿದ ಎಂಬ ಪತ್ರಕರ್ತರ ಪ್ರಶ್ನೆಗೆ ಅವರು ಹೇಳಿದ್ದಿಷ್ಟು: ಅವನಿಗೆ ನಮ್ಮೋರು ತಮ್ಮೋರು ಅಂತಲೂ ಯಾರೂ ಇರಲಿಲ್ಲವಂತೆ, ಯಾವುದೋ ಆಶ್ರಮದಲ್ಲಿ ಬೆಳೆದಿದ್ದನಂತೆ. ಕುಟುಂಬವೇ ಇಲ್ಲದಿದ್ದರಿಂದ ಅದರ ಬಗ್ಗೆ ಬಹಳ ಕನಸುಗಳನ್ನು ಕಟ್ಟಿಕೊಂಡಿದ್ದನಂತೆ. ಸಹಪಾಟಿಗಳ ಕೈಲಿ ಹಾಗೆ ಹೇಳ್ಕೊತ್ತಿದ್ದನಂತೆ, ನಂಗೆ ಸಿಗೋ ಹುಡುಗೀನ ಮಾಯಾ ಅನ್ನುವ ಹೆಸರಿಂದ ಕರೀತೀನಿ ಅಂತ. ಇಲ್ಲದನ್ನು ಬಣ್ಣಿಸಲು ಎಂಥ ಚಂದ ಹೆಸರು ಹುಡುಕಿಕೊಂಡಿದ್ದಾನೆ. ಒಂದು ಕಡೆ ಇನ್ನೈದು ನಿಮಿಷದಲ್ಲಿ ತಾನು ಸಾಯುತ್ತೇನೆ ಎಂಬ ಕಠೋರ ಸತ್ಯ, ಮತ್ತೊಂದು ಕಡೆ ತನ್ನ ಅಂತಿಮ ಕ್ಷಣಗಳಲ್ಲಾದರೂ ತನ್ನವರೆಂಬ ಯಾರೊಬ್ಬರೂ ಇಲ್ಲದಿರುವ ವಾಸ್ತವ. ಅವನ ಜಾಗದಲ್ಲಿ ಒಂದು ಅರೆಗಳಿಗೆಯಾದರೂ ನನ್ನನ್ನು ನಾನು ಊಹಿಸಿಕೊಳ್ಳಲು ಯತ್ನಿಸಿದೆ, ನನ್ನ ಭಾವಪರಿಧಿ ಅಷ್ಟು ಆಳ ಅಗಲ ಹಿಗ್ಗಲಿಲ್ಲ.

ಆತ ತನ್ನ ಕೊನೆಯ ಗಳಿಗೆಯಲ್ಲಿ ಒಂದು ಅತೀಂದ್ರಿಯ ಮನಸ್ಥಿತಿಗೆ ತಲುಪಿ, ತನಗಿಷ್ಟವಾದುದನ್ನು ಕಲ್ಪಿಸಿಕೊಂಡು ಅನುಭವಿಸಿದ್ದುದು, ನನಗೆ ಅತ್ಯಂತ ಸಹಜ ವಾಗಿಯೆ ತೋರಿತು.

ಉದಯವಾಣಿ, ೨೦೧೭

ಬೋಣಿ

ಅವಳು ಸಾಯಂಕಾಲ ನಾಲಕ್ಕು ಗಂಟೆಗೆ ರಿಂಗ್ ರೋಡಿನ ಪಕ್ಕದಲ್ಲಿ ತನ್ನ ಗಾಡಿ ತಂದು ನಿಲ್ಲಿಸಿದಳು. ಎಳನೀರು ಮಾರುವವನು ಬೀಡಿ ಹೊಸಕಿ ಗಾಡಿಯಿಂದ ಸ್ಟವ್ ಇಳಿಸಿಕೊಟ್ಟ. ಬಾಣಲೆಯನ್ನು ಸ್ಟವ್ ಮೇಲೆ ಕೂರಿಸಿದವಳು, ಟಿನ್ ಕ್ಯಾನಿನಿಂದ ಬಾಣಲೆ ಕಂಠಮಟ್ಟ ಎಣ್ಣೆ ಸುರಿದು ಸ್ಟವ್ ಹಚ್ಚಿ ಉರಿ ಸಣ್ಣ ಮಾಡಿದಳು. ಮಗ ಚೇರುಗಳನ್ನು ಮುಸುರೆ ಬಕೆಟ್ಟನ್ನು ಕೆಳಗಿಳಿಸಿ ನೀರಿನ ಕ್ಯಾನಿನ ನಲ್ಲಿ ತಿರುವಿದ. ಬಕೆಟ್ಟು ತುಂಬಿತು. ಅವಳು ದೊಡ್ಡ ಬೇಸನ್ನಿನಲ್ಲಿ ಕಡಲೆ ಹಿಟ್ಟು ನೀರು ಬೆರೆಸಿ ಕಲಸಲಾರಂಭಿಸಿದಳು. ಮಗ ಚಾಕು, ಈರುಳ್ಳಿಗಳನ್ನು ಹಿಡಿದು ಅಮ್ಮನ ಪಕ್ಕದಲ್ಲಿ ಆಸೀನನಾದ. ಕೆಲವೇ ಕ್ಷಣಗಳಲ್ಲಿ ಅವನ ಕಣ್ಣ ತುಂಬ ನೀರು. ಮೂಗಿನಲ್ಲಿ ತುಪ್ಪಳ. ಆಕೆ ನಸುನಕ್ಕು ಮೆಣಸಿನಕಾಯಿಯ ಕವರ್‌ನ್ನು ಅವನ ಮುಂದಿಟ್ಟಳು. ಅಷ್ಟು ದೊಡ್ಡ ದೊಡ್ಡ ಮೆಣಸಿನ ಕಾಯಿಗಳನ್ನು ಅರ್ಧಕ್ಕೆ ಸರಿಯಾಗಿ ಸೀಳುವುದು ಅವನಿಗೆ ಮೋಜೆನಿಸಿತು. ಮತ್ತು ಈರುಳ್ಳಿ ಕತ್ತರಿಸು ವಷ್ಟು ತಿಣುಕಬೇಕಿರಲಿಲ್ಲ.

ಗರಿ ಗರಿ ಮೆಣಸಿನಕಾಯಿ ಬಜ್ಜಿಗಳು ಎಣ್ಣೆ ಮೇಲೆ ತೇಲುತ್ತ ಗುಳ್ಳೆನೊರೆ ಉಗುಳುತ್ತ ಸೊಳ ಸೊಳ ಸದ್ದು ಮಾಡಲಾರಂಭಿಸಿದವು. ಹುಡುಗ ಅವನ್ನೆ ತದೇಕಚಿತ್ತದಿಂದ ದಿಟ್ಟಿಸುತ್ತಿದ್ದ. ಅಮ್ಮ ಬೋಣಿ ಆಗಲಿ ಎಂದಳು. ಹುಡುಗ ಆಗಲಿ ಎಂದು ತಲೆ ಆಡಿಸಿದ. ಪ್ರತಿದಿನವೂ ಬೋಣಿ ಯಾರು ಮಾಡುತ್ತಾರೆ, ಅಂದಿನ ವ್ಯಾಪಾರ ಎಷ್ಟಾಯಿತು ಎಂಬುದನ್ನು ಅವಳು ತಾಳೆ ಹಾಕುತ್ತಾಳೆ. ವ್ಯಾಪಾರ ಶುರು ಮಾಡಿ ಎರಡು ವರ್ಷ ಕಳೆದಿದೆ. ಇಂದಿಗೂ ಒಂದು ನಮೂನೆಯನ್ನು ಗ್ರಹಿಸಲಿಕ್ಕೆ ಅವಳಿಗೆ ಸಾಧ್ಯವಾಗಿಲ್ಲ, ಒಬ್ಬರನ್ನು

ಬಿಟ್ಟು. ಅವರು ರಿಟಾಯರ್ಡ್ ಸ್ಕೂಲ್ ಮೇಷ್ಟ್ರು. ಇಲ್ಲೇ ಒಂದು ಕಿಲೋಮೀಟರ್ ಒಳಗೆ ಹೋದರೆ ಅವರ ಮನೆ. ಚೂಪು ಮೂತಿಯ ಕೊಡೆ ಅವರ ನಿತ್ಯ ಸಂಗಾತಿ. ಆ ಸ್ಥಳ ಒಂದಾನೊಂದು ಕಾಲದಲ್ಲಿ ಹಳ್ಳಿಯಾಗಿತ್ತಂತೆ. ಹಳ್ಳಿಯ ಶಾಲೆಯಲ್ಲಿ ಅವರು ಮೇಷ್ಟ್ರಾಗಿದ್ದರಂತೆ. ಅವರಪ್ಪನಿಗೆ ಸುಮಾರಾಗೆ ಜಮೀನಿತ್ತಂತೆ. ಓದಿದ್ದು ಏಳನೆ ತರಗತಿಯಾದರೂ ಆಗೆಲ್ಲ ಸರಕಾರದವರು ಕರೆದು ಕೆಲಸ ಕೊಡುತ್ತಿದ್ದರಿಂದ ಇವರು ಮೇಷ್ಟ್ರುಗಿರಿಗೆ ಇಳಿದರಂತೆ. ಇವತ್ತಿಗೂ ಹಳೆ ಓಣಿಗಳನ್ನು ಹೊಕ್ಕರೆ ಅಲ್ಲೆಲ್ಲ ಅವರು ಚಿರಪರಿಚಿತ. ಅವರ ಸಮಕಾಲೀನರೆಲ್ಲ ಬಹುತೇಕ ನಗರದ ಗಾಳಿಗೆ ಸಿಲುಕಿ ಧೂಳಿಪಟರಾಗಿರುವರು. ಒಂದಿಬ್ಬರು ಮಾತ್ರ ಚಾಣಾಕ್ಷತೆಯಿಂದ ವಿಧಾನ ಸೌದದಲ್ಲಿ ಸೀಟು ಪಡೆದಿರುವರು. ಮೇಷ್ಟ್ರು ಹರಟೆ ಲಹರಿಯಲ್ಲಿರುವಾಗ ಹಲ್ಲಿಲ್ಲದ ದವಡೆಯಲ್ಲಿ ಸುಡುಸುಡು ಬಜ್ಜಿಗಳನ್ನು ಹೊರಳಾಡಿಸುತ್ತ ಇವನ್ನೆಲ್ಲ ನೆನಪಿಸಿ ಕೊಳ್ಳುತ್ತಾರೆ. ಅಲ್ಲಿ ಎದ್ದಿರುವ ಯಾವ ಯಾವ ಕಟ್ಟಡಗಳು ತನ್ನ ಜಮೀನಿನ ಮೇಲೆ ನಿಂತಿವೆ ಎಂಬುದನ್ನು ಪಕ್ಕಾ ಗುರುತಿಸುತ್ತಾರೆ. ಮೂರು ಸಾವಿರಕ್ಕೆ ಎಕರೆ ಜಮೀನು ಮಾರಿದ್ದು, ರೌಡಿಗಳು ಬಲವಂತದಿಂದ ಬರೆಸಿಕೊಂಡದ್ದು ಯಾವುದನ್ನು ಮರೆತಿಲ್ಲ. ಸ್ವಂತ ಮನೆ, ಅದಕ್ಕಿದ್ದ ಕಾಂಪೋಂಡು ಉಳಿಸಿಕೊಂಡಿದ್ದರಿಂದ ಮಕ್ಕಳು ಮನೆ ಕೆಡವಿ ಇರುವಷ್ಟು ಜಾಗದಲ್ಲಿ ಮೂರು ಮಹಡಿ ಕಟ್ಟಡ ಕಟ್ಟಿಕೊಂಡಿದ್ದಾರೆ. ಬಾಡಿಗೆ ಬರುತ್ತಿರುವುದರಿಂದ ಜೀವನ ನಿಶ್ಚಿಂತೆಯಿಂದ ಸಾಗಿದೆ.

ಮೇಷ್ಟ್ರು ಕೈಬೋಣಿಯಾದ ದಿನಗಳು ಅವಳಿಗೆ ಎಂದೂ ನಷ್ಟವನ್ನುಂಟು ಮಾಡಿಲ್ಲ. ಕೆಲವು ಸಲ ವ್ಯಾಪಾರ ಭರ್ಜರಿಯಾದರೆ ಕೆಲವು ಸಲ ಸಾಧಾರಣ. ಆದರೆ ಮೇಷ್ಟ್ರು ನಿತ್ಯ ಬರಲಾರರು. ಇಳಿ ವಯಸ್ಸಿನ ನಾಲಿಗೆ ಚಪಲ ಅವರಿಗಿದ್ದರೂ, ಮಕ್ಕಳು ಬಿಡುತ್ತಿರಲಿಲ್ಲ. ಎರಡು ಮೂರು ದಿನ ನಿರಂತರ ಬಜ್ಜಿ ಸೇವಿಸಿದರೆ ಅಜೀರ್ಣವಾಗಿ ಬೇಧಿಯಾಗಿಬಿಡುತ್ತಿತ್ತು. ಕರುಳುಗಳು ಸವೆದಿದ್ದರಿಂದ ತುರ್ತಾಗಿ ಬಂದಾಗ ಹಿಡಿದಿಡಲೂ ಆಗುತ್ತಿರಲಿಲ್ಲ.

ಮೇಷ್ಟ್ರು ದಿನಾಲು ಬರಲಾರರೆಂಬುದು ಅವಳಿಗೆ ಗೊತ್ತು. ಆದರೂ ಇವತ್ತೊಂದು ದಿನ ಮಾತ್ರ ಅವರೇ ಬರಲಿ ಎಂದು ದೇವರಲ್ಲಿ ಪ್ರಾರ್ಥಿಸುತ್ತಿದ್ದಾಳೆ. ಮೂರ್ನಾಲ್ಕು ದಿನಗಳಿಂದ ಅವರು ಇತ್ತ ತಲೆ ಹಾಕಿಲ್ಲ. ಕಾರಣ ಜಡಿಮಳೆ. ಅವಳ ವ್ಯಾಪಾರವೆಲ್ಲ ಸಂಜೆ ಆರೇಳರಿಂದ ಎಂಟು ಗಂಟೆಯೊಳಗೆ ಜರುಗಬೇಕು. ಅದು ಮಂದಿ ಆಫೀಸು ಮುಗಿಸಿ ಮನೆ ಸೇರುವ ಹೊತ್ತು. ಆ ಹೊತ್ತಲ್ಲೆ ಮಳೆ ಹಿಡಿದು ಬಜ್ಜಿಗಳು ಖರ್ಚಾಗದೆ ಮೆತ್ತಗಾಗಿ ಪ್ರತಿದಿನವೂ ತಿಪ್ಪೆ ಸೇರುತ್ತಿವೆ. ಅವಳಿಗೆ ಒಂದೆರಡು ದಿನಗಳ ನಷ್ಟವನ್ನು ಭರಿಸಿಕೊಳ್ಳುವ ಶಕ್ತಿಯಿದೆ. ಒಂದು ವಾರ? ಗಂಡ ಸೀರೆ ಅಂಗಡಿಯೊಂದರಲ್ಲಿ ಸೆಕ್ಯೂರಿಟಿ ಗಾರ್ಡು. ತಿಂಗಳಿಗೊಂದೇ ಸಲ ಸಂಬಳ. ಅದೂ ಮನೆ ಬಾಡಿಗೆಗೆ

ಸರಿ. ವಿಧಿಯಿಲ್ಲದೆ ಫೈನಾನ್ಸಿಯರಿಂದ ಒಂದು ಸಾವಿರ ಕೈಸಾಲ ಪಡೆದಿದ್ದಾಳೆ. ದಿನದ ಬಡ್ಡಿ. ಇವತ್ತೂ ವ್ಯಾಪಾರ ಕುದುರಲಿಲ್ಲವೆಂದರೆ ಇತ್ತ ಹಾಕಿದ ಬಂಡವಾಳವೂ ನೀರುಪಾಲು. ಅತ್ತ ಬಡ್ಡಿಯೂ ಜಿಗಿಯುವುದು. ನಾಳೆಗೆ ಪುನಃ ಸಾಲ ಕೇಳಬೇಕಾಗುವುದು.

ಎಷ್ಟೋ ಸಲ ಅವಳಿಗೆ ಅನ್ನಿಸಿದ್ದಿದೆ, ಈ ಮಳೆಯೇನಾದರೂ ಶ್ರೀಮಂತರ ಜೊತೆ ಗುಪ್ತವಾಗಿ ಒಡಂಬಡಿಕೆ ಮಾಡಿಕೊಂಡಿದೆಯಾ ಎಂದು. ಅವಳು ಹಳ್ಳಿ ತೊರೆದು ನಗರಕ್ಕೆ ಬಂದದ್ದೆ ಬರಗಾಲದ ಕೃಪೆಯಿಂದ. ಸತತ ಮೂರು ವರ್ಷ ಬಿತ್ತಿದ ಬೀಜ ಬೆಂದ ಮಣ್ಣಿನಲ್ಲೆ ಸೀದುಹೋಗಿ, ಹೇಗೋ ಕೂಲಿ ನಾಲಿ ಮಾಡಿ ಜೀವನ ಸವೆಸಿ, ಕೊನೆಗೆ ಇಲ್ಲೇ ಇದ್ದರೆ ಮಕ್ಕಳೂ ಕೂಲಿಗೆ ಲಾಯಕ್ಕಾಗುತ್ತಾರೆ ಎಂದು ಹೆದರಿ ನಗರ ಸೇರಿದ್ದರು ಗಂಡ ಹೆಂಡತಿ. ಅದೇ ಮಳೆ ಇಲ್ಲಿ ಇನ್ನೊಂದು ಅವತಾರ ತಾಳಿ ಕೊರಳಿಗೆ ಉರುಳಾಗುತ್ತಿರುವುದು ಯಾಕೆಂದು ಅವಳಿಗಿನ್ನೂ ಅರ್ಥಮಾಡಿಕೊಳ್ಳಲಾಗಿಲ್ಲ.

ಇವತ್ತು ಕೂಡ ಅವಳು ಪ್ರಾರ್ಥಿಸುತ್ತಿದ್ದುದು ಮೇಷ್ಟ್ರು ಬರಲೆಂದು. ಬಂದದ್ದು ಮಳೆ. ಬಂದಾಗಿಂದ ಕಾಯುತ್ತಿದ್ದ ಹುಡುಗ ಸಪ್ಪಗಾದ. ಅವನಿಗೆ ಬಿಸಿ ಬಜ್ಜಿಗಳನ್ನು ನೋಡುತ್ತಲೇ ಇರಬೇಕೆನ್ನಿಸುತ್ತಿತ್ತು. ತಾಯಿ ಮಗ ಸೇರಿ ಮಡಚಿದ್ದ ಟಾರ್ಪಲನ್ನು ಹರಡಿ ಗಾಡಿಗೆ ಗುಬುರು ಹಾಕಿ ತಾವೂ ಅದರ ಕೆಳಗೆ ಆಶ್ರಯ ಪಡೆದರು. ಅವಳು ಒಂಟಿಕಾಲಿನಲ್ಲಿ ಮಳೆಯನ್ನೆ ದಿಟ್ಟಿಸುತ್ತ ನಿಂತಳು. ಹುಡುಗನ ಎಳೆಯ ಕಾಲುಗಳಿಗೆ ಹೆಚ್ಚು ಹೊತ್ತು ನಿಲ್ಲಲಾಗಲಿಲ್ಲ. ಅವನು ಕೂತ. ಬೋಣಿ ಆಗುವವರೆಗು ಅವಳು ಕೂರುವಂತಿಲ್ಲ. ನಿತ್ಯವೂ ಪಾಲಿಸಿಕೊಂಡು ಬಂದಿರುವ ನಿಯಮವದು. ಗಂಟೆಯಾಯಿತು. ಅವಳು ಹಾಗೆ ನಿಂತಿದ್ದಳು. ಮಳೆಗೆ ಕರುಣೆಯೆಂಬುದೆ ಇರಲಿಲ್ಲ. ವಿವೇಕವಂತು ಮೊದಲೇ ಇಲ್ಲ.

* * *

ಗಂಟೆಯಾಗಲೆ ಎಂಟು ದಾಟಿತ್ತು. ಹುಡುಗ ಆಗಾಗ್ಗೆ ಟಾರ್ಪಲ್ಲನ್ನು ಕಡ್ಡಿಯಿಂದ ತಿವಿಯುತ್ತ ಟಾರ್ಪಲ್ಲಿನ ಮೇಲೆ ಶೇಖರಣೆಗೊಳ್ಳುತ್ತಿದ್ದ ನೀರನ್ನು ಹೊರಹಾಕುತ್ತಿದ್ದ. ಹೀಗೆ ಮಳೆ ನೀರು ತುಂಬಿಕೊಂಡಂತೆಲ್ಲ ಕಡ್ಡಿಯಿಂದ ತಿವಿದು ಹೊರಹಾಕುವುದು ಅವನಿಗೆ ಆಟವಾಯಿತು. ಬಜ್ಜಿಯನ್ನು ಮರೆತ. ಅವಳು ಇನ್ನು ನಿಂತೆ ಇದ್ದಳು. ರಸ್ತೆಯ ಎರಡೂ ಬದಿ ಖಾಲಿ ಖಾಲಿ. ಎಳನೀರಿನವನು ಟಾರ್ಪಲ್ಲು ಕಟ್ಟಿ ಮನೆ ಸೇರಿದ್ದ. ಅಲ್ಲಲ್ಲಿ ಅಂಗಡಿ ಮುಂಗಟ್ಟುಗಳ ಅಂಗಳದಲ್ಲಿ ಮಂದಿ ಮಳೆಯಿಂದ ರಕ್ಷಣೆ ಪಡೆದಿದ್ದರು. ರಸ್ತೆ ಮೇಲೆ ಕಾರು ಬಸ್ಸು ಲಾರಿಗಳು ಭರ್ರೋ ಎಂದು ಹಾದುಹೋಗುತ್ತಿದ್ದವು. ಸುತ್ತಲು ಜನರಿದ್ದರೂ ಸಹ ಆ ಪ್ರದೇಶ ನಿರ್ಜನದಂತಿತ್ತು.

ಸ್ವಲ್ಪ ದೂರದಲ್ಲಿದ್ದ ಗುಂಪೊಂದರಿಂದ ಒಬ್ಬ ವ್ಯಕ್ತಿ ಓಡಿ ಬಂದು ಟಾರ್ಪಲ್ಲಿನ ಅಡಿ ನಿಂತು ಒಂದು ಪ್ಲೇಟು ಬಜ್ಜಿಯನ್ನು ಆರ್ಡರ್ ಮಾಡಿದ. ಅವಳು ಕೂಡಲೆ ಸ್ಟವ್ವಿನ ಉರಿಯನ್ನು ಹೆಚ್ಚಿಸಿ ಕರಿದ ಬಜ್ಜಿಗಳನ್ನು ಎಣ್ಣೆಯೊಳಗೆ ತೇಲಿಬಿಟ್ಟಳು. ಹುಡುಗ ತಕ್ಷಣ ಕಾರ್ಯಪ್ರವೃತ್ತನಾಗಿ ಒಂದು ಲೋಟ ನೀರು ತುಂಬಿಸಿ ಗಿರಾಕಿಯ ಕೈಗೆ ಕೊಟ್ಟ. ಬೇರೇನು ಮಾಡಬೇಕೆಂದು ತಿಳಿಯದೆ ಪುನಃ ಕುಳಿತುಕೊಂಡ. ಇನ್ನೇನು ಮೊದಲ ಬೋಣಿ ಬಂತಲ್ಲ, ಅವಳು ಖಾನಿ ತಡಕಿದಳು, ಓಹ್! ಮರೆತು ಬಂದಿದ್ದಾಳೆ. ಮಗನ ಕೈಗೆ ಮನೆ ಬೀಗ ಕೊಟ್ಟು ಓಡಿಹೋಗಿ ಖಾನಿಯನ್ನು ತಾ ಎಂದು ಹೇಳಿ ಕಳಿಸಿದಳು.

ಮಳೆ ಚಾಲಕನಿಲ್ಲದ ಯಂತ್ರದಂತೆ ಸುರಿಯುತ್ತಲೆ ಇತ್ತು. ಗಿರಾಕಿ ಬಜ್ಜಿ ಸವಿಯುತ್ತಿದ್ದ. ಟಾರ್ಪಲ್ಲಿನ ಮೇಲೆ ನೀರು ತುಂಬಿಕೊಳ್ಳುತ್ತಿತ್ತು. ಗಿರಾಕಿಯ ಪ್ಯಾಂಟಿನ ಜಿಪ್ಪು ತೆರೆದುಕೊಂಡಿದ್ದನ್ನು ಅವಳು ಗಮನಿಸಿದಳು. ಅವನಿಗೆ ಹೇಳಬೇಕೋ ಸುಮ್ಮನಿರಬೇಕೋ ಅವಳಿಗೆ ತಿಳಿಯಲಿಲ್ಲ. ಟಾರ್ಪಲ್ಲಿನ ಅಂಚಿನಿಂದ ನೀರು ಸೋರಲಾರಂಭಿಸಿತು. ಗಿರಾಕಿ ಇನ್ನು ಹತ್ತಿರ ಸರಿದ. ಅವಳು ಪುನಃ ಅತ್ತ ನೋಡಿದಳು, ಅವನ ಇಂಗಿತ ಅವಳಿಗೆ ಅರ್ಥವಾಯಿತು.

ಅವಳು ಚಡಪಡಿಸಿದಳು. ಮುಷ್ಠಿ ಬಿಗಿ ಹಿಡಿದಳು. ಉಗಿದು ಅವನನ್ನು ಓಡಿಸುವುದೋ, ಕಿರುಚಿಕೊಳ್ಳುವುದೋ, ಎತ್ತಿ ಬಾಣಲೆಯನ್ನು ಮುಗುಚಿಬಿಡುವುದೋ ಗೊತ್ತಾಗಲಿಲ್ಲ. ಸುಮ್ಮನೆ ನಿರ್ಲಕ್ಷಿಸಿ ನಿಂತರೆ ಹೇಗೆ, ಯೋಚಿಸಿದಳು. ಅವನು ಇದಾವುದರ ಪರಿವೆಯೆ ಇಲ್ಲದಂತೆ ಬಜ್ಜಿ ತಿನ್ನುತ್ತಲೆ ಇದ್ದ.

ಅವಕಾಶ ಸಿಕ್ಕಂತೆಲ್ಲ ಅವನು ಹತ್ತಿರ ಸರಿಯುತ್ತಿರುವುದು ಅವಳಿಗೆ ಸ್ಪಷ್ಟವಾಗಿ ಗೊತ್ತಾಗುತ್ತಿತ್ತು. ದೇವರ ಮೇಲೆ ಭಾರ ಹಾಕಿ ಮಗ ಬರುವವರೆಗೆ ಕಾಲ ತಳ್ಳಿದರಾಯಿತು ಎಂದು ನಿರ್ಧರಿಸಿ ಸುಮ್ಮನೆ ನಿಂತಳು.

ಅತ್ತ ಹುಡುಗ ಮಳೆಯನ್ನು ಲೆಕ್ಕಿಸದೆ ಓಡುತ್ತಲೆ ಇದ್ದ. ಮೋರಿಗಳನ್ನು ಹಾರುತ್ತಿದ್ದ. ಕಾರುಗಳ ನಡುವೆಯೆ ತೂರುತ್ತಿದ್ದ. ಕೊನೆಗೂ ಗಿರಾಕಿ ಬಂದದ್ದು ಅವನಿಗೆ ಇನ್ನಿಲ್ಲದ ಖುಷಿ ಕೊಟ್ಟಿತ್ತು. ಒಬ್ಬ ಗಿರಾಕಿ ಬಂದರೆ ಸಾಕು, ಆಮೇಲೆ ಒಬ್ಬರನ್ನು ನೋಡಿ ಇನ್ನೊಬ್ಬರು ಎಂಬಂತೆ ಮಳೆಯನ್ನು ಮರೆತು ಜನ ಬಂದುಬಿಡುತ್ತಾರೆ ಎಂಬುದನ್ನು ಅವನು ಕಂಡುಕೊಂಡಿದ್ದ. ಅವನು ಓಡುವ ಭರದಲ್ಲಿ ಚಡ್ಡಿಯ ಪಿನ್ನ ಕಿತ್ತುಹೋಗಿ, ಒಂದು ಕೈಲಿ ಚಡ್ಡಿಯನ್ನು ಹಿಡುಕೊಂಡೆ ಓಡುತ್ತಿದ್ದ. ತಡಮಾಡಿದರೆ ಗಿರಾಕಿ ಬೇಸರಿಸಿಕೊಂಡು ಬಜ್ಜಿ ಕೊಳ್ಳದೆ ಹೋದರೆ?

ಅವನು ಅಂಗಡಿ ಬಳಿ ಮರಳಿದಾಗ ಅಲ್ಲಿ ಗಿರಾಕಿಯಿರಲಿಲ್ಲ. ಬೋಣಿ ಮಾಡದೆ ಹೋಗಿಬಿಟ್ಟನೋ? ಸುಸ್ತು ಮಾಡಿಕೊಂಡು ಓಡಿ ಖಾನಿ ತಂದದ್ದು ವ್ಯರ್ಥವಾಯಿತಲ್ಲ?

ಟಾರ್ಪೆಲ್ಲಿನ ಕೆಳಗೆ ಅಪ್ಪ ಕುಳಿತಿದ್ದ. ಇಬ್ಬರ ಮುಖಗಳು ಗಂಟಿಕ್ಕಿಕೊಂಡಿದ್ದುದು ಯಾಕೆಂದು ಅವನಿಗೆ ಅರ್ಥವಾಗಲಿಲ್ಲ. ಬಜ್ಜಿ ತಿಂದು ಬಿಸಾಕಿದ ಅವಶೇಷಗಳು ಕಂಡವು. ಬಹುಶಃ ಅಪ್ಪ ಚಿಲ್ಲರೆ ಕೊಟ್ಟಿರಬೇಕು ಎಂದೆಣಿಸಿ ಹುಡುಗ ತಟ್ಟೆಗೆ ಕೈಹಾಕಿ ಎರಡು ಬಜ್ಜಿ ಎತ್ತಿಕೊಂಡ.

ತಟ್ಟೆ ತುಂಬ ಬಜ್ಜಿಗಳು ಉಳಿದುಕೊಂಡಿದ್ದವು. ಮಳೆ ನಿಂತಿತ್ತು. ಜನರೆ ಇರಲಿಲ್ಲ. ಗಂಡ ಹೆಂಡತಿ ಟಾರ್ಪೆಲ್ಲು ಮಡಚಿಕ್ಕಿ ಗಾಡಿಯನ್ನು ರಸ್ತೆಗಿಳಿಸಿದರು. ಅವಳಿಗೆ ಮನೆಗೆ ಬರಿಗೈಲಿ ಹೋಗುವುದೂ ಒಂದೆ, ಯಾವುದಾದರೂ ಲಾರಿಗೆ ತಲೆಕೊಡುವುದೂ ಒಂದೆ ಎನಿಸಿತ್ತು. ಯೋಚಿಸುತ್ತಿದ್ದವಳು ಗಾಡಿಯನ್ನು ಹಿಂದೆ ತಿರುಗಿಸಿ, ಒಂದೆರಡು ಕಿಲೋಮೀಟರು ದೂರದಲ್ಲಿದ್ದ ಬಾರಿನ ಎದುರು ನಿಲ್ಲಿಸಿದಳು. ಗಂಡ ಬಾರಿನೊಳಗೆ ತೂರಿಕೊಂಡ. ಅವಳು ಬಜ್ಜಿಗಳನ್ನು ಮಾರುವುದರಲ್ಲಿ ಮುಳುಗಿದಳು. ಹುಡುಗನಿಗೆ ತಟ್ಟೆ ಎತ್ತುವುದು, ನೀರು ಕೊಡುವುದು ಕೈತುಂಬ ಕೆಲಸ. ಇದರ ನಡುವೆ ಅವನಿಗೆ ಹೊಸದೊಂದು ಜವಾಬ್ದಾರಿಯೂ ದೊರಕಿತು. ದೂರದಲ್ಲಿದ್ದ ಜೀಪಿನ ಬಳಿ ತೆರಳಿ ತಾಯಿ ಕೊಟ್ಟಿದ್ದ ನೋಟನ್ನು ಅವರ ಕೈಗಿತ್ತು ಬಂದ. ಇಂತಹ ಮಹತ್ ಕಾರ್ಯವನ್ನು ತನ್ನ ಮೇಲೆ ಹೊರಿಸಿದ್ದು, ತಾನು ಅದನ್ನು ಯಶಸ್ವಿಯಾಗಿ ನಿಭಾಯಿಸಿದ್ದು, ಹುಡುಗನಿಗೆ ತಾನು ದೊಡ್ಡವನೆನಿಸಿತು.

* * *

ಸಮಯ ಎಷ್ಟಾಗಿರಬಹುದು? ಹುಡುಗನಿಗೆ ಇದ್ದಕ್ಕಿದ್ದಂತೆ ಎಚ್ಚರವಾಗಿತ್ತು. ಏನೋ ಗಲಾಟೆ. ಮನೆಯ ವಸ್ತುಗಳೆಲ್ಲ ಚೆಲ್ಲಾಪಿಲ್ಲಿಯಾಗಿದ್ದವು. ಅಪ್ಪ ಕುಡಿದು ಬಂದಿದ್ದ. ಅಮ್ಮ ಮೂಲೆಯಲ್ಲಿ ಕುಳಿತಿದ್ದಳು. ಮನೆ ಎಂದರೆ ನಾಲಕ್ಕೆ ಮೂಲೆಗಳು. ಒಂದು ಮೂಲೆ ಅಡಿಗೆ ಮನೆ. ಒಂದು ಮೂಲೆ ಚಾಪೆ ಹಾಸಿಗೆಗಳಿಗೆಂದು. ಒಂದರಲ್ಲಿ ಗುಡಿಸಿದ ಕಸ. ಇನ್ನೊಂದರಲ್ಲಿ ಟ್ರಂಕುಗಳನ್ನು ಚೀಲಗಳನ್ನು ಒಟ್ಟಲಾಗಿತ್ತು. ಅದರಲ್ಲೀಗ ಎರಡು ಟ್ರಂಕುಗಳು ಇಳಿದು ನಡುಮನೆಗೆ ಬಂದಿದ್ದವು. ಯಾರು ಹೊರಟಿದ್ದಾರೆ? ಎಲ್ಲಿಗೆ ಹೊರಟಿದ್ದಾರೆ? ಹುಡುಗನಿಗೆ ಗಾಬರಿ. ಹಿಂದೆ ಅಮ್ಮ ಮನೆ ಬಿಟ್ಟು ಹೊರಟ ಪ್ರಸಂಗಗಳು ನೆನಪಾದವು.

"ನೀನು ಬರ್ತೀಯೋ ಬರಲ್ವೋ?" ಅಪ್ಪ ಕೇಳುತ್ತಿದ್ದ.

"ಬರಲ್ಲಾಂದರೆ ಬರಲ್ಲ", ಅಮ್ಮನ ಉತ್ತರ.

"ಇಷ್ಟೆಲ್ಲ ಆದರೂ ಬರಲ್ಲ ಅಂತೀಯಲ್ಲ, ಮೂರು ಬಿಟ್ಟವಳಲ್ಲವ ನೀನು?"

"ಅಲ್ಲೋಗಿ ಏನು ಗೆಣಸು ತಿಂತೀರಿ?"

"ಕೂಲಿ ಮಾಡಿ ತಿನ್ನಾಣ. ಮೈಮಾರಿ ಬದುಕೋದು ಬೇಕಿಲ್ಲ".

"ಅಂಗಂತ ನಾ ಹೇಳುದ್ನ".

ಎಷ್ಟು ಹೊತ್ತಿನಿಂದ ಜಗಳವಾಡುತ್ತಿದ್ದಾರೆ? ಬಹುಶಃ ಮಲಗಿಯೆ ಇಲ್ಲ ಇಬ್ಬರು. ತನಗಂತೂ ಕುಂತು ನಿಂತು ಗಾಡಿ ತಳ್ಳಿ ಸಾಕಾಗಿ ಬಂದ ತಕ್ಷಣ ನಿದ್ದೆ ಅಮರಿಕೊಂಡಿತು. ಸೀರೆ ಅಂಗಡೀಲೆ ಕೆಲಸ ಮಾಡಿದರೂ ಒಂದು ಸೀರೆ ಕೊಡಿಸಕಾಗಿರದಿದ್ದುದು, ಸೀರೆ ಅಂಗಡಿ ಮಾಲೀಕರನ್ನೆ ಸಾಲ ಕೇಳಿ ಚೆನ್ನಾಗಿ ಬೈಸಿಕೊಂಡಿದ್ದುದು, ಈಗ ಇದು? ಇದು ಅಂದರೆ ಅದೇನು? ಅಪ್ಪ ತಾನೆಷ್ಟು ರೋಸಿಹೋಗಿದ್ದೇನೆ ಎಂದು ಲೆಕ್ಕ ಕೊಡುತ್ತಿದ್ದ. ಅಮ್ಮನದು ಎಲ್ಲದಕ್ಕು ಒಂದೇ ಮರುಪ್ರಶ್ನೆ, ಹಳ್ಳಿಗೆ ಹೋಗಿ ಏನು ಮಾಡುವುದು ಅಂತ. ಕೂಲಿ ಮಾಡುವುದು ಅವಳಿಗೆ ಸುತಾರಾಂ ಇಷ್ಟವಿಲ್ಲ. ಕೆಲವು ಸಲ ವಾರಾನುಗಟ್ಟಲೆ ಕಾಸಿನ ಮುಖವನ್ನೇ ನೋಡುವುದಿಲ್ಲ. ಲಾಭವೋ ನಷ್ಟವೋ ವ್ಯಾಪಾರ ಅಂದರೆ ಯಾವಾಗಲೂ ಕೈಯಲ್ಲಿ ಕಾಸು ಆಡುವ ಉದ್ಯೋಗ. ಹಾಗಂತ ಈ ಪಟ್ಟಣದ ಕೊಡಲಿಗೆ ತಲೆ ಕೊಡಬೇಕೆ? ಅಪ್ಪನ ಪ್ರಶ್ನೆ. ಯಾರ ವಾದದಲ್ಲೂ ಸುಳ್ಳಿಲ್ಲ.

ಗಿರಾಕಿಯೆ ಇದಕ್ಕೆಲ್ಲ ಕಾರಣ ಎಂಬುದು ಹುಡುಗನಿಗೆ ನಿಧಾನವಾಗಿ ಇವರ ವಾಕ್ ಸಮರದ ಮೂಲಕ ತಿಳಿಯಿತು. ಆ ಘನಂದಾರಿಯ ಕೃತ್ಯ ಏನೆಂಬುದೂ ಪಟ್ಟಣದ ಹುಡುಗರ ಸಂಗದಿಂದ ದೊರೆತ ಜ್ಞಾನದಿಂದ ಅರ್ಥವಾಯಿತು. ಅವರ ಕೂಗಾಟ ತಾರಕಕ್ಕೇರಿ, ಕೈಕೈ ಮಿಲಾಯಿಸುವ ಹಂತಕ್ಕೆ ತಲುಪಿದಾಗ ಹುಡುಗ ಧಿಗ್ಗನೆ ಎದ್ದು ಕುಳಿತ. ಗಂಡ ಹೆಂಡತಿ ಪೆಚ್ಚಾದರು.

"ನೀ ಬರದಿದ್ರೇನು ನನ್ ಸ್ಯಾ*. ನಂಗೆ ನನ್ ಮಗ ಅವ್ನೆ", ತಂದೆ ಮಗನನ್ನು ಹೆಗಲ ಮೇಲೆ ಎತ್ತಿಕೊಂಡ. ಕುಡಿದ ಅಮಲಿನಲ್ಲಿ ತಟ್ಟಾಡುತ್ತಿದ್ದರಿಂದ ಎಲ್ಲಿ ಬೀಳಿಸಿಬಿಡುವನೋ ಎಂದು ಹುಡುಗನಿಗೆ ದಿಗಿಲಾಗಿ ಕಣ್ಣಿಗಂಟಿದ್ದ ನಿದ್ದೆಯೂ ಓಡಿಹೋಯಿತು. ನಶೆಯಿಲ್ಲದ ಅಪ್ಪ ಯಾವಾಗಲೂ ಗರಂ ಆಗಿರುತ್ತಿದ್ದರಿಂದ ಹುಡುಗನಿಗೆ ಕುಡಿದ ತಂದೆ ಬಹಳ ಹಿತವೆನಿಸುತ್ತಿದ್ದ.

"ಯಾಕೆ? ನಂಗು ಮಗ ಅಲುವ ಅವ್ನು. ನೀವು ಹೋಗದಾದ್ರೆ ಹೋಕ್ಕಳಿ. ಹುಡುಗನ್ನ ಮಾತ್ರ ನಾನು ಕಳಿಸಕಿಲ್ಲ", ತಾಯಿ ಮಗನನ್ನು ಕಿತ್ತುಕೊಳ್ಳಲು ಧಾವಿಸಿದಳು. ತಂದೆ ಒಂದು ಕೈಲಿ ಟ್ರಂಕು ಹಿಡಿದು ಇನ್ನೊಂದು ಕೈಲಿ ಮಗನನ್ನು ಹಿಡಿದು ಬಿರಬಿರನೆ ಮನೆಯಿಂದ ಹೊರಗೆ ನಡೆದ. ಅವಳು ಅವನನ್ನು ಹಿಂಬಾಲಿಸಿದಳು.

ಬೀದಿ ದೀಪಗಳು ಹಳದಿ ಬೆಳಕನ್ನು ಚಿಮ್ಮಿಸುತ್ತಿದ್ದವು. ಬೆಳಕಿನ ಪ್ರಜ್ವಲತೆಯಿಂದ ತೇವದ ರಸ್ತೆ ಹೊಳೆಯುತ್ತಿತ್ತು. ವಿಕಲಾಂಗ ಮರಗಳು ರೋದಿಸುತ್ತಿದ್ದವು. ಕತ್ತಲೆಂಬುದು ಸುತ್ತ ಮುತ್ತಲಿನ ಮನೆಗಳ ಒಳಗೆ ಅವಿತುಕೊಂಡಿತ್ತು. ತಂದೆ ಹುಡುಗನನ್ನು ಟ್ರಂಕನ್ನು ಬ್ಯಾಲೆನ್ಸು ಮಾಡಲು ಹರಸಾಹಸ ಪಡುತ್ತಿದ್ದ. ಅವಳಿಗೆ ಹೋದರೆ ಹೋಗಲಿ ಎಂಬ ದಿಟ್ಟತನ ಒಂದು ಕಡೆ. ಹೋಗಿಬಿಟ್ಟರೆ ಒಂಟಿಯಾಗಿ

ಬಿಡುವ ಆತಂಕ ಇನ್ನೊಂದು ಕಡೆ. ಗಂಡನ ಕೈ ಹಿಡಿದು ಜಗ್ಗುತ್ತಿದ್ದಳು. ಅವರಿಬ್ಬರ ಎಳೆದಾಟದಲ್ಲಿ ಹುಡುಗ ಜಾರಿ ಜಾರಿ ಹೋಗುತ್ತಿದ್ದ. ಇರುಳು ಗಪ್‌ಚುಪ್ ಎನ್ನದೆ ನಿಶಬ್ದವಾಗಿ ರಂಪಾಟವನ್ನು ಆಲಿಸುತ್ತಿತ್ತು. ತನ್ನ ಸಹಪಾಟಿಗಳು ಯಾರೂ ಎಚ್ಚರವಾಗದಿರಲಿ ಎಂದು ಹುಡುಗ ಪ್ರಾರ್ಥಿಸುತ್ತಿದ್ದ.

ಎಳೆದಾಟ ನಿಲ್ಲುವಂತೆ ಕಾಣಲಿಲ್ಲ. ಹಗಲು ಬೆನ್ನೇರಿದ್ದ ದಣಿವು ಅವಳ ಸೆರಗು ಹಿಡಿದು ಹಿಂದೆ ಎಳೆಯುತ್ತಿತ್ತು. ಅವಳು ಸೋತು ಮಗನತ್ತ ತಿರುಗಿ "ಮಗಾ ನೀ ನಂ ಜೊತಿನೆ ಇರ್ತಿಯೋ ಅಪ್ಪನ ಕೂಟೆ ಹೋಗ್ತಿಯೋ?", ಎಂದು ಬಿಕ್ಕುತ್ತಲೆ ಕೇಳಿದಳು. ತಂದೆಯೂ ಕೂಡ ಮಗನನ್ನು ಕೆಳಗಿಳಿಸಿ "ನನ್ನ ಜೊತೆ ಬತ್ತೀಯ ಅಲ್ವ ಅಪ್ಪಿ?" ಎಂದು ಗಲ್ಲವನ್ನು ಹಿಡಿದು ಮುದ್ದುಗರೆದ.

ಹುಡುಗ ಕಕ್ಕಾಬಿಕ್ಕಿಯಾದ. ಅವನಿಗೆ ಹಳ್ಳಿಯೆಂದರೆ ಬೆಚ್ಚಗಿನ ಮನೆ. ನಗರವೆಂದರೆ ಬೋಂಡಾ ಬಜ್ಜಿ. ಇಷ್ಟೇ ವ್ಯತ್ಯಾಸ ಗೊತ್ತಿದ್ದು. ಅಪ್ಪ ಬೇಕು ಅಂದರೆ ಅಮ್ಮ ಸಿಟ್ಟಿಗೇಳುತ್ತಾಳೆಂದೂ ಅಮ್ಮ ಬೇಕು ಅಂದರೆ ಅಪ್ಪ ಅಳುತ್ತಾನೆಂದೂ ಏನೊಂದು ಉತ್ತರಿಸಲು ಗಲಿಬಿಲಿಯಾಗಿ ತಾನೇ ಜೋರಾಗಿ ಅಳಲಾರಂಭಿಸಿದ. ಅಷ್ಟರಲ್ಲಿ ಅದೆಲ್ಲಿ ಅಡಗಿತ್ತೋ ಮಾಯಕಾರ ಮಳೆ, ತಟತಟನೆ ಸುರಿಯಲಾರಂಭಿಸಿತು.

ಮನುಷ್ಯನ ಹುಟ್ಟು, ಸಾವು, ಅತಿಯಾಗಿ ತಿಂದರೆ ಭೇದಿ, ಇವನ್ನು ಮಾತ್ರ ಮಳೆಯಿಂದ ನಿಯಂತ್ರಿಸಲು ಸಾಧ್ಯವಿಲ್ಲ. ಮಿಕ್ಕಿದ್ದೆಲ್ಲವೂ ಅದರ ಅಡಿಯಾಳುಗಳೆ. ತಾಯಿ ಮಗನನ್ನು ಎತ್ತಿಕೊಂಡಳು. ತಂದೆ ಟ್ರಂಕನ್ನು ಹಿಡಿದ. ಇಬ್ಬರು ತಿರುಗಿ ದಢದಢನೆ ಮನೆಯತ್ತ ಓಡಿದರು.

* * *

ರಾತ್ರಿ ಅಷ್ಟೆಲ್ಲ ಮಳೆ ಸುರಿದರೂ ಮುಂಜಾನೆ ವಾತಾವರಣ ಎಂದಿನಂತೆ ತಿಳಿಯಾಗಿತ್ತು. ಧೂಳು ಹಿಡಿದು ಮಸಿ ಮಸಿಯಾಗಿದ್ದ ನಗರ ತೊಳೆದಿಟ್ಟಂತಾಗಿತ್ತು. ಫುಟ್‌ಪಾತು ಗಜಿಬಿಜಿ. ರಸ್ತೆ ತುಂಬ ವಾಹನಗಳು. ರಸ್ತೆ ಬದಿ ಬೆಳಗಿನ ತಿಂಡಿ ವ್ಯಾಪಾರ ಜೋರು. ತಂಪು ಹವಾ. ಹುಡುಗ ಚಡ್ಡಿ ಹಿಡಿದು ಕೆರೆಯ ಏರಿ ಮರೆಯಲ್ಲಿ ಕಕ್ಕಸು ಮಾಡಲು ತಿಣುಕುತ್ತ ಸಣ್ಣ ಕಡ್ಡಿಯೊಂದನ್ನು ಮುರಿದು ನೆಲದ ಮೇಲೆ ರಂಗೋಲಿ ಬಿಡಿಸುವುದರಲ್ಲಿ ಮಗ್ನನಾಗಿದ್ದ. ಕಾಲುಗಳು ಜವಿ ಹಿಡಿಯುತ್ತಿದ್ದುದರಿಂದ ಎದ್ದು ಸ್ಥಳಾಂತರ ಮಾಡುತ್ತಿದ್ದ. ಇತ್ತೀಚೆಗೆ ಸ್ನೇಹಿತರಿಂದ ಸಣ್ಣ ಡಬ್ಬಿಯೊಂದು ಸಂಪಾದಿಸಿದ್ದ. ಆಗಾಗ್ಗೆ ಅದನ್ನು ತೆಗೆದು ಮೂಗಿನ ಬಳಿ ಹಿಡಿದು ಗಾಢವಾಗಿ ಉಸಿರು ಎಳೆಯುತ್ತಿದ್ದ. ಒಂದೊಂದು ಸಲ ಎಳೆದಾಗಲೂ ಮೈಯಲ್ಲಿ ಕರೆಂಟು ಹರಿದಂತಾಗುತ್ತಿತ್ತು.

ಕಳೆದ ರಾತ್ರಿಯ ಘಟನೆ ಮಾಸಿಹೋಗಿತ್ತು. ಪ್ರತಿ ಸಲವೂ ಹೀಗೆಯೆ. ಗಾಯವಾದಾಗ ಏನೋ ಅನಾಹುತ ಆಗಿಬಿಟ್ಟಷ್ಟು ಪ್ರಕ್ಷುಬ್ಧ. ವಾಸಿಯಾದ ಕೂಡಲೆ ಮರೆವು. ಉಳಿಯುವುದು ಗಾಯದ ಕಲೆ ಮಾತ್ರ. ಕೆರೆಯ ನೀರಿನಲ್ಲಿ ಅಂಡನ್ನು ಜಾಲಾಡಿಸಿ ಏರಿ ಹತ್ತಿ ಬಂದ. ಏರಿ ಮೇಲಿನ ಪೊದೆಯೊಳಗಿಂದ ಪುಟ್ಟ ನಾಯಿಮರಿಯೊಂದು ಬಂದು ಕಾಲು ಹತ್ತಿತ್ತು. ಶುಭ್ರ ಶ್ವೇತ ವರ್ಣ. ಹತ್ತಿಯಂತಹ ಮೃದುವಾದ ದೇಹ. ಪಿಳಿಪಿಳಿ ಕಣ್ಣು ಬಿಡುತ್ತಿತ್ತು. ಹುಡುಗನಿಗೆ ಬಗ್ಗಿ ಎತ್ತಿಕೊಳ್ಳುವ ಮನಸ್ಸು. ಆದರೆ ಅದು ಎಷ್ಟು ಚೊಕ್ಕಾಗಿ ಅವನ ಬಲ ಮುಂಗಾಲಿನ ಮೇಲೆ ಕುಳಿತಿತ್ತೆಂದರೆ, ಹುಡುಗ ಎಡಗಾಲನ್ನು ಒಂದು ಹೆಜ್ಜೆ ಮುಂದೆ ಊರಿದವನೆ ಫುಟ್‌ಬಾಲಿನಂತೆ ಬಲವಾಗಿ ಗಾಳಿಯಲ್ಲಿ ಒಗೆದ. ಅದು ಚೆಂಡಿನಂತೆ ಹಾರಿ ಕೆರೆಯ ನೀರಿನಲ್ಲಿ ಧೊಪ್ಪನೆ ಬಿತ್ತು. ಹುಡುಗ ಮನೆಯತ್ತ ಹೆಜ್ಜೆ ಹಾಕಿದ.

ಈ ಹೊತ್ತಿಗೆ ಸ್ಪರ್ಧೆ-ದ್ವಿತೀಯ ಬಹುಮಾನ, ಕನ್ನಡಪ್ರಭ, ೨೦೧೮

ಮುಲಾಮು

ಮೋಡ ಕವಿದ ಅನ್ನುವುದಕ್ಕಿಂದ ಮಂಕು ಕವಿದ ಆಕಾಶ ಅನ್ನುವುದೇ ವಾಸಿ. ಎಲ್ಲ ಇದ್ದೂ ಮಧ್ಯಂತರ ವಯಸ್ಸಿನಲ್ಲಿ ಧುತ್ತನೆ ಆವರಿಸಿ ಕಾಡಿಸುವ ಒಂಟಿತನ. ಎಲ್ಲದಕ್ಕೂ ಪ್ರತಿಸ್ಪಂದಿಸೆಂದು ಪೀಡಿಸುವ ಜಗತ್ತು. ಇದ್ದಕಿದ್ದಂತೆ ಮಳೆ. ಕಣ್ಣಿಗೆ ಬಡಿಯುತ್ತಿರುವ ಹನಿಗಳು. ದೃಷ್ಟಿ ಮಂದವಾಗುತ್ತಿತ್ತು. ಭಂಡತನ ಹೆಚ್ಚು ಕಾಲ ಬಾಳಲಿಲ್ಲ. ಅನಾವಶ್ಯಕ ಅವಸರ ಸಲ್ಲದು ಎಂದೆನಿಸಿ ಸುರಂಗ ಬಂದೊಡನೆ ಬೈಕು ನಿಲ್ಲಿಸಿದೆ. ಒದ್ದೆಯಾಗಿ ನಡುಗುತ್ತಿದ್ದರು ಮಂದಿ. ಹಳದಿ ಬಲ್ಬುಗಳ ಬೆಳಕಿನಿಂದ ಸುರಂಗ ಹೊಂಬಣ್ಣಕ್ಕೆ ತಿರುಗಿ ಹೊಳೆಯುತ್ತಿತ್ತು. ತುಸು ಒಳಗೆ ಸರಿದು ನಿಂತೆ. ರಸ್ತೆಯ ಕಾವು ವಾಹನಗಳ ಕಾವು ಶರೀರಕ್ಕೆ ತಗುಲಿ ಬೆಚ್ಚಗೆನಿಸಿತು.

ಅಲ್ಲೆ, ಒಳಗೆ, ಸ್ಕೂಟಿಗೆ ಒರಗಿ ಪಾರಿಜಾತ ನಿಂತಿದ್ದಳು. ಸಣ್ಣ ಹುಡುಗಿಯೊಬ್ಬಳು ಅವಳ ಸೀರೆಯ ಮಡಿಲೊಳಗೆ ಮುಖ ಹುದುಗಿಸಿ ಅವಳನ್ನು ಅಪ್ಪಿದ್ದಳು.

ಐದು ವರ್ಷಗಳ ನಂತರದ ಮುಖಾಮುಖಿ.

ಬೆಳಕಿನ ಪ್ರಭೆಗೆ ಹೊಳೆಯುತ್ತಿರುವ ಪಾರಿ. ಮುಂಗುರಳಿನ ಅಂಚಿನಲ್ಲಿ ಮಿನುಗುತ್ತಿರುವ ಮಳೆ ಹನಿಗಳು. ಜೀವಕ್ಕೆ ತಂಪೆರೆಯುವ ಅವಳ ಶಾಶ್ವತ ಮುಗುಳ್ನಗು. ನೆನಪಿನಲೆಗಳು ಧಾಳಿ ಮಾಡಿದವು. ಅವಳ ನಗುವನ್ನು ಅನುಭವಿಸಲೂ ಆಗದೆ, ಧಾಳಿಯಿಂದ ಸಾವರಿಸಿಕೊಳ್ಳಲೂ ಆಗದೆ ಗಂಟಲು ಗದ್ಗದಿತವಾಯಿತು. ಉಗುಳು ನುಂಗಿದೆ. ಸುತ್ತ ಜನ. ಕಣ್ಣು ತುಂಬಿಕೊಳ್ಳುತ್ತಿವೆ. ಕನ್ನಡಕವನ್ನು ಒರೆಸಿಕೊಂಡೆ. ಪಾರಿಯ ನೋಟದಲ್ಲಿ ಯಾವುದೇ ದಿಗ್ಭ್ರಮೆಯ

ಸೂಚನೆಯಿಲ್ಲ. ನೆನ್ನೆ ಮೊನ್ನೆ ಭೇಟಿಯಾಗಿದ್ದಂತೆ. ಎರಡೇ ಕ್ಷಣ. ದೃಷ್ಟಿ ಬೇರ್ಪಟ್ಟು ಕರ್ಚೀಫಿನಿಂದ ಹುಡುಗಿಯ ತಲೆ ಒರೆಸಲು ಮುಂದಾದಳು.

ಮಳೆ ನಿಲ್ಲುತ್ತಿತ್ತು. ಜನ ವಿರಳವಾದರು. "ಬನ್ನಿ ಮನೆಗೆ", ಕರೆದೆ. ಅವಳು ಸ್ಕೂಟಿ ಹತ್ತಿದಳು. ಹುಡುಗಿ ಪುಟ್ಟ ಪುಟ್ಟ ಹೆಜ್ಜೆಗಳನ್ನು ಇಟ್ಟುಕೊಂಡು ಸ್ಕೂಟಿ ಹತ್ತಿ ಅವಳ ಕಾಲ ಸಂದಿಯಲ್ಲಿ ನಿಂತುಕೊಂಡಳು. ನಾನು ಮುಂದೆ ನಿಧಾನವಾಗಿ ಚಲಿಸಿದೆ. ಪಾರಿ ಹಿಂಬಾಲಿಸಿದಳು. ಸುರಂಗದಿಂದ ಹೊರಬಂದು ನೋಡಿದಾಗ ಪಾರಿ ಮುಖ ಮಾಸಿತ್ತು. ಕಣ್ಣ ಸುತ್ತ ಕಪ್ಪು ಕುಳಿ.

* * *

ಐದು ವರ್ಷ. ಎಲ್ಲವೂ ಅಂದುಕೊಂಡಂತೆ ಜರುಗಿದ್ದರೆ, ಈ ಹೊತ್ತು ಪಾರಿ ನನ್ನ ಹಿಂದೆ ಕೂತಿರುತ್ತಿದ್ದಳು. ಮಧ್ಯದಲ್ಲಿ ಹುಡುಗಿ ಇರುತ್ತಿದ್ದಳು. ಶತಮಾನಗಳುರುಳಿದರೂ ಏನೂ ಬದಲಾಗದ ಎಲ್ಲರ ಬಾಳಿನಲ್ಲಾಗುವ ಅದೇ ರೋದನ ರಸಹೀನ ಪುನರಪಿ ಕಥನ. ಅಣ್ಣ ಅಪ್ಪ ಚಿಕ್ಕಪ್ಪ ದೊಡ್ಡಪ್ಪ. ತುಂಬು ಕುಟುಂಬ. ಒಂದೇ ಮೊಬೈಲಿನಲ್ಲಿ ನೀಲಿ ಚಿತ್ರಗಳನ್ನು ಹಂಚಿಕೊಂಡು ನೋಡುತ್ತಿದ್ದ ನನ್ನಣ್ಣ ರಾತ್ರೋ ರಾತ್ರಿ ಖಳನಾಗಿ ಬಿಟ್ಟ. ತನ್ನ 'ಹುಡುಗರನ್ನು' ಛೂ ಬಿಟ್ಟು ಪಾರಿಯ ಊರಿನಲ್ಲಿ ದಾಂಧಲೆ ಎಬ್ಬಿಸಿದ. ಹೆದರಿಸಿದ, ಬೆದರಿಸಿದ. ತನ್ನ ಕುಟುಂಬದ 'ಶಕ್ತಿ'ಯನ್ನು ಪ್ರದರ್ಶಿಸುತ್ತ ವಿಜೃಂಭಿಸಿದ. ಕೈ ಕಾಲು ಕತ್ತರಿಸುವವರೆಗೂ ಮಾತು ಹರಿಸಿದ. ಪಾರಿಯ ಅಪ್ಪ ಅಮ್ಮನ ಮುಖ ನೋಡಬೇಕಿತ್ತು. ಬೆದರಿದ ಕುರಿಗಳಂತೆ ನಡುಗುತ್ತಿದ್ದರು ಅವತ್ತು.

ಒಂದೇ ಮನೆ, ದೊಡ್ಡ ಮನೆ. ಮೂವರು ಅಣ್ಣ ತಮ್ಮಂದಿರು. ಎಲ್ಲರ ಮಕ್ಕಳನ್ನು ತಮ್ಮ ಮಕ್ಕಳಂತೆಯೆ ಕಾಣುತ್ತ ಎಂದೂ ಭೇದ ಭಾವ ಮಾಡದೆ, ಒಂದೇ ಬೇರಿನ ರೆಂಬೆಗಳಂತೆ, ನಾವು ಮರದ ಫಲಪುಷ್ಪಗಳಂತೆ, ಅಪ್ಪ ಚಿಕ್ಕಪ್ಪ ದೊಡ್ಡಪ್ಪ ನಮ್ಮನ್ನು ಸಾಕಿ ಸಲಹಿದ್ದರು. ತಮಗೆ ಹುಟ್ಟಿದ ಮಕ್ಕಳು ಓದಿನಲ್ಲಿ ಹಿಂದೇಟು ಹಾಕಿದರೆಂದು ತಾರತಮ್ಯ ತೋರದೆ ಅವರನ್ನು ಬೇಸಾಯಕ್ಕಿಳಿಸಿ ತಮ್ಮ ರೆಟ್ಟೆ ಸವೆಸಿ ನಮ್ಮನ್ನು ಕಾಲೇಜಿನಲ್ಲಿ ಓದಿಸಿದ್ದರು. ಕುಲಕ್ಕೆ ಹೊರಗಿನ ಹೆಣ್ಣು ನಮ್ಮ ಮನೆಯ ಹೊಸ್ತಿಲು ತುಳಿಯುತ್ತಾಳೆಂಬ ಸುದ್ದಿ ಕಿವಿಗೆ ಬಡಿದ ತಕ್ಷಣವೆ, ಎಲ್ಲಿ ಹೋಯಿತು ಪಿತೃ ಕಾಳಜಿ, ಎಲ್ಲಿ ಹೋಯಿತು ಮಾತೃಪ್ರೇಮ, ಯಾವ ಗಟಾರದಲ್ಲಿ ಕೊಚ್ಚಿಹೋದವು ಕಯ್ಯಾರೆ ತಿನಿಸಿದ ತುತ್ತುಗಳು, ಹೊತ್ತು ನಡೆದ ಹೆಗಲುಗಳು, ಏಕ್ದಂ ಇಬ್ಬಾಗವಾಗುವ ಮಾತನಾಡಿದರಲ್ಲ. ಯಾರು ಕಂಡುಹಿಡಿದದ್ದು ಈ ಕುಟುಂಬ ವ್ಯವಸ್ಥೆಯನ್ನು? ಪಾರಿ ಹೇಗೆ ನಮ್ಮ ಕುಟುಂಬದವಳಲ್ಲ?

ಇನ್ನು ಅಪ್ಪ, ಈ ರಾದ್ಧಾಂತವನ್ನೆಲ್ಲ ಕಣ್ಣಾರೆ ಕಾಣಬೇಕಾಯಿತಲ್ಲ ಎಂದು ಎದೆ ಹೊಡೆದುಕೊಂದು, ಆಸ್ಪತ್ರೆಯಲ್ಲಿ ದಾಖಲಾಗಿ, ಅದು ಖಂಡಿತ ನಟನೆಯಲ್ಲ. ಯಾವ ಮೂಲೆಯಲ್ಲಿ ಅಡಗಿತ್ತೋ ಮಾರಿ ಹೃದಯ ಬೇನೆ, ಆ ಕ್ಷಣದಲ್ಲಿ ನನ್ನ ನೆಪದಲ್ಲಿ ಹೊರಬಿತ್ತು. ಜೀವವನ್ನೆ ನುಂಗಿತು. ಕಣ್ಣೀರಿನ ಕೋಡಿ ಹರಿಸಿದಳು ಅಮ್ಮ. ಅಲ್ಲಿಗೆ ಮುಗಿಯಿತು ಎಲ್ಲವೂ. ತಂದೆಯನ್ನು ನುಂಗಿಕೊಂಡ ಅಪರಾಧೀ ಭಾವ. ಮನೆಯಲ್ಲಿ ವಿಷಯ ತಿಳಿಸಿ ಒಪ್ಪಿಗೆ ಪಡೆದು ಬರುತ್ತೇನೆಂದು ಮಾತು ಕೊಟ್ಟು ಬಂದು ವಾರವಾಗಿತ್ತಷ್ಟೆ. ಅದೇ ಕಡೆಯ ಮುಖದರ್ಶನ. ತದನಂತರ ಪಾರಿ ಏನಾದಳೆಂದು ತಿಳಿದುಕೊಳ್ಳುವ, ಅದನ್ನು ಎದುರಿಸುವ ಧೈರ್ಯವೇ ಬರಲಿಲ್ಲ.

* * *

ಮೃದುಲ ಬಾಗಿಲು ತೆಗೆದವಳೆ, "ಹೇ ಪಾರಿ?" ಎಂದು ಬಿಟ್ಟಳು. ಅವಳ ನೆನಪು ತೀಕ್ಷ್ಣ. ಸಮಯಪ್ರಜ್ಞೆಯೂ ಕೂಡ. ಎಂದೋ ಹೇಳಿದ್ದ ಕತೆ, ಎಂದೋ ತೋರಿಸಿದ್ದ ಫೋಟೋ. ತನ್ನ ಕಡೆಯ ಸಂಬಂಧಿಯೇನೋ ಎಂಬಂತೆ "ಅಲಲೆ ಬಾಲೆ ಪುಟ್ಟಾ" ಎಂದು ಹುಡುಗಿಯನ್ನು ಮುದ್ದುಗರೆಯುತ್ತ ಎತ್ತಿ ಕೆನ್ನೆಗೆ ಒತ್ತಿಕೊಂಡಳು. ಮಗು "ಆಂತೀ" ಎಂದು ಮುತ್ತು ಕೊಟ್ಟಿತು. ಮೂವರಿಗೂ ಮೂವರ ಪರಿಚಯ ಮೊದಲೇ ಇದ್ದಂತೆ. ಎಲ್ಲಿಂದ ಬರುತ್ತೆ ಹೆಂಗಸರಿಗೆ ಈ ಸ್ವಭಾವ?

ಮೃದುಲಳನ್ನು ಕಂಡರೆ ನನಗೆ ಒಮ್ಮೊಮ್ಮೆ ಅಸೂಯೆ ಮಗದೊಮ್ಮೆ ಅಸಹ್ಯ. ಅದು ಬಿಟ್ಟರೆ ಬಹಳ ಮುದ್ದು. ಗಡದ್ದಾಗಿ ತಿನ್ನುತ್ತಾಳೆ. ಢರ್ರನೆ ತೇಗುತ್ತಾಳೆ. ಮಲಗುವ ಮುನ್ನ ಅಂಡೆತ್ತಿ ಭರ್ರನೆ ಹೂಸು ಬಿಡುತ್ತಾಳೆ. ಕಣ್ ಮುಚ್ಚಿದಳೆಂದರೆ ಶವಗಳನ್ನೂ ನಾಚಿಸುತ್ತಾಳೆ. ಬೆಳಗ್ಗೆ ಎದ್ದಾಗ ಒಣಗಿದ ಕಟಬಾಯಿಯ ಜೊಲ್ಲನ್ನು ಮುದ್ದುಮುದ್ದಾಗಿ ಒರೆಸಿಕೊಂಡು ದಿನಚರಿಯನ್ನು ಆರಂಭಿಸುತ್ತಾಳೆ. ಅವಳು ನಮ್ಮ ಅಮ್ಮನ ಕಡೆ ಸಂಬಂಧಿ. ಅಪ್ಪ ಹೋದ ಕೆಲವೇ ದಿನಗಳಲ್ಲಿ ನನ್ನೆದುರು ಲಕ್ಷಣವಾಗಿ ಸೀರೆ ಉಟ್ಟು, ಹೂ ಮುಡಿದು ನಾಚಿ ನಿಂತಿದ್ದಳು, ಅವರ ಮನೆಯಲ್ಲಿ. ನಮ್ಮ ಸಮಸ್ತ ಪೈಕಿಯಲ್ಲಿ ಮನೆಮಗಳೆಂದೇ ಖ್ಯಾತಿ ಪಡೆದಿದ್ದಳು. ಅದಾದ ಕೆಲವೇ ದಿನಗಳಲ್ಲಿ ದೊಡ್ಡವರ ನಿರ್ದೇಶನದ ಸಿನಿಮೀಯ ನಾಟಕದ ಅಂಗವಾಗಿ ನಾವು ದೇವಸ್ಥಾನದಲ್ಲಿ ಖಾಸಗಿಯಾಗಿ ಭೇಟಿಯಾಗಿದ್ದೆವು.

ಅಲ್ಲೇ ಅವಳು ನನ್ನನ್ನು ದಂಗುಬಡಿಸಿದ್ದು. ಮೈಗೆ ಮೈ ಒತ್ತಿ ಕುಳಿತಿದ್ದಳು. ಅರಳಿದ ಕಾಕಡದಂತೆ ನಗೆ ಸೂಸುತ್ತ, ಇಳಿಬಿಟ್ಟ ಕಾಲುಗಳನ್ನು ಹಿಂದೆ ಮುಂದೆ ಆಡಿಸುತ್ತ "ನಾನೂ ಎಲ್ಲ ಆಟ ಆಡಿದೀನಿ. ಲವ್ ಮ್ಯಾರೇಜಿಗೆ ಮನೇಲಿ ಒಪ್ಪಲ್ಲಾಂತಲೇ ಯಾವನಿಗೂ ಕಟ್ಟು ಬೀಳಲಿಲ್ಲ" ಎನ್ನುತ್ತ ನನ್ನನ್ನು ಬೆಚ್ಚಿ ಬೀಳಿಸಿದ್ದಳು. ಪ್ರಾಮಾಣಿಕತೆ.

'ಆಟ'. ಅವಳ ಪರಿಭಾಷೆಯಲ್ಲಿ ನನ್ನದೂ 'ಆಟ'ವೇ. ಅವಳನ್ನು ನೋಯಿಸದೆ ನನ್ನ ಅಂತರಂಗವನ್ನು ತೆರೆದಿಡಬೇಕಿದ್ದಲ್ಲಿ ನಾನೂ ಕೂಡ 'ಆಟ'ವಾಡಿದ್ದೆ ಎಂದೇ ಹೇಳಬೇಕಿತ್ತು. ನಮ್ಮ ಸಂಭಾಷಣೆ ಅದೇ ಧಾಟಿಯಲ್ಲಿ ಮುಂದುವರೆದಿತ್ತು.

'ಮುದ್ದು' ಊರಿಗೆ ಹೋದರೆ ಸೀರೆ ಉಡುತ್ತಾಳೆ, ಬೀಚಿಗೆ ಹೋದಾಗ ಅಕ್ಷರಶಃ ಬಿಕಿನಿ ತೊಟ್ಟು ಸೂರ್ಯನಿಗೆ ಬೆನ್ನು ಕೊಟ್ಟು ಮರಳಿನ ಮೇಲೆ ಉರುಳುತ್ತಾಳೆ. ಸ್ವತಃ ಸೂರ್ಯನೇ ಅವಳ ಮಾಟಕ್ಕೆ ಕಂಗೆಟ್ಟು ಭರಪೂರ ಮೈ ನೆಕ್ಕುತ್ತಾನೆ. ನಾನು ವೀಕ್ಷಕನಾಗಿರುತ್ತೇನೆ. ಮನೆಯಲ್ಲಿ ಮುದ್ದೆ ಹೊಡೆಯುತ್ತಾಳೆ. ಸಬ್ ವೇನಲ್ಲಿ ಸ್ಯಾಂಡ್ ವಿಚ್ ಜಡಿಯುತ್ತಾಳೆ. ಬಿಯರ್ ಸವಿದಾಗ ಮೇಲೇರಿ ಸವಾರಿ ಮಾಡುತ್ತಾಳೆ. ತಾನೂ ಬೆವೆತು ನನ್ನನ್ನೂ ಬೆವೆಸುತ್ತಾಳೆ. ಅವಳ ಜೀವನಪ್ರೀತಿಯೆ ಒಂದು ಸೋಜಿಗದ ಸಂಗತಿ.

* * *

ಮೃದುಲ ಶರಣ್ಯಳನ್ನು ತನ್ನ ಕಂಕುಳಲ್ಲಿ ಎತ್ತಿಕೊಂಡು ಅಡುಗೆ ಕೋಣೆಯಲ್ಲಿ ಹೆಂಚಿನ ಮೇಲೆ ಮೀನನ್ನು ಚರಪರಾಂತ ಸುಡುತ್ತಿದ್ದಾಳೆ. ವಾಸನೆ ಘಮ್ಮೆಂದು ನಮ್ಮ ಮೂಗಿಗೆ ಬಡಿಯುತ್ತಿದೆ. ಇವನು ಯಾವಾಗ ಮಾಂಸಹಾರಿಯಾದ? ಬಹುಶಃ ಮೃದುಲ ಕಲಿಸಿರಬೇಕು. ನನಗೆ ಮಾಂಸ ಖಾದ್ಯ ಅದರಲ್ಲೂ ಮೀನೆಂದರೆ ಇಷ್ಟವೆಂದು ಅವಳಿಗೆ ಹೇಗೆ ಗೊತ್ತು? ಇವನೇ ಹೇಳಿರುತ್ತಾನೆ. ಇನ್ನೂ ಏನೇನು ಹಂಚಿ ಕೊಂಡಿದ್ದಾನೋ.

ಹುಳಿಪೆಟ್ಟು ತಿಂದ ಶಿಲೆಯಂತಾಗಿದ್ದಾನೆ. ಕಣ್ಣೆತ್ತಿ ನೋಡುವ ಧೈರ್ಯವಿಲ್ಲ. ಅದು ನನಗೆ ಅನುಕೂಲವೆ. ಎಷ್ಟು ಸಾಧ್ಯವೋ ಅಷ್ಟು ಈ ಐದು ವರ್ಷಗಳಲ್ಲಿ ಕಳೆದುಕೊಂಡಿದ್ದೆಲ್ಲವನ್ನು ಮರಳಿ ಪಡೆಯುವಷ್ಟು ಅವನನ್ನು ನೋಡಬೇಕು. ಅಂಗುಲಂಗುಲವೂ ಬಿಡದೆ. ಅಲ್ಲಲ್ಲಿ ಕೂದಲು ಬೆಳ್ಳಗಾಗಿವೆ. ಹಣೆಯ ಮೇಲೆ ಯಾವುದೋ ಹೊಸ ಮಚ್ಚೆ. ಕಣ್ಣ ಪಾಪೆಯ ಕೆಳಗೆ ಸುಕ್ಕು ಮೂಡುತ್ತಿವೆ. ತುಟಿ ಕಪ್ಪಗೆ. ಕೆನ್ನೆ ಊದಿಕೊಂಡಿವೆ. ಚಟಗಳು ಹೆಚ್ಚಾಗಿವೆ ಅಂತ ಕಾಣುತ್ತೆ. ನಾನಿದ್ದಿದ್ದರೆ? ಛೇ ಅದೆಲ್ಲ ಈಗೇಕೆ.

ಮನೆಯಲ್ಲಿ ಇವರಿಬ್ಬರೇ ಇರುವಂತಿದೆ. ಮಕ್ಕಳು? ಊರಿನಲ್ಲಿ ದೊಡ್ಡ ಮನೆತನ. ಈ ನಗರದಲ್ಲಿ ಉಸಿರಾಡಲೂ ಆಸ್ಪದವಿಲ್ಲದ ಮನೆಯಲ್ಲಿ ಅದು ಹೇಗೆ ಜೀವನ ಸಾಗಿಸುತ್ತಿದ್ದಾನೋ ಏನೋ. ಇಲ್ಲಿ ಜೀವಕ್ಕೆ ಅಗತ್ಯವಾದ ಗಾಳಿಯಿಲ್ಲ. ಅಲ್ಲಿ ವಿಕಸನಕ್ಕೆ ಬೇಕಾದ ಗಾಳಿಯಿಲ್ಲ. ಇರುವ ಆಸ್ತಿಯನ್ನೆ ಪಳಗಿಸಿದ್ದರೆ ಕೋಟಿ ಕೋಟಿ ದುಡಿಯು ತ್ತಿದ್ದ. ಇಲ್ಲಿ ಉದ್ಯೋಗವೊಂದಕ್ಕೆ ಜೋತುಬಿದ್ದು ಹೀಗೆ ಬದುಕುತ್ತ..

ಏಕೆ ಇಂತ ಅಪರಾಧಿಭಾವ ಶರಣ್? ಬೇಡ. ನಿನ್ನನ್ನು ನೋಡಿದರೇ ಗೊತ್ತಾಗುತ್ತದೆ, ಶಿಕ್ಷೆಯನ್ನು ನೀನಾಗೆ ಮೇಲೆಳೆದುಕೊಂಡು ಅನುಭವಿಸಿದ್ದೀ. ಸಾಕು ಬಿಡು ಇನ್ನು. ನಿಲ್ಲಿಸು ನಿನ್ನನ್ನೆ ನೀನು ದಂಡಿಸಿಕೊಳ್ಳುವುದನ್ನು. ನಾವು ಬಲು ದೂರ ಸಾಗಿಬಂದಿದ್ದೇವೆ ಶರಣ್. ಹಾಗನ್ನಲೂ ಆಗುತ್ತಿಲ್ಲವಲ್ಲ. ಕೇವಲ ಐದು ವರ್ಷ. ಮೊನ್ನೆ ಮೊನ್ನೆ ನಡೆದಂತಿದೆ. ನೆನಪುಗಳೆಲ್ಲ ಇನ್ನೂ ಹಸಿಹಸಿ. ಇಷ್ಟು ಬೇಗ ನಾವು ಎದುರಾಗಬಾರದಿತ್ತೇನೋ. ಅಗಲಿಕೆಯ ಅಂತರ ಹೆಚ್ಚಾದಷ್ಟೂ ನೆನಪುಗಳಿಗೆ ಘನತೆ ನೋಡು.

ನೀನು ತಾನೆ ಯಾವ ತಪ್ಪು ಮಾಡಿದೆ? ಪಾಪ, ನನ್ನಿಂದ ತಂದೆಯನ್ನು ಕಳೆದುಕೊಂಡೆ. ಕುಟುಂಬದಿಂದ ದೂರ ಬಂದೆ. ನನ್ನನ್ನು ನಂಬು, ಇದೇ ಕೊರಗಿನಲ್ಲಿ ನಾನೂ ಸಹ ಇನ್ನಿಲ್ಲದ ಶಿಕ್ಷೆ ಅನುಭವಿಸಿದ್ದೇನೆ. ಬೇಕಂತಲೇ ದಂಡಿಸಿಕೊಂಡಿದ್ದೇನೆ. ಪ್ರೇಮಕ್ಕೆ ಸಮಾನಾರ್ಥ ನೋವಲ್ಲವೇ. ಆ ನೋವೇ ಸಿಹಿಯಲ್ಲವೇ. ನಮ್ಮ ಪೂರ್ವದ ಸುಖ ವರ್ತಮಾನದ ನೋವು. ವರ್ತಮಾನದ ಸುಖ ಭವಿಷ್ಯದ ನೋವು. ಇದನ್ನೆ ಅಲ್ಲವೇ ಬುದ್ಧ ಕಂಡುಕೊಂಡಿದ್ದು? ಬಿಟ್ಟು ಬಿಡು ಹಟ.

ಹೇಗೆ ಹೇಳಲಿ? ಮಾತೇ ಹೊರಡುತ್ತಿಲ್ಲವಲ್ಲ. ಬಾಯಿ ತೆರೆದರೆ ಎಲ್ಲಿ ಗಂಟಲಿನಲ್ಲಿ ಕಟ್ಟಿರುವ ಕಟ್ಟೆ ಒಡೆದುಬಿಡುವುದೋ ಎಂಬ ದುಗುಡ.

* * *

ಹುಡುಗಿ ಚೂಟಿ ಇದಾಳೆ. ಜಾಗಿಂಗ್ ಮಾಡುತ್ತಿರುವವರನ್ನೆಲ್ಲ ಅಜ್ಜಿ ತಾತ ಎಂದು ಮಾತನಾಡಿಸುತ್ತ ಮೋಡಿ ಮಾಡುತ್ತಿದ್ದಾಳೆ. ನನ್ನ ಗುಣಗಳನ್ನೆ ತುಂಬಿ ಕೊಂಡಿರುವಂತಿದೆ. ಹಹ್ಹ. ಚಂದ ಹೆಸರು ಇಟ್ಟಿದ್ದಾಳೆ ಅವಳ ಅಮ್ಮ. ನಮಗೇನಾದರೂ ಮಗು ಆಗುವಂತಿದ್ದರೆ ಅವನು ಬೇಡವೆಂದರೂ ನಾನೇ ಪಾರಿ ಅಂತ ಹೆಸರಿಡುತ್ತಿದ್ದೆ.

ಅವರ ಸಂಗಡ ನಾನಿದ್ದರೆ ಇಬ್ಬರು ತುಟಿಪಿಟಿಕ್ ಎನ್ನದೆ ಜಗತ್ತನ್ನೆ ಮೈಮೇಲೆ ಎಳೆದುಕೊಂಡವರಂತೆ ಮೌನವ್ರತ ಆಚರಿಸುತ್ತಾರೆ. ಅದಕ್ಕೆ ಇವಳನ್ನು ಎತ್ತಿಕೊಂಡು ಪಾರ್ಕಿಗೆ ಬಂದುಬಿಟ್ಟೆ. ಅಪರೂಪದ ಭೇಟಿ. ಸ್ವಲ್ಪವಾದರೂ ಖಾಸಗಿ ಸಮಯ ಬೇಡವೇ? ನಾನೆಷ್ಟೇ ಸಲುಗೆ ನೀಡಿದರೂ ಅವರೊಳಗೊಂದು ಹಿಂಜರಿತ ಇದ್ದೇ ಇರುತ್ತದೆ.

ಪಾರಿ ಹಿಡಿಸಿದಳು. ಸ್ವಲ್ಪ ಹೊಟ್ಟೆಕಿಚ್ಚನ್ನು ಹುಟ್ಟಿಸಿದಳು. ಶರಣನ ಮುಖದಲ್ಲಿ ಹಿಂದೆಂದೂ ಕಂಡಿರದ ಹೊಳಪು ಕಂಡೆ ಇವತ್ತು. ಅವಳೂ ಅವನಂತೆಯೆ. ಅಂತರ್ಮುಖಿ. ಹೇಳಿ ಮಾಡಿಸಿದ ಜೋಡಿ. ನೋಟದಲ್ಲೆ ಎಲ್ಲ ಭಾವನೆಗಳನ್ನು ರವಾನಿಸುವ ಶಕ್ತಿ ಇಬ್ಬರಿಗೂ. ನಾನು ಎಷ್ಟೇ ಲಾಗಾ ಹಾಕಿದರೂ ಅವನೊಳಗೆ ಈ ಭಾವ ಹುಟ್ಟಿಸಲು ಆಗಿರಲಿಲ್ಲ. ಅದೇ ಅಲ್ಲವೇ ಪ್ರೇಮ?

ಆದರೂ ನನಗೊಂದು ಅನುಮಾನ. ಹೀಗೆ ಒಂದೇ ತರದ ಸ್ವಭಾವದವರು ಜೊತೆಯಾಗಿ ಎಷ್ಟು ಕಾಲ ಬಾಳಬಲ್ಲರು? ಬೋರ್ ಹೊಡೆಸುವುದಿಲ್ಲವೇ? ನನಗಂತೂ ಸಾಧ್ಯವಿಲ್ಲಪ್ಪ. ನನಗೆ ಶರಣನಂತವರೇ ಸೂಕ್ತ. ನಾವೆಯಲ್ಲಿ ನಾವಿಬ್ಬರು ವಿರುದ್ಧ ದಿಕ್ಕಿನಲ್ಲಿ ಕುಳಿತುಕೊಳ್ಳುವವರು. ಹಾಗಿದ್ದರೆ ಅಲ್ಲವೆ ನಾವೆ ತೇಲುವುದು? ನನ್ನೆಲ್ಲ ಹುಚ್ಚಾಟಗಳನ್ನು ಅವನು ತಟ್ಟಿಕೊಳ್ಳುವನು. ನನ್ನನ್ನು ಗಮನಿಸುವನು. ಆನಂದಿಸುವನು. ಒಮ್ಮೊಮ್ಮೆ ಕಳೆದುಹೋಗುವನು. ನನಗೆ ಅವನೆಂದರೆ ಇಷ್ಟ.

ಇವರಿಬ್ಬರನ್ನು ನೋಡುತ್ತಿದ್ದರೆ ನನಗೆ ನನ್ನ ಹುಡುಗ ನೆನಪಾಗುವನು. ನಾವಿಬ್ಬರೂ ಒಂದೇ ತರಹ. ಸುತ್ತಾಟ. ಚೆಲ್ಲಾಟ. ಕುಡಿತ. ಹುಟ್ಟಿರುವುದೇ ನಗುನಗುತ್ತ ಮೋಜು ಮಾಡುತ್ತ ಬದುಕಲೆಂದು ನಂಬಿರುವವರು. ಬಹುಶಃ ಅದಕ್ಕೇ ಇರಬೇಕು ನಾನು ಅವನನ್ನು ಜೀವನಪರ್ಯಂತ ಒಪ್ಪಿಕೊಳ್ಳುವಷ್ಟು ಹಚ್ಚಿಕೊಳ್ಳಲಿಲ್ಲ. ಶರಣ್‌ನಿಂದ ನಾನು ಏನೆಲ್ಲ ಕಲಿತೆ. ನೆನಪುಗಳನ್ನು ಕಲೆ ಹಾಕುವುದು. ಅವುಗಳನ್ನು ಜೋಪಾನ ಮಾಡುವುದು. ದುಃಖವಾದಾಗ ಅತ್ತು ಹಗುರಾಗುವುದು. ಅಳುವವರನ್ನು ಸಂತೈಸುವುದು. ಅವ ಹಳೇ ಹುಡುಗ ಒಮ್ಮೆ ಮಾಲ್ ಒಂದರಲ್ಲಿ ಎದುರಾಗಿದ್ದ. ಶರಣನನ್ನು ನೋಡಬೇಕಿತ್ತು ಆಗ. ವಿಲವಿಲ ಹುಳುವಿನಂತೆ ಒದ್ದಾಡಿದ್ದ. ಇವನಿಂದ ಪೊಸೆಸಿವ್ ಆಗುವುದನ್ನೂ ಕಲಿತೆ. ಇಷ್ಟು ಸಾಕಲ್ಲವೇ, ಇವನನ್ನು ನನ್ನವನನ್ನಾಗಿ ಉಳಿಸಿಕೊಳ್ಳಲು?

ಈ ಬಂಗಾರಿ ಶರಣ್ಯಳದ್ದು ಮಾತೂ ಬರಿ ಮಾತು. ದಾರಿಯುದ್ದಕ್ಕೂ,

“ಆಂಟಿ, ನಮ್ಮ ಕಾರು ಈ ತರದ್ದು”,

“ಆಂಟೀ ನಮ್ಮ ಕಾಂಪೋಂಡಲ್ಲಿ ಮಾವಿನ ಮರ ಬೆಳೆಸಿದ್ದೀವಿ ಗೊತ್ತಾ”,

“ಆಂಟೀ ನಾವು ಯೂರೋಪ್‌ಗೆ ಟ್ರಿಪ್ ಹೋಗ್ತಿದ್ದೀವಿ. ನೀವೂ ನಮ್ಮ ಜೊತೆ ಬನ್ನಿ”.

ಕಚ್ಚಿ ತಿನ್ನುವಂತ ಹುಡುಗಿ.

“ನಿಮ್ಮಮ್ಮನ್ನ ಕೇಳಿನೋಡೆ. ಒಂದಷ್ಟು ದಿನ ನಿಮ್ಮ ಡ್ಯಾಡಿನು ನನ್ನ ಗಂಡನನ್ನು ಎಕ್ಸಚೇಂಜ್ ಮಾಡಿಕೊಳ್ಳೋಕೆ ಒಪ್ತಾಳ ಅಂತ, ಆಗ ನಾವು ಮೂವಾರೆ ಟ್ರಿಪ್ ಹೋಗಿ ಬರಬಹುದು” ಎಂದು ತಮಾಷೆ ಮಾಡಿದರೆ ಪೆದ್ದು ಬಾಯ್ತೆರೆದು ಜೋರಾಗಿ ನಗುತ್ತಾಳೆ.

* * *

ಮೃದುಲಾಳ ಹುಡುಗಾಟ ಅತಿಯಾಯಿತು. ನನ್ನ ಸಂಕಟವನ್ನು ಅರ್ಥ ಮಾಡಿಕೊಳ್ಳುವುದೇ ಇಲ್ಲ ಅವಳು. ಆಯಿತಲ್ಲ, ಸಾಯಂಕಾಲವೆ ಪಾರಿ ಜೊತೆ ಏಕಾಂತ ಇರಲು ಬಿಟ್ಟು ಹೋದದ್ದು. ಈಗೇಕೆ ಪುನಃ. ಬರುವಾಗ ಲೈಟ್ ಆಫ್

ಮಾಡೋದು ಮರೀಬೇಡ, ವಾಶಿಂಗ್ ಮಶೀನ್ ಓಡ್ತಿದೆ, ಒಗೆದ ಮೇಲೆ ಆಫ್ ಮಾಡು, ಅಲ್ಲೆ ಬಿಟ್ಟರೆ ಬಟ್ಟೆ ಮುಗ್ಗು ಬರ್ತದೆ, ಒಣಗಿ ಹಾಕು, ಗ್ಯಾಸ್ ಸಿಲಿಂಡರ್ ಆಫ್ ಮಾಡಿದ್ದೀನಿ, ಮರೆತು ಉಲ್ಟ ತಿರುಗಿಸಿ ಆನ್ ಮಾಡಿಬಿಡಬೇಡ. ಒಂದಾ ಎರಡಾ. ಹೊಟ್ಟೆ ನೆಲಕ್ಕೆ ಹಾಕಿದಳೆಂದರೆ ಕುಂಬಕರ್ಣನಂತೆ ಗೊರಕೆ ಹೊಡೆಯುತ್ತ ಮಲಗಿಬಿಡುತ್ತಾಳೆ. ಅವಳು ಜೊತೆಗಿದ್ದರೆ ಏನೋ ಒಂದು ತರದ ಸಮಾಧಾನ, ಧೈರ್ಯ. ಮಾತಾಡಲು ವಿಷಯ.

ನಾವಿಬ್ಬರು ತಾನೆ ಎಷ್ಟೂಂತ ಮಾತನಾಡಬಹುದು? ಹೊಸದೇನಾದರೂ ಮಾತಾಡಲಿಕ್ಕೆ ಈ ಸಂಬಂಧ ಮುಂದುವರೆಯುವಂತದ್ದೇ? ಇದಕ್ಕೆ ಯಾವ ಅರ್ಥವಿದೆ? ಮಾಜೀ ಪ್ರೇಯಸಿಯಂತಲೋ. ಗೆಳತಿಯಂತಲೋ? ನನ್ನ ಬಳಿಯೀಗ ಅಪ್ಪನಿಲ್ಲ. ಪಾರಿಯೂ ಇಲ್ಲ. ಅವತ್ತು ಮನೆಯವರು ತುಸುವೇ ಸಂಯಮ ತೋರಿದ್ದರೆ, ಅಪ್ಪ ಬದುಕಿರುತ್ತಿದ್ದರು. ಪಾರಿ ನನ್ನವಳಾಗಿರುತ್ತಿದ್ದಳು. ಏನು ಸಾಧಿಸಿದಂತಾಯಿತು ರಗಳೆ ಮಾಡಿ?

ಆದರೂ ಈ ಭೇಟಿ ನಮ್ಮಿಬ್ಬರಿಗೆ ತುಂಬಾನೆ ಅಗತ್ಯವಿತ್ತು ಅನಿಸುತ್ತಿದೆ. ಇಬ್ಬರಲ್ಲು ಗಾಯಗಳು ಮಾಗಿ ಹುಣ್ಣಾಗುತ್ತಿದ್ದವಷ್ಟೆ. ಒಂದು ಭೇಟಿ. ಒಂದಷ್ಟು ಮಾತುಕತೆ. ಮನಸ್ಸು ಹಗೂರ. ಗಾಯಗಳಿಗೆ ಮುಲಾಮು. ಪಾರಿಯೂ ಸುಖವಾಗಿದ್ದಾಳೆ. ಕಡುಬಡತನದಲ್ಲಿ ಬೆಂದವಳು. ಒಳ್ಳೆಯ ಗಂಡ ಸಿಕ್ಕಿದ್ದಾನಂತೆ. ತುಂಬಾನೆ ಓದಿ ಕೊಂಡಿದ್ದಾನಂತೆ. ಎಂತೆಂತದೊ ಆದರ್ಶವಾದಿಯಿಂತೆ. ಈತನಕ ಆತನ ಕುಲ ನೆಲೆ ಹಿನ್ನೆಲೆ ಒಂದೂ ಅವಳಿಗೆ ಗೊತ್ತಿಲ್ಲವಂತೆ. ತಾನೇ ಅವನಿಗೆ ಎಲ್ಲ ಅನ್ನುತ್ತಾಳೆ. ತಿಳಿದುಕೊಳ್ಳುವ ಅಗತ್ಯವಾದರೂ ಏನು, ಅದರಿಂದೇನು ಲಾಭ ಎಂದು ಪ್ರಶ್ನಿಸುತ್ತಾಳೆ. ಮನೆಯವರೇನೋ ಸಿರಿವಂತನೆಂದು ಮದುವೆ ಮಾಡಿಕೊಟ್ಟಿದ್ದಾರೆ. ಅವಳ ಅದೃಷ್ಟ ಚೆನ್ನಾಗಿತ್ತು. ಬಹಳ ಬಹಳ ಚೆನ್ನಾಗಿತ್ತು. ಅಕಸ್ಮಾತ್ ಆತ ದುರಾತ್ಮನಾಗಿಬಿಟ್ಟಿದ್ದರೆ.., ಈ ಕ್ಷಣ ಪಾರಿ ನನ್ನೆದುರು ಕುಳಿತಿರುತ್ತಿರಲಿಲ್ಲ. ಈ ರಾತ್ರಿ ನನ್ನ ಮನೆಯಲ್ಲಿ ಉಳಿಯುತ್ತಿರಲಿಲ್ಲ. ಚೆನ್ನಾಗಿದ್ದಾಳಂತೆ. ಚೆನ್ನಾಗಿರಲಿ.

"ಮಾ ನಾನು ಮಲಕ್ಕಂತೀನಿ", ಚಿಕ್ಕ ಹುಡುಗಿಗೆ ನಿದ್ದೆ ಹತ್ತುತ್ತಿದೆ. ಒಮ್ಮೆಯೂ ನಾನು ಎತ್ತಿಕೊಳ್ಳಲಿಲ್ಲವಲ್ಲ? ಮುದ್ದುನೇ ಏಷ್ಟೋ ಉತ್ತಮ. ಎತ್ತಿಕೊಂಡಳು. ತಿನಿಸಿದಳು. ಆಡಿಸಿದಳು. ನಾನೇಕೆ ಹೀಗೆ ಸಣ್ಣವನಂತೆ ವರ್ತಿಸಿದೆ? ಇಂತಹ ಅವಗುಣಗಳು ನಮ್ಮ ಪರಿವೆಯೆ ಇಲ್ಲದೆ ನಮ್ಮೊಳಗೆ ಸುಪ್ತವಾಗಿ ಅಡಗಿರುತ್ತವೇನು? ಪಾರಿ ಇದನ್ನು ಗಮನಿಸದೇ ಇರುವುದಿಲ್ಲ. ಎಷ್ಟು ನೊಂದುಕೊಂಡಿರುವಳೋ ಏನೋ. ಈ ನಷ್ಟವನ್ನು ಬೆಳಗ್ಗೆ ಸರಿಪಡಿಸಿಕೊಳ್ಳಬೇಕು.

ತುಂಬಾ ಹೊತ್ತಾಗಿತ್ತು. ಪಾರಿಗೆ ಶುಭರಾತ್ರಿ ತಿಳಿಸಿ ನಾನು ಹೊರಟೆ. ಬಟ್ಟೆ ಒಣಗ ಹಾಕಿ ಲೈಟುಗಳನ್ನು ಆಫ್ ಮಾಡಿ, ಮುಂಬಾಗಿಲಿನ ಬೀಗ ಭದ್ರವಾಗಿದೆಯೋ ಇಲ್ಲವೇ ಪರೀಕ್ಷಿಸಿ ಮೆಟ್ಟಿಲು ಹತ್ತಿ ಕೋಣೆ ಸೇರಿಕೊಂಡೆ. ಎಂದಿನಂತೆ ಮುದ್ದು ಶವಾಸನದಲ್ಲಿದ್ದಳು. ಇವತ್ತೇನೋ ಗೊರಕೆ ಭಾಗ್ಯವಿಲ್ಲ. ಲೈಟ್ ಆಫ್ ಮಾಡಿ ನಾನು ಹಾಗೆ ಹಾಸಿಗೆ ಮೇಲೆ ಉರುಳಿದೆ. ಥಟ್ಟನೆ ಮೃದುಲಾಳ ಕೈ ನನ್ನ ಕೈಯನ್ನು ಹಿಡಿದುಕೊಂಡಿತು. ಹಿತವೆನಿಸುತ್ತಿದೆ. ಅಪರೂಪಕ್ಕೆ ನನ್ನ ಬಗ್ಗೆ ಪೊಸೆಸಿವ್ ಆಗಿದ್ದಾಳೆ. ಕಣ್ ಮುಚ್ಚಿದರೆ ಕಣ್ರೆಪ್ಪೆಯ ಕತ್ತಲೆಯಲ್ಲಿ, ಅಗೋ ಮತ್ತೊಮ್ಮೆ ಪಾರಿ!

ಪ್ರಜಾವಾಣಿ, ೨೦೧೮

ನೋಟ

ಇತ್ತ ಬಂಗಾಳ ಕೊಲ್ಲಿ, ಅತ್ತ ಅರಬ್ಬೀ ಸಮುದ್ರ, ಎದುರಿಗೆ ಹಿಂದೂ ಮಹಾಸಾಗರ. ಅದು ಹೇಗೆ ಬೆರೆಯುತ್ತವೋ ಅದು ಹೇಗೆ ಬೇಯುತ್ತವೋ ನಾ ಕಾಣೆ. ಮೂರೂ ದಿಕ್ಕುಗಳಿಂದ ಮುನ್ನುಗ್ಗುವ ಅಲೆಗಳು ಹ್ಹೋಯ್ ಎಂದು ತೀರಕ್ಕೆ ಅಪ್ಪಳಿಸಿ ಹಿಂದಿರುಗುವಾಗ ನೀರಸ ನಿಶಬ್ಧವನು ಬಿಟ್ಟು ಹೋಗುತ್ತ, ಇನ್ನೇನು ಅದು ಕಿವಿಗಳಲಿ ಐಸ್‌ಕ್ರೀಮಿನಂತೆ ಕರಗಿತು ಅನ್ನುವ ವೇಳೆಗೆ ಸರಿಯಾಗಿ ಮತ್ತೊಮ್ಮೆ ಹೊಯ್ಯನೆ ಮರಳಿ, ಕಿವಿ ಮನಸ್ಸು ಮರಳು ಮರಳೆದ್ದು ಅಲೆಗಳು ಪಾದಗಳಿಗೆ ಹೋಗಿ ಬಂದು ಕಚಗುಳಿ ಕೊಟ್ಟಂತೆ ಅನಿಸುತ್ತಿತ್ತು. ಕನ್ಯಾಕುಮಾರಿಯ ತ್ರಿವೇಣಿ ಸಂಗಮದಲ್ಲಿ ನೀರಿನ ನಡುವಿರುವ ಬಂಡೆಯ ಮೇಲೆ ಅನಂತದತ್ತ ಮುಖಮಾಡಿ ಸಾಗರ ದೃಶ್ಯದಲಿ ಮುಳುಗಿದ್ದ ವಿಶ್ವ ಹಾಗು ಸಲೀನಳಿಗೆ ಮಾತ್ರ ದೂರದ ಅಲೆಗಳು ದಿಗಂತದ ದೊರೆ ಸಾವಿರ ಅಶ್ವಗಳೊಂದಿಗೆ ತಮ್ಮ ಮೇಲೆ ದಂಡೆತ್ತಿ ಬರುತ್ತಿರುವಂತೆ ತೋರುತ್ತಿತ್ತು.

ಬಂಡೆಯ ಬುಡದಲ್ಲಿ ಓರ್ವ ಕಸುಬುಗಾರನಿದ್ದ. ತುಕ್ಕು ಹಿಡಿದ ಕಬ್ಬಿಣದಂತಿತ್ತು ಬಡಕಲು ದೇಹಪೆಟ್ಟಿಗೆ. ತಲೆಗೆ ಹಳಸಲು ಸಿಂಬೆ. ಸೊಂಟದ ಸುತ್ತ ವರುಷಗಳಿಂದ ನೊಂದಿರುವ ಟವೆಲ್ಲು. ಹಿಂದುಹಿಂಡಾಗಿ ನುಗ್ಗುತ್ತಿರುವ ತರಂಗಗಳಲ್ಲಿ ಕಾಲುಗಳನ್ನು ಭದ್ರವಾಗಿ ಊರಿ ಸಲಿಕೆಯಿಂದ ಅಲೆಗಳು ತಂದೊಯ್ಯುತ್ತಿದ್ದ ಮರಳನ್ನು ಜರಡಿಗೆ ತುಂಬುತ್ತಿದ್ದ. ಅಲೆ ಅತ್ತ ಹೋದ ನಂತರ ಜರಡಿಯನ್ನು ಎತ್ತಿ ಕುಲುಕುತ್ತಿದ್ದ. ಮರಳು ನೀರು ಸೋರಿ ಜರಡಿಯ ಕಣ್ಣುಗಳಿಂದ ತಪ್ಪಿಸಿಕೊಳ್ಳಲಾಗದ ಕಪ್ಪೆಚಿಪ್ಪುಗಳು, ಕವಡೆಗಳು, ಸಣ್ಣ ಸಣ್ಣ ಶಂಖಗಳು, ಕಸಕಡ್ಡಿ ಇತ್ಯಾದಿ ತಳದಲ್ಲಿ ಉಳಿಯುತ್ತಿದ್ದವು.

ಒಣಬಾವಿಯ ತಳದಂತಿದ್ದ ಅವನ ನೇತ್ರಗಳು ಜರಡಿಯನ್ನು ತಡಕಾಡುತ್ತಿದ್ದವು. ಬಯಸಿದ್ದು ಸಿಗದಿದ್ದಲ್ಲಿ ನಿರಾಶನಾಗಿ ಜರಡಿಯನ್ನು ಮುಗುಚಿ ಪುನಃ ಹೊಸ ಅಲೆ, ಹೊಸ ಮರಳಿಗೋಸ್ಕರ ಕಾಯುತ್ತಿದ್ದ. ಅವನು ಹುಟ್ಟಿನಂದಿನಿಂದ ಇಲ್ಲಿಯವರೆಗೆ ಅರ್ಧ ಸಾಗರವನ್ನೇ ಸಿದುಕಿದ್ದರೂ ಅಚ್ಚರಿಯಿಲ್ಲ.

ವಿಶ್ವ ಸಲೀನಾಳನ್ನು ಮತ್ತೊಮ್ಮೆ ಹೊಸದಾಗಿ ಅವಲೋಕಿಸಿದ. ಕೋಲು ಮುಖ. ಕೃಷ್ಣ ವರ್ಣ. ಕಡು–ನೀಲಿ ಬಣ್ಣದ, ಮಿನುಗುವ ಅಂಚಿರುವ ಸೀರೆ, ಎಣ್ಣೆ ಹಚ್ಚಿ ಒಪ್ಪಾಗಿ ಬೈತಲೆ ಬಿಡಿಸಿ ಕಟ್ಟಿರುವ ಜಡೆ, ಮೂಗಿನ ಮೇಲೆ ಉಂಗುರದಷ್ಟು ದೊಡ್ಡದಾದ ನತ್ತು. ಮುಡಿಯಲ್ಲಿ ಕಾಕಡ ಹೂಗುಚ್ಛ. ಕಾಲುಗಳಲ್ಲಿ ಬೆಳ್ಳಿ ಗೆಜ್ಜೆ. ಅವನಿಗೇನೆ ಈರ್ಷೆಯಾಗುವಂತೆ ಆಗಾಗ ಅವಳ ಶುಭ್ರ ಪಾದಗಳಿಗೆ ಮುತ್ತಿಡುವ ಅಲೆಗಳು. ತೀಡುತ್ತಿದ್ದ ಗಾಳಿಗೆ ಅವಳ ಸೆರಗು ನರ್ತಿಸುತ್ತಿದ್ದರೆ ಅದರ ಹಿಂದೆ ಅಡಗಿರುವ ದುಂಡು ಮೊಲೆ, ಸುಪುಷ್ಟ ಹೊಕ್ಕುಳದ ದರ್ಶನ. ಹೆಣ್ಣೇ ನಿಗೂಢ ಅಂತಿದ್ದರೆ, ಬುರ್ಖಾದೊಳಗಿನ ಹೆಣ್ಣು ಮತ್ತೂ ನಿಗೂಢ ಅನಿಸಿತು ಅವನಿಗೆ. ಅವಳು ಅವನ ವಾರೆ ನೋಟವನ್ನು ತಡೆಹಿಡಿಯಲು ಕಳ್ಳನಂತೆನಿಸಿ ತನ್ನ ಕತ್ತನ್ನು ಸಮುದ್ರದ ಕಡೆ ತಿರುಗಿಸಿದ.

ಎದುರಿದ್ದ ನೀರು ಆಗಾಗ ನೀಲಿ ಹಳದಿಯಂತೆ ಬಣ್ಣ ಬದಲಾಯಿಸುತ್ತಿತ್ತು. ಸಲೀನಾಳಿಗೆ ಕುತೂಹಲ. ತನ್ನ ಶಾಲಾ ಮಕ್ಕಳು ಯಾರಾದರೂ ಬಿಳಿಹಾಳೆಯ ಮೇಲೆ ಸಮುದ್ರದ ಬಣ್ಣ ಚೂರು ತಿರುಗಿಸಿದರೂ ಸಾಕು, ಕೈಮೇಲೆ ಮೊಟಕುತ್ತಿದ್ದಳು. ಯಾವ ಮಗುವಾದರೂ ಅಳುತ್ತ ಮನೆಗೆ ಹೋದರೆ, ಅದರ ಅಮ್ಮ ದರದರ ಎಳೆದು ತಂದು, "ಇನ್ನೊಂದು ಕೊಡಿ ಮೇಡಮ್ಮರೆ" ಎಂದು ಪುನಃ ಕ್ಲಾಸ್ ರೂಮಿನ ಕಾಡೊಳಗೆ ಬಿಟ್ಟುಹೋಗುತ್ತಿದ್ದಳು. ಆದುದರಿಂದ ಆ ಊರಿನ ಮಕ್ಕಳ ಮನಸ್ಸೊಳಗೆ ಮೊದಲು ಅಚ್ಚೊತ್ತಿದ ಬಣ್ಣ ಅಂದರೆ ಸಮುದ್ರ ನೀಲಿ. ಆದರೆ ಇಲ್ಲಿದ್ದ ಸಮುದ್ರ ಬೇರೆಯದೆ ಬಣ್ಣ ತಾಳಿತ್ತು. ಅವಳು ತನ್ನ ಜೀವಮಾನದಲ್ಲಿ ಸಮುದ್ರವನ್ನು ಪ್ರತ್ಯಕ್ಷವಾಗಿ ಕಂಡದ್ದು ಇದೇ ಮೊದಲು. ಹಿಂದೆ ಟಿಸಿಎಚ್ ಮಾಡುವ ಸಮಯದಲ್ಲಿ ಅವಕಾಶ ಒದಗಿ ಬಂದಿತ್ತಾದರೂ ಮನೆಯಲ್ಲಿ ಕಳಿಸಿರಲಿಲ್ಲ. ಇಷ್ಟೂ ದಿನ ಮಕ್ಕಳಿಗೆ ತಾನು ಗಟ್ಟು ಹೊಡೆಸಿದ ನೀಲಿ ಸಮುದ್ರ–ನೀಲಿಯಲ್ಲ ಎಂಬುದು ಅರಿವಾಗಿ ಅವಳಿಗೆ ತುಂಬ ನಾಚಿಕೆಯಾಯಿತು.

"ಇದ್ಯಾಕೆ ಸಮುದ್ರ ಹೀಗೆ ಬಣ್ಣ ಬದಲಾಯಿಸ್ತಿದೆ" ಎಂದು ಅತ್ಯಂತ ಮುಗ್ಧ ಧ್ವನಿಯಿಂದ ವಿಶ್ವನನ್ನು ಕೇಳಿದಳು.

ಅವನು ಆಗಸದಲ್ಲಿ ಆನೆಯಂತೆ ಚಲಿಸುತ್ತಿರುವ ಕಪ್ಪು ಮೋಡಗಳತ್ತ ಬೊಟ್ಟು ಮಾಡಿ, "ಅವುಗಳ ನೆರಳು ಬಿದ್ದಾಗ ಹಳದಿ ಕಾಣುತ್ತೆ" ಅಂದ. ಈ ಹಿಂದೆ

ಹೊರಡುವಾಗ ಸೀರೆ ಚನ್ನಾಗಿದೆ ಎಂದು ಪ್ರಶಂಸಿಸಲು ತನಗೆ ಸಮುದ್ರ ನೀಲಿ ಬಣ್ಣ ಅಂದರೆ ತುಂಬ ಇಷ್ಟ ಅಂತ ಅವಳಂದಿದ್ದನ್ನು ಈಗ ಕೆಣಕಲು ಮನಸ್ಸಾದರೂ ಯಾಕೋ ಬಹಳ ವ್ಯಾಕುಲಗೊಂಡಿರುವುದ ಕಂಡು ಸರಿಯಾದ ಸಮಯವಲ್ಲ ಎಂದು ಸುಮ್ಮನಾದ.

ಒಂದೊಂದೇ ಎಣಿಸಿ ಮಾತಾಡುವ ಅವಳು, ಪ್ರತಿಯೊಂದಕ್ಕೂ ಅಳೆದು ತೂಗಿ ಉತ್ತರಿಸುವ ಅವನು. ಅವರಿಬ್ಬರ ನಡುವೆ ಸಲ್ಲಾಪವೇನಾದರೂ ಸ್ಖಲಿಸಬೇಕಿದ್ದರೆ ಈ ರೀತಿಯ ಪ್ರಕೃತಿ ವಿಸ್ಮಯದಂತವು ಜರುಗಬೇಕಿತ್ತು. ಓಡಿ ಬರುವಾಗ ಕೂಡ ಹೆಚ್ಚು ಮಾತಿರಲಿಲ್ಲ. ಅವನು ಸಿಟಿಯವ, ತಾನು ಹಳ್ಳಿಯವಳು, ಭಾಷೆ, ಆಲೋಚನಾ ಕ್ರಮದಲ್ಲಿ ತುಂಬಾನೆ ವ್ಯತ್ಯಾಸ. ಆದ್ದರಿಂದ ಇಷ್ಟೆಲ್ಲ ಸಂಕೋಚ. ಅದನ್ನು ಬಿಟ್ಟರೆ, ಈಗಲೇ ಮುಖ ಹುದುಗಿಸಿ ರಮಿಸಬಹುದಾದಷ್ಟು ಆಪ್ತತೆ ಆಕರ್ಷಣೆ ಹುಟ್ಟಿಸಿರುವ ವ್ಯಕ್ತಿ.

ಓಡಿ ಬರಲು ಪ್ರಚೋದಿಸಿದ ಉನ್ಮತ್ತದಿಂದ ಅವರಿಬ್ಬರು ಇನ್ನೂ ಹೊರಬಂದಿರ ಲಿಲ್ಲ. ಹೊರಬಂದು ಪ್ರಮಾಣಿಸಿದ್ದರೆ ಬಹುಶಃ ಅವರಿಗೇನೆ ತಮ್ಮ ನಡೆ ನಂಬ ಲಾಗುತ್ತಿರಲಿಲ್ಲ.

"ಅವನಿಗೆ ಏನೋ ಸಿಕ್ತು. ಜೇಬಿಗೆ ಹಾಕ್ಕೊಂಡ..." ಅವಳು ಕಸುಬುದಾರನತ್ತ ಬೆರಳು ಮಾಡಿದಳು.

"ಇದೆಲ್ಲಾ ಬೊಗಳೆ, ಒಂದು ಗಂಟೆ ಹೀಗೆ ಹವಳ ಹುಡುಕುವ ನಾಟಕ ಆಡಿ ಕೊನೆಗೆ ಅಂಗೈ ತುಂಬ ಪ್ಲಾಸ್ಟಿಕ್ ಮಣಿಗಳನ್ನು ಹಿಡಿದು ಕನಿಷ್ಠ ಇನ್ನೂರು ಮುನ್ನೂರು ದುಡ್ಡು ಪೀಕುತ್ತಾನೆ ನೋಡುತ್ತಿರು" ಎಂದು ತಾತ್ಸಾರ ತೋರಿದನು ವಿಶ್ವ.

ಅವಳು ಪ್ರತಿಯಾಗಿ ಏನೂ ಹೇಳಲಿಲ್ಲ. ನಾಟಕ ಮಾಡಲಿಕ್ಕಾದರೂ ಒಂದಿಡೀ ದಿನ ಈ ಬಿರುಬಿಸಿಲಲ್ಲಿ, ಹಗ್ಗ ಕಟ್ಟಿ ಎಳೆದಂತೆ ಎಳೆವ ರಾಕ್ಷಸ ಸಮುದ್ರದ ನಾಲಿಗೆಗೆ ಮೈಯೊಡ್ಡಿ ನಿಲ್ಲಬೇಕಲ್ಲ. ನಟಿಸಿ ಸಂಪಾದಿಸುವುದೂ ಉದ್ಯೋಗವೇ? ಹಾಗೆ ನೋಡಿದರೆ, ಪ್ರತಿಯೊಂದು ಉದ್ಯೋಗವೂ ನಟನೆಯೆ ಅಲ್ಲವೇ? ನನ್ನದು ಟೀಚರಿನ ಪಾತ್ರ ನಿರ್ವಹಣೆ. ಮಕ್ಕಳದು ಮಕ್ಕಳ ಪಾತ್ರ ನಿರ್ವಹಣೆ. ಮಕ್ಕಳ ಪಾತ್ರ ಯಶಸ್ವಿಯಾಗಿ ನಿಭಾಯಿಸಿದರೆ, ದೊಡ್ಡೋರ ಪಾತ್ರಕ್ಕೆ ಭಡ್ತಿ. ಬಡವನದು ಬಡತನದ ಪಾತ್ರ, ಸೂಳೆಯದು ಸೂಳೆಯ ಪಾತ್ರ. ಭಗವಂತ ಯಾಕೆ ಕೆಲವರಿಗೆ ಮಾತ್ರ ಅನುಕೂಲಕರ ಪಾತ್ರ ಕೊಟ್ಟು ನನ್ನಂತೋರಿಗೆ... ಎಂದು ಯೋಚಿಸುತ್ತಿರುವಾಗ ತನ್ನ ಎದೆಯೊಳಗಿರುವ ನಾಸ್ತಿಕತೆಯನ್ನು ತನ್ನ ಸುತ್ತ ಮುತ್ತಲಿನೋರಿಗೆ ಗೊತ್ತಾಗದಂತೆ ಗುಟ್ಟಾಗಿ ಉಳಿಸಿ ಕೊಂಡು ಬಂದಿರುವ ಒತ್ತಡ. ಯಾಂತ್ರಿಕವಾಗಿ ಮಾಡುವ ದೇವರ ಪ್ರಾರ್ಥನೆ. ಮನಸ್ಸು ಭಾರವೆನಿಸಿತು.

ಸೂರ್ಯ ಪಶ್ಚಿಮದಲ್ಲಿ ಕನ್ಯಾಕುಮಾರಿಯ ವಿಶೇಷ ತಳಿಯ ಟೊಮ್ಯಾಟೋದಂತೆ ಕೆಂಪಾಗಿದ್ದ. ಇವನು ಒಮ್ಮೆ ಹಿಂದಿರುಗಿ ದಡದತ್ತ ಕಣ್ಣಾಡಿಸಲು ಜನಜಾತ್ರೆ ಮುಂಜಾನೆಗಿಂತ ನೂರ್ಮಡಿಗೊಂಡಿತ್ತು. ನಾನಾ ರೀತಿಯ ಯಾತ್ರಿಗಳು ಜಮಾಯಿಸಿದ್ದರು. ಅವಿವಾಹಿತರ ಗುಂಪು ಸಂಜೆಯಾಗುತ್ತಿದ್ದಂತೆ ಕಿನಾರೆಯಲ್ಲಿ ರುಚಿಯಾದ ಬೀರು ಸವಿಯಲು ಹೊಂಚು ಹಾಕುತ್ತಿತ್ತು. ಮಗ್ಗುಲಲ್ಲೇ ಸಣ್ಣ ಮಕ್ಕಳಿರುವ ಕುಟುಂಬ ಫ್ಯಾಮಿಲಿ ಫೋಟೋಗೆಂದು ಹರಸಾಹಸ ಪಡುತ್ತಿತ್ತು. ಇನ್ನೊಂದೆಡೆ ನವ ವಿವಾಹಿತರಿಬ್ಬರು ಮೈಮರೆತು ಜಲಕ್ರೀಡೆಯಲ್ಲಿ ತೊಡಗಿದ್ದರು. ಮದುವೆ ಯಾಗಿರುವ ಹೊಸತು. ಅವಳಿಗೆ ಅಲೆಗಳ ಮೇಲೆ ತೇಲುವ ಮೋಹ. ಆದರೆ ಭಯ. ಅವಳ ಭಯವೇ ಅವನಿಗೆ ಹಬ್ಬ. ಅವಳನ್ನು ಬಳಸಿ ತಬ್ಬಿ ನೀರಿಗೆಳೆಯುವನು. ಅಲೆ ಬಂದೊಡನೆ ಅವಳೊಂದಿಗೆ ಅಲೆಯ ಬೆನ್ನೇರುವನು. ಅದು ಅವರಿಬ್ಬರನ್ನು ಹೊತ್ತು ದಡಕ್ಕೆ ತೇಲಿಸುವುದು. ಹುಡುಗಿ ಪುಳಕಗೊಂಡು ಪ್ರಿಯಕರನೆಡೆಗೆ ಮೆಚ್ಚುಗೆಯ ನಗೆ ಬೀರುವಳು. ಅವನಿಗೆ ನಿಂತಿರುವ ಭೂಮಿಯೇ ಕಣ್ಮರೆಯಾಗುವುದು. ಇಬ್ಬರ ಮೈಯೆಲ್ಲಾ ಒದ್ದೆ ಒದ್ದೆ. ನೀರಿನಲ್ಲಿ ನೆಂದ ಬಟ್ಟೆಗಳು ಮೈಗೆ ಅಂಟಿಕೊಂಡು ಶಿಲಾಬಾಲಿಕೆಯಂತಾಗಿದ್ದ ಅವಳನ್ನು ಕಂಡು ದಡದಲ್ಲಿ ವೀಕ್ಷಣೆಯ ಕಸುಬಿನಲ್ಲಿ ತೊಡಗಿಸಿಕೊಂಡಿದ್ದವರ ಹಾರ್ಮೋನುಗಳು ಏರುಪೇರಾಗುತ್ತಿದ್ದವು.

ಇಲ್ಲಿಗೆ ಬಂದ ಕ್ಷಣದಿಂದ ಪ್ರತೀ ಸಲ ತಾನೂ ಇವಳ ಜೊತೆ ನೀರಿಗಿಳಿದು ಆಡಬೇಕು ಎಂಬ ಬಯಕೆ ಮೂಡಿದಾಗೆಲ್ಲ ಮಂದಿ ಇವಳನ್ನು ಹೀಗೆ ನೋಡುತ್ತಾರೆ ಎಂದೆನಿಸಿ ವಿಶ್ವ ಆಸೆ ನುಂಗಿಕೊಳ್ಳುತ್ತಿದ್ದ. ಸಲೀನಳಿಗೆ ಅದು ಅರ್ಥವಾಗದಂತದ್ದೇನಲ್ಲ.

"ನನಗೆ ನೀಲಿ ಯಾಕೆ ಇಷ್ಟ ಗೊತ್ತ ವಿಶ್ವ? ಅದು ಅನಂತತೆಯ ಪ್ರತೀಕ. ಸ್ವತಃ ಕಪ್ಪು ಬಿಳುಪಿಗೂ ನೀಲಿಯ ಅದೃಷ್ಟವಿಲ್ಲ. ನಿರಾಭರಣರಾಗಿದ್ದು ಸಹ ಮನಸೂರೆ ಗೊಳ್ಳುತ್ತವೆ ಈ ಆಕಾಶ, ಈ ಸಮುದ್ರ. ಜನ ಇವನ್ನ ನೋಡಕ್ಕೆ ಅಂತಾನೆ ಇಲ್ಲಿಗೆ ಬರುತ್ತಾರೆ. ಇಂಚಿಂಚೂ ಬಿಡದೆ ಅನುಭವಿಸುತ್ತಾರೆ. ತಮ್ಮನ್ನ ನೋಡಿಬಿಡ್ತಾರೆ ಅಂತ ಅವು ನಾಚಿಕೊಂಡು ಬಟ್ಟೆ ತೊಡಲು ಸಾಧ್ಯವೇ? ಬುರ್ಖಾ ಹಾಕಿಕೊಳ್ಳುವ ನಾನೂ ಸಹ ಕನ್ನಡಿ ಮುಂದೆ ಬೆತ್ತಲೆಯೆ. ಕನ್ನಡಿಯೆದುರು ಪರಸ್ಪರ ನಗ್ನರನ್ನಾಗಿ ನೋಡಿಕೊಳ್ಳೊ ಇಬ್ಬರು ವ್ಯಕ್ತಿಗಳಿರ್ತೀವೆ. ಶೀಲ ಅನ್ನೋದು ನಮ್ಮ ಮನಃಸಾಕ್ಷಿ ವಿಶ್ವ, ಧರ್ಮಾತೀತವಾಗಿ, ಗಂಡಸರಿಗೆ ಇದು ಅರ್ಥವಾಗಲ್ಲ."

ವಿಶ್ವ ಅವಳಂದಿದ್ದನ್ನು ಕಲ್ಪಿಸಿಕೊಂಡ. ಎಷ್ಟು ಸತ್ಯ ಅನ್ನಿಸಿ ಅವಳ ಮೇಲೆ ಅಭಿಮಾನ ಮೂಡಿತು. ಆದರೆ ಕೊನೆಯ ಕೊಂಕು ಚುಚ್ಚಿದಂತಾಗಿ ಅದೇ ಮುನ್ನಲೆಗೆ ಬಂದು, "ಸಲೀನ ಇಲ್ಲಿ ಕ್ಷಣಕ್ಷಣಕ್ಕೂ ಕೋಟಿ ಕೋಟಿ ಅಲೆಗಳು ಹುಟ್ಟುತ್ತಿವೆ ಸಾಯುತ್ತಿವೆ. ನೋಡೋದಿಕ್ಕೆ ಎಲ್ಲ ಅಲೆಗಳೂ ಒಂದೇ ರೀತಿ ತೋರುತ್ತವೆ, ಆದರೆ

ಯಾವೊಂದು ಅಲೆಯೂ ಮತ್ತೊಂದು ಅಲೆಗೆ ಸಮವಿಲ್ಲ, ಆಕಾರದಲ್ಲಾಗಲಿ, ಆರ್ಭಟದಲ್ಲಾಗಲಿ. ಆವೇಗದಲ್ಲಾಗಲಿ" ಎಂದ. ತಾನಾಡಿದ್ದರ ಬಗ್ಗೆ ತನ್ನೊಳಗೆ ಶಂಕೆ ಅವನಲ್ಲಿ.

ತೆರೆದ ಮನಸ್ಸಿನ ವ್ಯಕ್ತಿತ್ವಗಳನ್ನು ಕಂಡರೆ ಸಲೀನಳಿಗೆ ರೋಮಾಂಚನವಾಗುತ್ತೆ. ಮಕ್ಕಳಿಗೆ ಪ್ರತಿಯೊಂದು ಪಾಠದಲ್ಲು ಸುಪ್ತವಾಗಿ ಅದನ್ನೆ ಹೇಳಿಕೊಡುವ ತನ್ನ ಅವಿರತ ಪ್ರಯತ್ನ ನೆನಪಾಗುತ್ತೆ. ತಾನು ಕಲಿಸಿಕೊಟ್ಟ ವಿದ್ಯೆಯಿಂದ ಬದಲಾಗಿದ್ದವರು ಎರಡು ಮೂರು ದಿನಗಳ ಮನೆಯ ಪಾಠಗಳಿಂದ ಮತ್ತದೇ ಹಳೆಯ ಚಾಳಿಗೆ ಮರಳುವುದು ಬೇಸರ ಹತಾಶೆ ಹುಟ್ಟಿಸುತ್ತೆ. ಪ್ರಜ್ಞೆಯಿಲ್ಲದೆ ಬೇಯುವುದರಲ್ಲಿ ಇಷ್ಟು ನೋವಿಲ್ಲವೇನೋ. ಪ್ರಜ್ಞೆಯಿದ್ದೂ ಬೇಯುವುದು ಭೀಕರ. ಯಾಕಾದರೂ ಟೀಚರ್ ಆದೆನೋ. ಎಲ್ಲ ನೆನಪಾಗಿ ಅವಳ ಕಣ್ಣುಗಳು ತೇವಗೊಂಡವು. ಬಂದಾಗಿಂದ ಅವಳಲ್ಲಿ ಆಗುತ್ತಿದ್ದ ಉದ್ವೇಗ ದುಗುಡ ಸಂತಸ ನಿರಾಸಕ್ತಿಗಳ ಏರಿಳಿತಗಳನ್ನು ಗಮನಿಸಿದ್ದ ವಿಶ್ವನಿಗೆ ಏನು ಮಾಡುವುದು ತೋಚಲಿಲ್ಲ. ಇವಳು ಮಹಾ ದುರಂತವನ್ನೆ ಬದುಕಿರುವಂತಿದೆ ಅಂದುಕೊಂಡ. ಆ ಕ್ಷಣದಲ್ಲಿ ಅವಳನ್ನು ಸಂತೈಸಬೇಕೆನಿಸಿದರೂ ಮುಟ್ಟುವುದಕ್ಕೆ ಹಿಂಜರಿಕೆ. ಯಾರಾದರೂ ತನ್ನ ಪರವಾಗಿ ಇವಳನ್ನು ಸಂತೈಸಬಾರದೆ ಎನಿಸಿ ಮನಸ್ಸೊಳಗೆ ಕಡಲಿನತ್ತ ಕೈ ಮುಗಿದ. ಸಹಸ್ರ ಅಲೆಗಳು ಅವಳ ಕಣ್ಣೊರೆಸಲೆಂದೆ ಓಡಿಬರುತ್ತಿರುವಂತೆ ಭಾಸವಾಯಿತು.

ಅವಳೇ ಕಣ್ಣೊರೆಸಿಕೊಂಡು, "ಬಾ ಹೋಗುವಾ" ಎಂದು ಎದ್ದು ನಿಂತು ಅವನ ಕೈ ಹಿಡಿದು ಬಂಡೆ ಇಳಿಸಿದಳು.

ಇಬ್ಬರೂ ತೀರದ ಜಂಗುಳಿಯೊಳಗೆ ಕಲೆತು ನೀರಿಗಿಳಿದರು. ಅವಳಿಗೆ ನೀರೆಂದರೆ ಭಯ. ಒಂದು ಕೈಯಲ್ಲಿ ಅವನ ಭುಜವನ್ನು ಭದ್ರವಾಗಿ ಹಿಡಿದು ಇನ್ನೊಂದು ಕೈನಲ್ಲಿ ಸೀರೆ ಹಿಡಿದಿದ್ದಳು. ಮೆಲ್ಲ ಮೆಲ್ಲಗೆ ಅವನು ಅವಳನ್ನು ನೀರಿನಾಳಕ್ಕೆ ಇಳಿಸುತ್ತಿರಲು ಆಕೆ ಇಷ್ಟಿಷ್ಟೇ ಸೀರೆ ಮೇಲೆತ್ತುತ್ತಾ ಹೋದಳು. ಅವಳ ಸುಪುಷ್ಟ ಮೀನ ಖಂಡಗಳು, ಬೆಳ್ಳಗಿರುವ ಮಂಡಿ, ತುಂಬಿರುವ ತೊಡೆಗಳು, ಗೋಚರಿಸುತ್ತ ಹೋದಂತೆಲ್ಲ ಅವನ ಕೈ ನಡುಗಲಾರಂಭಿಸಿದವು. ಗಂಟಲು ಕಟ್ಟಿದಂತಾಯಿತು. ಆಳ ಹೆಚ್ಚಾದಂತೆ ನೀರು ಅವಳನ್ನು ತೇಲಿಸಲಾರಂಭಿಸಿತು. ಅವಳು ಭುಜದ ಹಿಡಿತ ಬಿಗಿಗೊಳಿಸಲು ಅವನು ಅವಳನ್ನು ನಿಲ್ಲಿಸಿ ಕೆನ್ನೆಗೆ ತೆಳುವಾದ ಮುತ್ತನಿಟ್ಟ. ಆಕೆ ಸೀರೆ ಕೈ ಬಿಟ್ಟಳು. ಅದು ಹೂವಂತೆ ಅರಳಿ ನೆನೆದು ನೀರಿಗಿಳಿಯಿತು. ಸಂಜೆಯ ಮಬ್ಬಿನಲಿ ಯಾರೂ ಅವರನ್ನು ಗಮನಿಸಿರಲಿಲ್ಲ. ಅವಳಿಗೆ ಇದು ಅನಿರೀಕ್ಷಿತ. ಹೇಗೆ ಪ್ರತಿಕ್ರಿಯಿಸಬೇಕೆಂಬುದೆ ತಿಳಿಯಲಿಲ್ಲ. ಕಣ್ಣರಳಿಸುವಳು. ಕೆನ್ನೆ ಹಿಗ್ಗುವುದು. ತುಟಿ ತೆರೆಯುವಳು. ಧ್ವನಿ ಹೊರಡದು. ಭಾವತರಂಗವೊಂದೇ ಪ್ರಾಮಾಣಿಕ.

ಹುಣ್ಣಿಮೆ ಚಂದಿರನ ಬೆಳಕಿಗೆ ಮಿನುಗುವ ಸಾಗರದಂತೆ ಅವಳ ಮೊಗ ಹೊಳೆಯುತ್ತಿತ್ತು.

ಸಾವರಿಸಿಕೊಂಡು ಅವನ ದೃಷ್ಟಿಯೊಳಗೆ ತನ್ನ ದೃಷ್ಟಿ ನೆಟ್ಟು, "ನನಗೆ ಸರಳಾ ಹೆಸರು ಇಷ್ಟ" ಎಂದಳು.

"ಬೇಡ, ನಿನಗೆ ಸಲೀನಾ ಹೆಸರೇ ಚೆಂದ" ಎಂದನು ವಿಶ್ವ.

ಇಬ್ಬರಿಗೂ ಒದ್ದೆಯಾಗುವುದು ಖಚಿತವಾಗಿ ಕತ್ತಲಾಗುವವರೆಗೆ ಮನಸೋ ಇಚ್ಛೆ ನೀರಿನಲ್ಲಿ ಆಡಿದರು. ನೀರಿನಿಂದ ಹೊರಬಂದ ಕೂಡಲೇ ಆ ಬಡಪೆಟ್ಟಿಗೆ ಅಂಗೈಯಲ್ಲಿ ಮುತ್ತುಗಳನ್ನು ಹಿಡಿದು ಇವರಿಗೆ ಎದುರಾದ. ವಿಶ್ವ ಅವನಿಂದ ನಾಲ್ಕು ಭಿನ್ನ ಭಿನ್ನ ಹವಳಗಳನ್ನು ಪಡೆದು ಐನೂರರ ನೋಟನ್ನು ಕೈಗಿತ್ತು ಸಲೀನಾಳತ್ತ ತೋರಿಸಿದ. ಅವಳು ಒಂದೊಂದಾಗಿ ಹವಳಗಳನ್ನು ಹೆಕ್ಕಿ ಸೆರಗಿನಲ್ಲಿಟ್ಟು ಗಂಟು ಬಿಗಿದಳು.

* * *

ಸಂತೇಪೇಟೆಯ ಪೋಲೀಸ್ ಠಾಣೆಯಲ್ಲಿ ಇನ್‌ಸ್ಪೆಕ್ಟರ್ ತಿಮ್ಮಯ್ಯನವರ ಎದುರು ರಂಗನಾಥಪ್ಪ-ಅನ್ನಪೂರ್ಣಮ್ಮ, ಇಸ್ಮಾಯಿಲ್-ರಜೀನಾ ದಂಪತಿಗಳು ಕೈಕಟ್ಟಿ ಕುಳಿತಿದ್ದರು. ತಡರಾತ್ರಿ ಹನ್ನೆರಡು ಗಂಟೆಯಿರಬಹುದು. ರಂಗನಾಥಪ್ಪನ ಪುತ್ರನಾದ ವಿಶ್ವನ ಕಂಪನಿಯಲ್ಲಿ ಸಮಾನ ಮನಸ್ಕರು ಒಂದುಗೂಡಿ ಹಳ್ಳಿಯಲ್ಲಿರುವ ಸರ್ಕಾರಿ ಶಾಲೆಗಳಿಗೆ ಉಚಿತವಾಗಿ ಪುಸ್ತಕ ಪೆನ್ನು ಇತ್ಯಾದಿ ವಸ್ತುಗಳನ್ನು ಹಂಚುವ ಕಾರ್ಯಕ್ರಮವನ್ನು ಹಮ್ಮಿಕೊಂಡಿದ್ದರಂತೆ. ಅದರ ಸಲುವಾಗಿ ಎರಡು ದಿನಗಳ ಹಿಂದೆ ಪಕ್ಕದ ಹಳ್ಳಿಗೆ ಬೆಂಗಳೂರಿಂದ ಬಂದಿದ್ದರಂತೆ. ಅದೇ ಶಾಲೆಯಲ್ಲಿ ಸಲೀನ ಎಂಬ ಹುಡುಗಿ ಕನ್ನಡ ಶಿಕ್ಷಕಿ. ಸಂಜೆ ಕಾರ್ಯಕ್ರಮ ಮುಗಿಯುವಷ್ಟರಲ್ಲಿ ಇಬ್ಬರೂ ನಾಪತ್ತೆ. ಸಂಗತಿ ಜಗಜ್ಜಾಹೀರಾಗಿಬಿಡುವುದೆಂಬ ಆತಂಕದಿಂದ ಇಸ್ಮಾಯಿಲರು ಮನೆಯೊಳಗೆ ಬಾಗಿಲು ಬಡಿದುಕೊಂಡು ಮನೆಯ ಹೆಂಗಸರನ್ನೆಲ್ಲ ತರಾಟೆಗೆ ತೆಗೆದುಕೊಂಡಿದ್ದರು. ತಾವೂ ಅತ್ತಿದ್ದರು. ಯಾವಾಗ ರಂಗನಾಥಪ್ಪನವರಿಗೆ ಮಗ ಕಾಣೆಯಾದ ಸುದ್ದಿ ಮುಟ್ಟಿತೋ, ಗಂಡ ಹೆಂಡತಿ ಬೆಂಗಳೂರಿಂದ ಓಡೋಡಿ ಬಂದು ಠಾಣೆಯ ಮೆಟ್ಟಿಲೇರಿದ್ದರು. ಇಸ್ಮಾಯಿಲ ದಂಪತಿ ಠಾಣೆಗೆ ಬಂದದ್ದು ಹೀಗೆ.

ವಿಶ್ವ ಏನೂ ತಿಳಿಯದಿರುವ ಹುಡುಗ, ಆ ಹುಡುಗಿಯೇ ಏನೋ ರಂಗಿನಾಟ ನಡೆಸಿದ್ದಾಳೆ ಎನ್ನುವುದು ಅನ್ನಪೂರ್ಣಮ್ಮನ ವಾದ. ರಂಗನಾಥಪ್ಪ ಹೈಕೋರ್ಟಿನ ಹಿರಿಯ ನ್ಯಾಯವಾದಿಯಾದರೂ ಅವರ ವಾದ ಕೋರ್ಟಿನಲ್ಲಷ್ಟೇ, ಮಡದಿ ಎದುರಲ್ಲ. ಸಣ್ಣ ಮಕ್ಕಳ ಹೆಸರು ಹೇಳಿಕೊಂಡು ಬಂದು ಬಡವರ ಮನೆ ಹುಡುಗಿಗೆ ಏನೋ ಆಮಿಷವೊಡ್ಡಿ ಲಪಟಾಯಿಸಿದ್ದಾನೆ ಈ ಹುಡುಗ, ಇನ್ನು ನಮ್ಮ ಮರ್ಯಾದೆ ಗತಿ

ಏನು ಎನ್ನುವುದು ರಜೀನಾರ ಗೋಳು. ಇಸ್ಮಾಯಿಲರ ಒಳಗೆ ಸಿಕ್ಕಿದರೆ ಕತ್ತರಿಸಿ ಬಿಡುವಂತಹ ಕೊತಕೊತನೆ ಕುದಿಯುತ್ತಿರುವ ಸಿಟ್ಟು. ಕೇಸು ದಾಖಲಿಸಿಕೊಂಡ ತಿಮ್ಮಯ್ಯ ಇಸ್ಮಾಯಿಲರನ್ನು ಮನೆಗೆ ಕಳಿಸಿ ರಂಗನಾಥಪ್ಪನವರಿಗೆ ಇರುವುದರಲ್ಲೇ ಸ್ವಚ್ಛವಾಗಿರುವ ಹೋಟೆಲು ರೂಮೊಂದರ ವ್ಯವಸ್ಥೆ ಮಾಡಿದರು.

ತಿಮ್ಮಯ್ಯನವರಿಗೆ ಮುಖ್ಯವಾಗಿ ವಿಷಯ ಪತ್ರಕರ್ತರಿಗೆ ತಲುಪದಂತೆ ಗೌಪ್ಯತೆ ಕಾಪಾಡಬೇಕಿತ್ತು. ಏಕೆಂದರೆ ಆ ಪಟ್ಟಣದಲ್ಲಿ ಎರಡೂ ಕಡೆಯವರು ಸಮಸಂಖ್ಯೆ ಯಲ್ಲಿದ್ದರು. ಯಾರೂ ಹೆಚ್ಚಿಲ್ಲ, ಯಾರೂ ಕಡಿಮೆಯಿಲ್ಲ. ಅವರ ಆತಂಕವನ್ನು ಗ್ರಹಿಸಿದ ಕಾನ್ಸ್ಟೇಬಲ್ ನರಸಿಂಹಯ್ಯ "ಅಯ್ಯೋ ಬಿಡೀ ಸಾರ್, ಇದರಲ್ಲೇನು ವಿಶೇಷ, ಅವನ ಹತ್ತಿರ ದುಡ್ಡಿತ್ತು, ಇವಳಿಗೆ ವಯಸ್ಸಿತ್ತು. ಕಾವು ಇಳಿಯೋಕೆ ಮೂರು ದಿನ" ಎಂದು ವ್ಯಂಗ್ಯವಾಗಿ ನಕ್ಕಿದ್ದರು.

ಮರುದಿನ ಎರಡೂ ಕಡೆಯವರು ಠಾಣೆಗೆ ಬಂದಾಗ ಅಲ್ಲಿ ಇನ್ಸಪೆಕ್ಟರ್ ಇರಲಿಲ್ಲ. ನರಸಿಂಹಯ್ಯ ಡ್ಯೂಟಿ ಮುಗಿಸಿ ಮನೆಗೆ ಹೊರಡುವ ಭರದಲ್ಲಿದ್ದರು. ಇನ್ಸಪೆಕ್ಟರ್ ಬಗ್ಗೆ ವಿಚಾರಿಸಿದ್ದಕ್ಕೆ ಅವರು ನಿನ್ನೆ ರಾತ್ರಿಯೇ ಕನ್ಯಾಕುಮಾರಿಗೆ ತೆರಳಿರುವುದು ತಿಳಿದು ಬಂತು. ಇವರಿಗೆ ಗಾಬರಿ. ಏನು ಅನಾಹುತವಾಗಿದೆಯೋ ಏನೋ. ಇವರು ರಾತ್ರಿ ಸ್ಟೇಶನ್ನು ಬಿಟ್ಟ ಕೂಡಲೇ ಕನ್ಯಾಕುಮಾರಿ ಸ್ಟೇಶನ್ನಿನಿಂದ ಆತ್ಮಹತ್ಯೆ ಪ್ರಕರಣ ಸಂಬಂಧಿತ ಫೋನ್ ಬಂದಿತ್ತಂತೆ. ಏನಾಗಿದೆಯೆಂದು ವಿವರ ಕೇಳಲು ನರಸಿಂಹಯ್ಯನವರು ಹೇಳಿದ್ದಿಷ್ಟು.

ಪ್ರಣಯ ಪಕ್ಷಿಗಳು ಹಿಂದಿನ ರಾತ್ರಿ ತಂಗಲು ಒಂದೊಂದು ದಿಕ್ಕಿನಲ್ಲಿ ಒಬ್ಬೊಬ್ಬರು ಹೋಟೆಲ್ಲಿಗಂತ ಬೀದಿಗಳಲ್ಲಿ ಅಲೆಯುತ್ತಿದ್ದರಂತೆ. ಕನ್ಯಾಕುಮಾರಿಯಲ್ಲಿ ಒಬ್ಬನೇ ಯಾತ್ರಿಗೆ ಉಳಿದುಕೊಳ್ಳಲು ಬಾಡಿಗೆ ಕೊಡುವುದು ಕಾನೂನುಬಾಹಿರ. ಬಹಳಷ್ಟು ಮಂದಿ ಕನ್ಯಾಕುಮಾರಿ ಆತ್ಮಹತ್ಯೆಗೆ ಪ್ರಶಸ್ತವಾದ ಸ್ಥಳವೆಂಬ ಹಣೆಪಟ್ಟಿ ಕಟ್ಟಿ ಈ ಲೋಕವನ್ನು ತ್ಯಜಿಸಿದ್ದರು. ಕಾರಣಗಳು ನೂರಾರು ಇರಬಹುದು. ಆಸ್ತಿಕರಿಗೆ ಅದು ವಿವೇಕಾನಂದರಂಥವರಿಗೆ ಮೋಕ್ಷ ಸಿಕ್ಕಿದ ಪವಿತ್ರ ಸ್ಥಳವೆನಿಸಿರಬಹುದು. ಆಧ್ಯಾತ್ಮಿಕರಿಗೆ ಮೂರೂ ಸಮುದ್ರಗಳು ಮಿಲನಗೊಳ್ಳುವ ಭೂಮಿಯ ತುತ್ತತುದಿಯೆಂಬ ಮೋಹವಿರಬಹುದು. ನಾಸ್ತಿಕರಿಗೆ ಅಲ್ಲಿ ಮುಳುಗಿ ಅಂಟಾರ್ಟಿಕಾದಲ್ಲಿ ತೇಲಿ ಹೊಸ ಜೀವನ ಪ್ರಾರಂಭಿಸುವ ಮಹದಾಸೆಯಿದ್ದಿರಬಹುದು. ಇದೇ ಕಾರಣದ ಸಲುವಾಗಿ ಇವರಿಬ್ಬರಿಗೂ ಯಾರೂ ರೂಮು ಕೊಡಲು ಮುಂದೆ ಬಂದಿರಲಿಲ್ಲ. ಹೀಗೆ ರಾತ್ರಿಯಿಡೀ ಏಕಾಂಗಿಯಾಗಿ ಅಲೆಯುತ್ತಿರಲು ಪೋಲೀಸರಿಗೆ ಅನುಮಾನ ಬಂದು ಇಬ್ಬರನ್ನೂ ಬೇರೆ ಬೇರೆ ಸ್ಥಳಗಳಲ್ಲಿ ಬಂಧಿಸಿ ಠಾಣೆಗೆ ತಂದು ಕೂರಿಸಿದ್ದರು. ಸರಿಸುಮಾರು ಅದೇ ಸಮಯದಲ್ಲಿ ಇತ್ತ ರಂಗನಾಥಪ್ಪ ಸಂತೇಪೇಟೆ ಸ್ಟೇಷನ್ನಿಗೆ

ಬಂದದ್ದು. ವಿಶ್ವ ಹಾಗು ಸಲೀನ ಸಂಜೆ ಸಮುದ್ರ ತೀರದಿಂದ ಹಿಂದಿರುಗಿದ ನಂತರ ಒಂದು ಶುಭಸಂಕಲ್ಪ ಮಾಡಿ ವಿಶ್ವ ತನ್ನ ತಂದೆಗೆ ವಿಷಯವನ್ನು ಮುಟ್ಟಿಸುವುದೆಂದೂ ಆ ರಾತ್ರಿಯನ್ನು ಇಬ್ಬರೂ ಪ್ರತ್ಯೇಕ ಕೋಣೆಗಳಲ್ಲಿ ಕಳೆಯುವುದೆಂದೂ ನಿರ್ಧರಿಸಿದ್ದರು. ಖಾತ್ರಿ ಮಾಡಿಕೊಳ್ಳಲೆಂದು ಪೋಲೀಸರು ಹುಡುಗಿಯ ಊರಿನ ವ್ಯಾಪ್ತಿಯ ಠಾಣೆಗೆ ಫೋನಾಯಿಸಿದ್ದರು.

ಇವರಿಬ್ಬರ ಮುಂದಿನ ಕಥೆಯನ್ನು ಕಾಲ ಯಾವ ದಿಕ್ಕಿಗೆ ಬೇಕಾದರೂ ತಿರುಗಿಸಬಹುದು. ಆದರೆ ನರಸಿಂಹಯ್ಯನವರಿಗೆ ಮಾತ್ರ ಈ ವಿದ್ಯಮಾನ ಬಹಳ ಬೇಸರ ತರಿಸಿದ್ದು ವಿಚಿತ್ರ ಸಂಗತಿ. “ಅಲ್ರೀ ಆ ಹುಡುಗೀದು ಇದೇ ಫಸ್ಟ್ ಟ್ರಿಪ್ ಏನು ಅಲ್ವಂತೆ. ನಮ್ಮ ಸಾಹೇಬ್ರು ನಿಮ್ಮಗನ್ನ ಏನಪ್ಪ ಹಿಂಗೆ ಅಂತ ಕೇಳಿದರೆ, ನಂಗೊತ್ತಿದೆ ಅಂತಾನಂತೆ. ಏನ್ರೀ ಕರ್ಮ ಇದು?” ಎಂಬ ತಮ್ಮ ಕಾಳಜಿಯನ್ನು ಕನಿಷ್ಠ ತನ್ನ ಸಹೋದ್ಯೋಗಿಯೋ ಚಾ ಕುಡಿಯೋ ಅಂಗಡಿಯವನ ಬಳಿಯೋ ಹಂಚಿಕೊಳ್ಳದೆ ಖುದ್ದು ಹೆತ್ತವರ ಎದುರೆ ತೋಡಿಕೊಂಡು ಬಹಳ ದೊಡ್ಡತನ ಮೆರೆದರು.

ಮೊಗವೀರ ಸ್ಪರ್ಧೆ–ಮೆಚ್ಚುಗೆ ಕತೆ, ೨೦೧೭

ನಿಜಗುಣ ದರ್ಶನ

ಈಗಷ್ಟೇ ತನ್ನ ಪೋಷಕರೊಂದಿಗೆ ಒಬ್ಬ ವ್ಯಕ್ತಿ ನನ್ನ ಏಜೆನ್ಸಿಗೆ ಬಂದಿದ್ದ. ಹೆಸರು ಪೂರ್ಣಚಂದ್ರ. ವಯಸ್ಸು ಇಪ್ಪತ್ತೈದರ ಆಸುಪಾಸು. ಈ ವಯಸ್ಸಿಗೇ ಅಂತರ್ಜಾಲದ ಮೂಲಕ ಆಹಾರ ಸರಬರಾಜು ಮಾಡುವ ಸಪ್ಲೈ ಚೈನ್ ಕಂಪನಿ ಆರಂಭಿಸಿ ಕೋಟ್ಯಂತರ ರೂಪಾಯಿ ಗಳಿಸಿದ್ದ. ಮನೆಯಲ್ಲೇನೋ ಕ್ಷುಲ್ಲಕ ಕಾರಣಕ್ಕೆ ಜಗಳ. ಮಾತಿಗೆ ಮಾತು ಬೆಳೆದು ಅವನ ತಾಯಿ, "ನಾನು ಹೆತ್ತ ಮಗನಾಗಿದ್ದರೆ ನೀನು ಹೀಗೆಲ್ಲ ಅಂತಿರಲಿಲ್ಲ" ಅಂದು ಬಿಟ್ಟರಂತೆ. ಎರಡು ದಶಕ ಒಡಲಲ್ಲೇ ಹುದುಗಿಸಿದ್ದ ಸತ್ಯವೊಂದು ಅರುಳುಮರುಳಾಗುವ ಇಳಿವಯಸ್ಸಲ್ಲಿ ಬಯಲಾಗಿತ್ತು. ಜಗಳವೇನೋ ಮುಗಿದಿತ್ತು. ಆದರೆ, ಮಗನಿಗೆ ತನ್ನ ಜನ್ಮದಾತರು ಯಾರೆಂದು ತಿಳಿಯುವ ಹುಚ್ಚು. ನನ್ನ ವೃತ್ತಿಜೀವನದಲ್ಲಿ ಇಂತಹ ನೂರಾರು ಪ್ರಕರಣಗಳನ್ನು ಭೇದಿಸಿರುವೆನಾದರೂ ಇದು ಮಾತ್ರ ಬಿಡಿಸಲಾಗದ ಕಗ್ಗಂಟಾಗಿದೆ. ಕಾರಣ, ಅವರು ಬಿಟ್ಟು ಹೋಗಿರುವ ಸುಳಿವುಗಳು. ಅಕ್ಷರಶಃ ಸೊನ್ನೆ.

ಅವನ ಪೋಷಕರು ತೊಂಭತ್ತರ ದಶಕದಲ್ಲಿ ಹಿರಿಯೂರಿನ ಹೈವೇ ಬಳಿ ಡಾಬಾ ಹೋಟೆಲು ನಡೆಸುತ್ತಿದ್ದರಂತೆ. ವ್ಯಾಪಾರ ಕ್ಷೀಣಿಸಿ ತುಂಬಾ ನಷ್ಟ ಅನುಭವಿಸಿ ಮೂಲವೃತ್ತಿ ವ್ಯವಸಾಯಕ್ಕೆ ಮರಳುವ ಸಿದ್ಧತೆಯಲ್ಲಿದ್ದರಂತೆ. ಒಂದು ಸಂಜೆ ಲಾರಿಯೊಂದು 'ಚಾಯ್' ಕುಡಿಲಿಕ್ಕೆ ಅಂಗಡಿ ಮುಂದೆ ನಿಲ್ಲಿಸಿತ್ತಂತೆ. ಹೊರಡುವ ಮೊದಲು ಕ್ಲೀನರ್ ರೂಢಿಯಂತೆ ಹಗ್ಗ ಬಿಗಿ ಮಾಡಲು ಟ್ರೈಲರ್ ಹತ್ತಿದನಂತೆ. ಟಾರ್ಪಲ್ಲಿನ ಅಡಿಯಲ್ಲಿ ಹಸುಗೂಸೊಂದು ಸೊಗಸಾದ ಹೊದಿಕೆಯಲ್ಲಿ ಬೆಚ್ಚಗೆ ನಿದ್ರಿಸುತ್ತಿರುವುದು ಕಂಡಿತಂತೆ. ಎಲ್ಲಿಂದ

ಬಂತು ಹೇಗೆ ಬಂತು, ತಿಳಿಯದು. ಅವರೋ, ರಾಜಸ್ಥಾನದಿಂದ ಬಂದಿದ್ದವರು. ಇವರಿಗೆ ವಿಷಯ ಮುಟ್ಟಿಸಿದರಂತೆ. ಇವರಿಗೂ ಇದ್ದದ್ದು ಒಬ್ಬಳೇ ಪುಟ್ಟ ಮಗಳು. ಗಂಡು ಮಗುವೊಂದು ಇರಲಿ ಬಿಡು ಎಂದು ಮಗುವನ್ನು ತಮ್ಮ ಸುಪರ್ದಿಗೆ ತೆಗೆದುಕೊಂಡರಂತೆ. ಇಷ್ಟು ಕಥೆ. ಇವರು ಅನಕ್ಷರಸ್ಥರು. ದಿನಾಂಕ, ಲಾರಿ ನಂಬರ್‌ಗಳಂತಹ ಗುರುತು-ಪರತು ಏನೂ ದಾಖಲಿಸಿಕೊಂಡಿಲ್ಲ. ಅದೆಲ್ಲಾ ಹೋಗಲಿ, ಅವನ ಅಮ್ಮ, ತಂದೆ-ಮಗ ಅತ್ತ ಹೋದ ಕೂಡಲೇ ನನ್ನ ಕೈಹಿಡಿದು, "ಸಾಮೀ, ಇವನು ನನ್ನ ಪಾಲಿನ ಐಶ್ವರ್ಯ. ನೀವು ಇವನನ್ನು ಕಸಿದುಕೊಂಡು ನಮ್ಮನ್ನು ಬಡವರನ್ನಾಗಿಸಬೇಡಿ" ಎಂದು ಕೈಮುಗಿದು ಗೋಗರೆದಳು. ಅಫ್ ಕೋರ್ಸ್, ಕೋಟ್ಯಂತರ ವಹಿವಾಟಿನ ಕಂಪನಿ ನಡೆಸುತ್ತಿದಾನೆ, ಐಶ್ವರ್ಯ ಅಲ್ಲದೆ ಇನ್ನೇನು. ಇವರೇನು ನನ್ನನ್ನು ಸಿನಿಮಾ ಸೆಂಟಿಮೆಂಟುಗಳಿಗೆ ಸೊಪ್ಪು ಹಾಕುವ ಮೂರ್ಖನೆಂದುಕೊಂಡಿರುವರಾ ಹೇಗೆ?

ಮುಂದೇನು? ನನಗಂತೂ ತಲೆ ಬಿಸಿಯಾಗಿದ್ದು ಬಿಟ್ಟರೆ ಏನೊಂದೂ ಹೊಳೆಯಲಿಲ್ಲ. ಅಲ್ಲದೆ ಕಹಿ ಅರಿವೊಂದು ಮೂಡಿತ್ತು. ಇದು ಕಾಣೆಯಾದ ಮಗುವಿನ ಕೇಸಲ್ಲ. ಬೇಕಂತಲೇ ತೊರೆದಿರುವ ಕೇಸು. ಇವನು ಹೆತ್ತವರಿಗೆ ಬೇಡವಾದ ಕೂಸು. ಹುಡುಕುವುದು ನಿಷ್ಪ್ರಯೋಜಕ. ಅಲ್ಲಿಗೆ ವಿಷಯವನ್ನು ಕೈಬಿಟ್ಟೆ.

ಮಾರನೇ ದಿನ ಮೂವರೂ ಮತ್ತೆ ಬಂದರು. ಏನಾದರೂ ಗೊತ್ತಾಯ್ತಾ? ಕೇಳಿದರು. ಏನು ಗೊತ್ತಾಗುವುದು, ಮಣ್ಣು. ಸುಮ್ಮನೇ ಚಂದ ಹೆಸರು ಚಂದ ಮುಖ ಇದ್ದ ಮಾತ್ರಕ್ಕೆ ನೀನು ಊರಿಗೆಲ್ಲಾ ಫೇಮಸ್ಸೇನಯ್ಯಾ ಅಥವಾ ನಿನ್ನ ಹೆತ್ತವರು ಫೇಮಸ್ಸಾ ಎಂದು ಬಯ್ದೆ. ನನ್ನ ಅಸಹಾಯಕತೆ ಸಿಟ್ಟಾಗಿ ಮಾರ್ಪಟ್ಟಿತ್ತು. ಇದ್ದಕಿದ್ದಂತೇ ಒಂದು ಪ್ರಶ್ನೆ ಹೊಳೆದು "ಅದು ಸರಿ, ಹಳ್ಳಿಯವರು ಅಂತೀರ ನಿನಗೆ ಈ ಹೆಸರಿಟ್ಟವರು ಯಾರು?" ಕೇಳಿದೆ. ಅವನು ಅವರತ್ತ ತಿರುಗಿದ. ಮಗು ಸಿಕ್ಕಿದ್ದು ಸಹಜವಾಗಿ ಅಕ್ಕಪಕ್ಕ ಸುದ್ದಿಯಾಗಿ ಸಾಕಷ್ಟು ಜನ ಸೇರಿದ್ದರಂತೆ. ಅವರಲ್ಲಿ ಯಾರೋ ಹಿರಿಯರೊಬ್ಬರು ಈ ಹೆಸರು ಸೂಚಿಸಿದರಂತೆ.

ನನಗನ್ನಿಸಿದ್ದು ಬಹುಶಃ ಹೆಸರಿಟ್ಟ ಹಿರಿಯರು ಸಾಹಿತ್ಯಪ್ರಿಯರಿರಬೇಕು. ಸಂಜೆ ಸಮಯ ಬೇರೆ. ಹುಣ್ಣಿಮೆಯಿದ್ದರೂ ಇರಬಹುದು, ಊಹೆಯಷ್ಟೇ. ನಿಧಾನವಾಗಿ ಕೇಸು ಆಸಕ್ತಿದಾಯಕವಾಗಿ ತೋರಲಾರಂಭಿಸಿತು. ತುಸು ಬೆವರು ಸುರಿಸಿದರೆ ನಷ್ಟವೇನಲ್ಲ, ಹೆತ್ತವರಿಂದಲೇ ತಿರಸ್ಕೃತವಾದ ಅನಾಥ ಮಗುವೊಂದು ದೊಡ್ಡವನಾಗಿ ಇಷ್ಟೆಲ್ಲ ಸಾಧಿಸಿದ್ದಾನೆ, ಅದೂ ರಸ್ತೆ ಬದಿ ಡಾಬಾ ನಡೆಸುವ ಅನಕ್ಷರಸ್ಥ ಪೋಷಕರ ನೆರಳಲ್ಲಿ ಬೆಳೆದು! ಇಂಟರೆಸ್ಟಿಂಗ್. ಇದನ್ನು ಹೇಗಾದರೂ ಮಾಡಿ ಕಂಡುಹಿಡಿಯಬೇಕು, ನನಗೆ ನಾನೇ ಪಂಥ ಕಟ್ಟಿಕೊಂಡೆ.

ನನ್ನ ಮೆದುಳು ಚುರುಕಾಯಿತು. ಸಾಲು ಸಾಲಾಗಿ ಪೂರಕ ಪ್ರಶ್ನೆಗಳು ಹುಟ್ಟಿಕೊಂಡವು. "ನೀವು ನೋಡಿದಾಗ ಮಗುವಿನ ಸ್ಥಿತಿ ಹೇಗಿತ್ತು? ಬಳಲಿತ್ತೇ? ಅಳುತ್ತಿತ್ತೇ?", ವಿಚಾರಿಸಿದೆ. "ಇಲ್ಲ, ಮಗು ಸೊಂಪಾದ ನಿದ್ರೆಯಲ್ಲಿತ್ತು. ಎಚ್ಚರ ಗೊಂಡಾಗ ಅಳಹತ್ತಿತು, ಹಾಲು ಕುಡಿಸಿದೆವು", ಅವರೆಂದರು. "ಸುಮಾರು ಎಷ್ಟು ಹೊತ್ತು ಮಲಗಿತ್ತು?", ಮರುಪ್ರಶ್ನೆ ಹಾಕಿದೆ. "ಜ್ಞಾಪಕವಿಲ್ಲ ಸರ್, ಬಹಳ ಹೊತ್ತೇನಿಲ್ಲ", ಅವರು ಕೈಚೆಲ್ಲಿ ಕೂತರು.

ಕ್ಲೀನರು ಅದಕ್ಕೂ ಮುನ್ನ ಟ್ರೈಲರನ್ನು ಯಾವಾಗ ಪರೀಕ್ಷಿಸಿರಬಹುದು? ಯೋಚಿಸಿದೆ. ಕನಿಷ್ಠವೆಂದರೂ ಮಧ್ಯಾಹ್ನವಿರಬಹುದು. ಇಲ್ಲದಿದ್ದಲ್ಲಿ ಅದಕ್ಕೂ ಮೊದಲೇ ಮಗು ಎದ್ದು ರಂಪ ಮಾಡಿರುತ್ತಿತ್ತು. ಮಗು ಇವರಿಗೆ ಕಂಡಾಗ ಸಂಜೆ ಐದರಿಂದ ಆರರ ಸಮಯವಿರಬಹುದು. ಅಂದಮೇಲೆ ಲಾರಿ ಅಲ್ಲಿ ತಲುಪುವ ಮೊದಲು ಮೂರು ನಾಲ್ಕು ತಾಸಿನ ಮಾರ್ಗ ಕ್ರಮಿಸಿರಬಹುದು.

ಹಿರಿಯೂರಿನ ಮೂಲಕ ಹಾದು ಹೋಗುವುದು ರಾಷ್ಟ್ರೀಯ ಹೆದ್ದಾರಿ ನಾಲಕ್ಕು. ಇದು ಪುಣೆಯಿಂದ ಬರುವ ಮಾರ್ಗ. ಆಗಿನ ಕಾಲದ ರಸ್ತೆಗಳಲ್ಲಿ ಲಾರಿಗಳ ವೇಗ ಸರಾಸರಿ ನಲವತ್ತು. ನಾಲ್ಕು ತಾಸಿಗೆ ಅಂದಾಜು ನೂರೈವತ್ತು ಕಿಲೋಮೀಟರುಗಳಷ್ಟು ದೂರ. ಪಕ್ಕಾ ಹಾವೇರಿ-ರಾಣಿಬೆನ್ನೂರು ಪಟ್ಟಣಗಳ ನಡುವೆಯೇ ಎಲ್ಲಿಯೋ ಮಗುವನ್ನು ಲಾರಿಯಲ್ಲಿ ಇರಿಸಿಲಾಗಿದೆ.

ಸದ್ಯಕ್ಕೆ ನನಗೆ ಅವರ ತೀಕ್ಷ್ಣ ನೋಟಗಳಿಂದ ತಪ್ಪಿಸಿಕೊಳ್ಳಬೇಕಿತ್ತು. ಫಲಪ್ರದವಾಗಿ ಯೋಚಿಸಬೇಕೆಂದರೆ ಏಕಾಂತ ಅತ್ಯಗತ್ಯ. ಮತ್ತೆ ಕರೆ ಮಾಡಿದಾಗ ಬರಲು ತಿಳಿಸಿ ಅವರನ್ನು ಬೀಳ್ಕೊಟ್ಟೆ. ಒಂದು ವಿಷಯ ನಿಮ್ಮ ಗಮನಕ್ಕೆ ತರಬೇಕು, ಪತ್ತೇದಾರಿ ಕೆಲಸದಲ್ಲಿ ಅತಿ ಮುಖ್ಯ ಅಂಶಗಳೆಂದರೆ, ಸ್ಥಳ, ವೇಳೆ, ವ್ಯಕ್ತಿ. ಇಷ್ಟೇ. ಈ ಮೂರೂ ಗಂಟುಗಳನ್ನು ಬಿಡಿಸಿಬಿಟ್ಟರೆ, ಸಮಸ್ಯೆ ಬಗೆಹರಿದಂತೆಯೇ. ಪ್ರಸ್ತುತ ಒಗಟಿನಲ್ಲಿ ಸ್ಥಳದ ಬಗ್ಗೆ ಅಂದಾಜು ಸಿಕ್ಕಿದೆ. ವೇಳೆಯನ್ನು ಕಂಡುಹಿಡಿಯಬೇಕು.

ಉಪಾಯವೊಂದು ಹೊಳೆದು ಒಮ್ಮಲೇ ಆಫೀಸಿಂದ ಹೊರಗೆ ಓಡಿದೆ. ದುರದೃಷ್ಟವಶಾತ್, ಅವರಾಗಲೇ ಹೊರಟುಹೋಗಿದ್ದರು. ಮತ್ತೇನೋ ಹೊಳೆದು ತಿರುಗಿ ಆಫೀಸಿನೊಳಕ್ಕೆ ಓಡಿ ಬಂದೆ. ಫೋನಿತ್ತಲ್ಲ. ಚಿಂತೆಯೇಕೆ. ಪತ್ತೇದಾರಿ ವೃತ್ತಿಯೆಂದರೆ ಹೀಗೆ. ಕೆಲವೊಮ್ಮೆ ಕಗ್ಗಂಟುಗಳೇ ನಮ್ಮನ್ನು ಮಂಗ ಮಾಡಿ ಕುಣಿಸುತ್ತವೆ. ಎಚ್ಚರದಿಂದರಬೇಕು. ಸರಿ, ಪೂರ್ಣಚಂದ್ರನಿಗೆ ಫೋನಾಯಿಸಿ ಶಾಲೆಯಲ್ಲಿ ದಾಖಲಾಗಿರುವ ಅವನ ಹುಟ್ಟಿದ ದಿನಾಂಕ ಕೇಳಿದೆ. ಜನವರಿ ೧, ೧೯೭೩. ಇಲ್ಲಿ ಜನವರಿ ಒಂದರ ಬಗ್ಗೆ ಹೆಚ್ಚು ಸಮಯ ವ್ಯರ್ಥ ಮಾಡುವ ಅವಶ್ಯಕತೆಯಿಲ್ಲ. ನನ್ನ ಆಸಕ್ತಿಯಿದ್ದದ್ದು ಇಸವಿಯಲ್ಲಿ. ಪೂರ್ಣಚಂದ್ರ ತೊಂಭತ್ನಾಲ್ಕರಲ್ಲಿ ಪತ್ತೆಯಾಗಿ

ಅಂದಿಗೆ ಅವನ ವಯಸ್ಸು ಒಂದು ವರ್ಷವೆಂದು ಅವನ ಪಾಲಕರು ಪರಿಗಣಿಸಿ ಶಾಲೆಯಲ್ಲಿ ಹುಟ್ಟಿದ ವರ್ಷವನ್ನು ತೊಂಭತ್ಮೂರು ಎಂದು ಬರೆಸಿರುತ್ತಾರೆ. ಇದು ನಂಬುವಂತಹ ಮಾಹಿತಿ. ವಿಶೇಷವಾಗಿ ಹಳ್ಳಿಯವರಿಗೆ ಎಳೆ ಮಗುವಿನ ವಯಸ್ಸು ಅಂದಾಜು ಮಾಡುವ ಚಾಣಾಕ್ಷತೆ ಇದ್ದೇ ಇರುತ್ತದೆ.

೧೯೯೪ಳ, (ಹುಣ್ಣಿಮೆ ದಿನ), ಹಾವೇರಿ–ರಾಣಿಬೆನ್ನೂರು. ನನ್ನ ಕಿರುಪುಸ್ತಕದಲ್ಲಿ ಬರೆದಿಟ್ಟೆ. ಈ ಜಾಡಿನಲ್ಲೇ ಮುಂದುವರಿದು ಇನ್ನೂ ಹೆಚ್ಚು ಮಾಹಿತಿಯನ್ನು ಕಲೆಹಾಕಬೇಕು. ಏನು ಮಾಡುವುದು ತೋಚಲಿಲ್ಲ. ಒಂದು ವರ್ಷಕ್ಕೆ ಹನ್ನೆರಡರಿಂದ ಹದಿಮೂರು ಹುಣ್ಣಿಮೆಗಳಿರುತ್ತವೆ. ಅವುಗಳಲ್ಲಿ ನನಗೆ ಅವಶ್ಯವಿರುವುದು ಯಾವುದು? ಅದು ಗೊತ್ತಾದ ಮೇಲೂ ನಿರ್ದಿಷ್ಟ ದಿನವನ್ನು ಗುರುತಿಸುವುದು ಹೇಗೆ? ಬಹುಬೇಗ ಡೆಡ್‌ಎಂಡ್ ತಲುಪಿದ್ದೆ.

ಒಂದು ಕಗ್ಗಂಟು ತಲೆಹೊಕ್ಕಿತೆಂದರೆ ಬೇಕೆಂದರೂ ಅದರಿಂದ ಬಿಡುಗಡೆ ದೊರಕದು. ಕ್ಷಣಕ್ಷಣಕ್ಕೂ ನನ್ನ ಎದೆಗುದಿ ಹೆಚ್ಚಾಗತೊಡಗಿತು. ಇಲ್ಲಿಂದ ಮುಂದು ವರೆಯುವುದು ಹೇಗೆ? ಹೊಸ ತರ್ಕವೇನೂ ಹೊಳೆಯುತ್ತಿಲ್ಲ. ಕೂಡಲೇ ಮನೆ ತಲುಪಿ ದಾಸ್ತಾನು ಕೋಣೆಯನ್ನು ಸೇರಿಕೊಂಡೆ. ನನ್ನ ಬಳಿ ಅರವತ್ತರ ದಶಕದಿಂದ ಇಂದಿನವರೆಗಿನ ದಿನಪತ್ರಿಕೆಗಳ ಸಂಗ್ರಹವಿದೆ. ಹೌದು, ತರ್ಕ ಸೋಲುವಾಗ ನಾನು ಬಳಸುವ ಮತ್ತೊಂದು ತಂತ್ರ, ಬ್ರೂಟ್‌ಫೋರ್ಸ್. ವಿವೇಚನೆ ಬದಿಗಿಟ್ಟು ದೇಹ ಶ್ರಮವನ್ನು ಆಶ್ರಯಿಸುವುದು.

ತೊಂಭತ್ನಾಲ್ಕು ಜನವರಿ ಒಂದರಿಂದ ಆರಂಭಿಸಿದೆ. ಪ್ರತಿಯೊಂದು ಪತ್ರಿಕೆಯ ಪ್ರತಿಯೊಂದು ಪುಟವನ್ನೂ ಅವಲೋಕಿಸಿದೆ. ಹುಡುಕುತ್ತಿದ್ದುದಾದರೂ ಏನನ್ನು? ನನಗೇ ಖಚಿತವಿರಲಿಲ್ಲ. ತಾವೇ ತ್ಯಜಿಸಿದ ಮಗುವನ್ನು ಯಾರೂ ಪೇಪರಿನಲ್ಲಿ ಕಾಣೆಯಾಗಿದೆ ಎಂದು ಪ್ರಕಟಿಸುವುದಿಲ್ಲ. ಆದರೂ ಒಂದು ಮಾತು ಹೇಳಲು ಇಚ್ಛೆಸುತ್ತೇನೆ. ಇಂಥ ಹುಡುಕಾಟಗಳೂ ಕೂಡ ಅನೇಕ ಸಲ ಲಾಭದಾಯಕವಾಗಿವೆ. ಏನಿಲ್ಲವೆಂದರೂ ಆಯಾ ವರ್ಷದ ಜಾಗತಿಕ, ದೇಶೀಯ, ಪ್ರಾಂತೀಯ ಬೆಳವಣಿಗೆ ಗಳು, ಸಾಮಾಜಿಕ ಸ್ಥಿತಿಗತಿಗಳು, ವ್ಯಕ್ತಿಪರಿಚಯಗಳು ಇವುಗಳ ಜೊತೆ ಒಂದು ತೆರನಾದ ಒಡನಾಟ ಬೆಳೆದು ಮನಸ್ಸು ಅಂದಿನ ಕಾಲಮಾನಕ್ಕೆ ಸ್ಥಳಾಂತರಗೊಳ್ಳುತ್ತದೆ. ತತ್ಫಲವಾಗಿ, ಮೆದುಳಿಗೆ ಏನಾದರೊಂದು ಹೊಸ ಹೊಳಹು ಸುಳಿವು ದೊರಕುತ್ತದೆ.

ಇದೇ ನಂಬಿಕೆಯಿಂದ ಪತ್ರಿಕೆಗಳನ್ನು ಕೆದಕುತ್ತ ಹೋದೆ. ಜನವರಿ ಫೆಬ್ರವರಿ ಮಾರ್ಚ್... ಏಪ್ರಿಲ್ ಆಗಸ್ಟ್ ಊಹ್ಞೂ, ಏನೂ ಸಿಗಲಿಲ್ಲ. ಏನೂ ಹೊಳೆಯಲಿಲ್ಲ. ನೋಡು ನೋಡುತ್ತಲೇ ಕುಗ್ಗಿ ಹೋದೆ, ಅಧೀರನಾದೆ. ನವೆಂಬರ್ ಹನ್ನೊಂದು. ಪತ್ರಿಕೆ ಪೂರ್ತಿ ಒಂದೇ ವಾರ್ತೆ. ಕುವೆಂಪುರವರ ನಿಧನ! ತೇಜಸ್ವಿಯವರೊಂದಿಗೆ

ಇಡೀ ಕುಟುಂಬ ಕಂಬನಿಗರೆಯುತ್ತಿದ್ದ ಫೋಟೋ. ಕ್ಷಣಕಾಲ ನಾನು ಸ್ತಬ್ಧನಾದೆ! ತಕ್ಷಣ ಆ ವರ್ಷದ ನವೆಂಬರ್ ತಿಂಗಳ ಕ್ಯಾಲೆಂಡರ್ ಮೇಲೆ ಕಣ್ಣಾಡಿಸಿದೆ. ಓಹ್, ನವೆಂಬರ್ ಹದಿನೆಂಟು ಹುಣ್ಣಿಮೆ. ಈ ಬಾರಿ ಪೂರ್ಣಚಂದ್ರನ ತಂದೆಗೆ ಡಯಲ್ ಮಾಡಿದೆ. ತಾಯಿಯಿಂದ ವಿಶ್ವಾಸಮಯ ಮಾಹಿತಿಯನ್ನು ಅಪೇಕ್ಷಿಸುವಂತಿರಲಿಲ್ಲ. ಮಗು ಸಿಕ್ಕಿದಾನಂತರ ಆಚರಿಸಿದ ಹಬ್ಬ ಯಾವುದು, ಕೇಳಿದೆ. ಸಂಭ್ರಮ ಜೋರಾಗಿದ್ದು ಸ್ಮೃತಿಯಲ್ಲಿರುವುದೆಂಬ ನಿರೀಕ್ಷೆಯಿಂದ. ಅವರು ಆಗಿನ ಕಾಲದಲ್ಲಿ ತಾವು ವರ್ಷದಲ್ಲಿ ಯುಗಾದಿ ಮತ್ತು ಮಾರಮ್ಮನ ಹಬ್ಬ ಬಿಟ್ಟು ಬೇರಾವ ಹಬ್ಬಗಳನ್ನು ಆಚರಿಸುತ್ತಿರಲಿಲ್ಲವೆಂದೂ ಆದ ಕಾರಣ ಸರಿಯಾಗಿ ಜ್ಞಾಪಕವಿಲ್ಲವೆಂದು ನಿರಾಶೆ ಮೂಡಿಸಿದರು. "ಆದರೆ, ಒಂದು ನೆನಪಿದೆ, ನಾವು ಇವನನ್ನು ಪಡೆದ ಒಂದೆರಡು ದಿನಗಳಲ್ಲಿ ಒಬ್ಬ ಬುಡುಬುಡಿಕೆಯವನು ನಮ್ಮ ಅಂಗಡಿಗೆ ಬಂದಿದ್ದ. ಇವನ ಭವಿಷ್ಯ ಹೇಗಿದೆಯಪ್ಪ ಎಂದು ಕೇಳಿದ್ದಕ್ಕೆ ಆತ ದೇಶಕ್ಕೆ ಐಶ್ವರ್ಯ ಬಂದಂಗೆ ನಿಮಗೂ ಐಶ್ವರ್ಯ ಬಂದೈತೆ ಎಂದಿದ್ದ, ಆ ಖುಷಿಯಲ್ಲಿ ಅಂದೇ ನಮ್ಮೆಂಗಸರು ಪಾಯಸ ಮಾಡಿದ್ದಳು" ಎಂದು ಅವರು ಸ್ಮರಿಸಿಗಾಗ ನನಗಾದ ಆನಂದ ಅಷ್ಟಿಷ್ಟಲ್ಲ. ಓಹೋ, ಮೊನ್ನೆ ಇವರ "ಎಂಗಸರು" ಆಡಿದ ಐಶ್ವರ್ಯದ ಮಾತು ಇದೇ ಇರಬೇಕು. ಛೇಛೇ, ತಪ್ಪಾಗಿ ತಿಳಿದೆನಲ್ಲಾ ಮಗಾ, ಚೂರು ಮೆದುಳನ್ನು ಅದುಮಿಟ್ಟು ಹೃದಯಾನ ಹಿಗ್ಗಿಸಿಕೋ. ಮರುದಿನ ಎಂದರಲ್ಲವೇ, ಅದೇನು ದೇಶಕ್ಕೆ ಐಶ್ವರ್ಯ ಬಂದದ್ದು? ನಾನು ಪುನಃ ಪೇಪರುಗಳತ್ತ ಹೊರಳಿದೆ. ನವೆಂಬರ್ ಹತ್ತರಿಂದ ಓದುತ್ತ ಹೋದೆ.

ನವೆಂಬರ್ ಹತ್ತೊಂಭತ್ತು. "ಭಾರತದ ಐಶ್ವರ್ಯ, ಭಾರತಕ್ಕೆ ಐಶ್ವರ್ಯ", ಮುಖಪುಟದಲ್ಲಿ ದಪ್ಪಕ್ಷರಗಳ ಶೀರ್ಷಿಕೆ. ಆಹಾ, ಐಶ್ವರ್ಯಾ ರೈಗೆ ವಿಶ್ವಸುಂದರಿ ಪಟ್ಟ ಒಲಿದ ದಿನ.

ತೊಂಭತ್ನಾಲ್ಕನೇ ಇಸವಿ, ನವೆಂಬರ್ ೧೮. ಹಾವೇರಿ–ರಾಣಿಬೆನ್ನೂರು. ಕಿರುಪುಸ್ತಕವನ್ನು ತಿದ್ದಿದೆ.

* * *

ಈ ಮಧ್ಯೆ ನನ್ನಲ್ಲಿ ವಿಲಕ್ಷಣ ಸಂದೇಹವೊಂದು ಮೂಡಿತು. ಇದು ವಾಸ್ತವಕ್ಕೆ ಹತ್ತಿರವಾಗಿದ್ದು ದಿಗಿಲಾಯಿತು. ತನಿಖೆ ಮಧ್ಯೆ ಎಲ್ಲಿಂದಲೋ ಹುಟ್ಟುವ ಸಂದೇಹಗಳೇ ಹಲವು ಬಾರಿ ಸತ್ಯವಾಗಿದ್ದು ದಿಗ್ಭ್ರಮೆಗೊಳಿಸಿರುವ ಉದಾಹರಣೆಗಳಿವೆ. ಆದಕಾರಣ ಹಾವೇರಿಯಿಂದ ಹಿಡಿದು ಹಿರಿಯೂರಿನಾಚೆ ಚಳ್ಳಕರೆ ಸಿರಾವರೆಗೆ ಎಲ್ಲಾ ಪೋಲೀಸ್ ಠಾಣೆಗಳನ್ನೂ ಗಬರಾಡಿಬಿಟ್ಟೆ. ಅಂದಿನಿಂದೀಚೆಗೆ ನೂರಾರು ಆತ್ಮಹತ್ಯೆ ಕೇಸುಗಳು ದಾಖಲಾಗಿದ್ದವು. ಪ್ರತಿಯೊಂದನ್ನು ಜಾಲಾಡಿದೆ. ಸದ್ಯ ಎಲ್ಲ ಗಂಡಸರವೇ

ಆಗಿದ್ದರಿಂದ ನಾನು ನಿರಾಳ. ಕಾರಣ ಅದೇ, ಬೆಳೆ. ಸಾಲ. ಬರ. ಹಾನಿ. ಮರ. ಹಗ್ಗ. ಈ ರೈತರಿಗೆಂತ ಹುಚ್ಚು ಅಂತ. ಅಲ್ಲಾ, ಹೇಗಿದ್ರೂ ಸಾಯೋದೆ ಖಚಿತ ಅಂತೆ, ಹೋಗಿ ಸೂಳೆಮಕ್ಳು ರಾಜಕಾರಣಿಗಳನ್ನು ತಿವ್ದು ಸಾಯಿಸಿ ತಾನು ಸತ್ರೆ ಆಯ್ತಪ. ನೂರು ಮಂದಿ ಕಳ್ಳರು ಕಮ್ಮಿ ಆಗಿರೋರು. ಉಳಿಕೆಯವರಿಗೂ ಭಯ ಬಂದಿರೋದು. ಬಹುಶಃ ಹಂಗೆ ಮಾಡಿಬಿಡ್ತಾರಂತನೆ ಮುನ್ನೆಚ್ಚರಿಕೆಯಿಂದ ಗೋಲೀಬಾರುಗಳನ್ನ ಆರ್ಡರ್ ಮಾಡ್ತಾರೆ ಅನಿಸುತ್ತೆ. ಇಲ್ಲಾಂದರೆ, ಕನಿಷ್ಠ ಒಂದು ಕುಡಗೋಲು ಕುಜ್ಜಿಗೆ ಹಿಡುಕೊಳ್ಳದೆ ಬರಿಗೈಲಿ ಧರಣಿಗೆ ಹೋಗೋ ರೈತರನ್ನ ಬಂದೂಕು ಹಿಡಿದು ಎದುರಿಸುವ 'ಧೈರ್ಯ'ವಂತರನ್ನ ನಾನು ಇನ್ನೆಲ್ಲೂ ಕಂಡಿಲ್ಲ. ಹೋಗ್ಲಿ ಬಿಡಿ, ದೊಡ್ಡೋರ ವಿಷ್ಯ, ನಮಗ್ಯಾಕೆ ಅಲ್ವ. ಅಲ್ಲಾ ಯಾಕೆ ಹೇಳಿದೆನಂದರೆ, ನಮ್ಮಂಥ ಸಾಮಾನ್ಯರು ಬದುಕನ್ನೂ ಸಿನಿಮಾ ತರ ಕಲ್ಪಿಸಿಕೊಂಡು ಇಂತಹ ಅನಾಹುತಕಾರಿ ಯೋಚನೆಗಳನ್ನೆ ಮಾಡ್ತೀರ್ತೀವಿ. ಹೀಗೆ ಅನ್ಯಾಯವಾಗಿರೋರೆಲ್ಲ ಹಿಂಸೆಯಿಂದ ಪ್ರತಿಕ್ರಿಯೆ ಕೊಡೋಕೆ ಶುರು ಮಾಡಿಬಿಟ್ಟರೆ, ದಂಗೆಗಳು ಎದ್ದುಬಿಡ್ತಾವೆ. ಸಚ್ಚರಿತ್ರ ಅನ್ನೋನು ಭೂಮಿ ಮೇಲೆ ಇರೋದೆ ಅಸಾಧ್ಯವಿರುವಾಗ ಎಲ್ಲರೂ ಪರಸ್ಪರ ಕೊಂದು ವಿನಾಶ ಆಗಿಬಿಡ್ತೀವಿ, ಅಲ್ವ. ಬಹುಶಃ ಅದಕ್ಕೇ ಇರಬೇಕು ಗಾಂಧೀಜಿ ಲೋಕಕ್ಕೆ ದೊಡ್ಡೋರು ಅನಿಸಿರೋದು. ಬಹುಶಃ ಅದಿಕ್ಕೇನೆ ಗಾಂಧೀಜಿ ಯನ್ನ ರಾಜಕಾರಣಿಗಳೂ ಉಳಿಸಿಕೊಂಡು ಬಂದಿರೋದು.

ನಾನೆಲ್ಲಿದ್ದೆ, ಹ್ಞಾ ತನಿಖೆಲಿದ್ದೆ, ನಾನು ಪುನಃ ಡೆಡ ಎಂಡ್ ಮುಟ್ಟಿದ್ದೆ. ಲಾರಿಲಿ ಮಗುನಿಟ್ಟು ಆತ್ಮಹತ್ಯೆ ಮಾಡಿಕೊಂಡಂತ ತಾಯಿ ಕೇಸು ಎಲ್ಲೂ ಸಿಕ್ಕಿರಲಿಲ್ಲ. ಆಗಿನ ಕಾಲದಲ್ಲಿ ಹೆಂಗಸರು ಹತ್ಯೆ ಮಾಡಿಕೊಂಡರೆ ಬಹಿರಂಗಗೊಳ್ತಾನೇ ಇರಲಿಲ್ಲವೇನೋ. ಇನ್ನು ಪೊಲೀಸು ದಾಖಲೆ ಎಲ್ಲಿಂದ ಬಂತು. "೧೯೯೪, ನವೆಂಬರ್ ೧೮, ಒಂದು ಪುಟ್ಟ ಪಾಪು ಹಿರಿಯೂರಿನ ಹೈವೇ ಬಳಿ ಡಾಬಾದ ಎದುರು ಲಾರಿಯೊಂದರಲ್ಲಿ ಕಾಣಿಸಿಕೊಂಡಿತ್ತು"ಎಂಬ ವಾಕ್ಯವನ್ನು ತಿದ್ದಿದುದರ ಮೇಲೆ ತಿದ್ದುತ್ತಾ ಕುಳಿತೆ, ಏನೊಂದೂ ಸ್ಫುಟವಾಗದೆ.

ಆಲಸ್ಯದಿಂದ ಹಳೇ ದಿನಪತ್ರಿಕೆಗಳನ್ನು ತಿರುವುತ್ತ ಕುಳಿತೆ. ಭಾನುವಾರದ ವಿಶೇಷ ಪುಟದಲ್ಲಿನ ಒಂದು ಕವನದ ಶೀರ್ಷಿಕೆ ನನ್ನನ್ನು ಹಿಡಿದು ನಿಲ್ಲಿಸಿತು.

ಹೆದ್ದಾರಿಯೇ ಸಾಕ್ಷಿ

ಹೈವೇ ಬದಿಯ ಕುಂಡದಲಿ
ತಾಜಾ ಮಣ್ಣಿನ ಘಮಲಿನಲಿ
ಮುಗಿಲಿನ ಚಪ್ಪರದಡಿ
ಹಸುರಿನ ಹೊದಿಕೆಯನೊದ್ದು

ಅರಳುವ ಕಾವ್ಯ ಬೆಳೆಯುವ ಕಾವ್ಯ
ಎತ್ತರೆತ್ತರ ಬೆಳೆದು ಗಗನವ ಚುಂಬಿಸಿ
ಚುಕ್ಕಿಗಳಲ್ಲಿ ಚುಕ್ಕಿಯಾಗಿ ಮಿನುಗುವ ಕಾವ್ಯ
ಬೆಳಗುವ ಕಾವ್ಯ, ನನ್ನ ಕಾವ್ಯ.

ಹೀಗೆ ಸಾಗಿದ್ದವು ಸಾಲುಗಳು. ಶೀರ್ಷಿಕೆ ಬಿಟ್ಟು ಬೇರೇನೂ ಅರ್ಥವಾಗಲಿಲ್ಲ. ಅದು ಇಪ್ಪತ್ತನೇ ತಾರೀಖು ಪ್ರಕಟಗೊಂಡದ್ದು. ಮುಂದಿನ ಭಾನುವಾರ ಅಂದರೆ ಇಪ್ಪತ್ತೇಳರ ಪತ್ರಿಕೆಯನ್ನು ಜಾಲಾಡಿದೆ. ಅಗೋ ಮತ್ತೊಂದು.

ಹೆದ್ದಾರಿಯ ಪಾಪಿ

ಹಾರುವ ಹಕ್ಕಿಗೆ
ಗುರಿಯಿಟ್ಟನು 'ಬೇಡ'
ಬಡಿಯಿತು ಬಾಣ, ಸ್ರವಿಸಿತು ರಕುತ.
ಕೆಂಪಾಯಿತು ಬಾನು, ನಲುಗಿತು ಹೆದ್ದಾರಿಯ ಹೂಗಿಡ.
ಅರಳಿತು ನೋವು, ಪಾಪದ ಹೂವು?

ತಲೆಯಲ್ಲಿ ಸಣ್ಣದೊಂದು ಸಂದೇಹದ ಹುಳ. ಅದು ಶೀಘ್ರವೇ ಬಗೆಹರಿಯಬೇಕಿತ್ತು. ಇಲ್ಲವಾದರೆ ನಿದ್ದೆ ಹತ್ತದು. ಅಷ್ಟು ಭಯಂಕರ ಕೊರೆಯಹತ್ತಿತು ಆ ಹುಳ.

ನನ್ನ ಸ್ನೇಹಿತ ರಾಘವ ಸಾಹಿತ್ಯ ಪ್ರೇಮಿ. ಅವನಿಗೆ ಪ್ರಕರಣದ ಸಂಪೂರ್ಣ ವಿವರಣೆ ನೀಡಿ ಕವಿತೆಗಳನ್ನು ಕೈಗಿತ್ತು ಕವಿತೆಗಳಿಗೂ ಹಗರಣಕ್ಕೂ ಸಾಮ್ಯತೆ ಇದೆಯೇ, ತಿಳಿಸೆಂದು ಭಿನ್ನವಿಸಿದೆ. ಅವನೋ, ಪ್ರತಿಯೊಂದರಲ್ಲೂ ಅಮೋಘ ಅರ್ಥವನ್ನು ಕಾಣುವವನು. ಅನುಮಾನವೇ ಬೇಡ ಎಂದ. ಎಲಾ ಇವನಾ. ಆಗಲೇ ನಾನು ಕವಿಯ ಹೆಸರು ಓದಿದ್ದು. 'ನಿಜಗುಣ'. ಈ ಕವಿ ಯಾರು, ಕೇಳಿದೆ. ಅವನು ಇದು ಕಾವ್ಯನಾಮವೆಂದ. ಅನಾಮಿಕನೊಬ್ಬ ತೊಂಭತ್ತರ ದಶಕದಲ್ಲಿ ಈ ಕಾವ್ಯನಾಮ ಹೊತ್ತು ನೂರಾರು ಪ್ರಸಿದ್ಧ ಕವಿತೆಗಳನ್ನು ಬರೆದಿದ್ದನಂತೆ. ಇಪ್ಪತ್ತನೇ ಶತಮಾನದ ಆದಿಯಲ್ಲಿ ಇದ್ದಕ್ಕಿದ್ದಂತೇ ಆ ಕಾವ್ಯನಾಮದಿಂದ ಹುಟ್ಟುವ ಕವಿತೆಗಳು ನಿಂತುಹೋದವಂತೆ. ನಿಂತುಹೋದವೇ? ನಾನು ದಂಗಾದೆ.

ಸ್ನೇಹಿತ 'ನಿಜಗುಣ'ನ ಮತ್ತೊಂದು ವಿಶಿಷ್ಟ ಸಂಗತಿ ತಿಳಿಸಿದ. ಏನಪ್ಪಾ ಅಂದರೆ, ಸಾಮಾನ್ಯವಾಗಿ ಒಬ್ಬ ಕವಿ ಒಂದಕ್ಕಿಂತ ಹೆಚ್ಚು ಕಾವ್ಯನಾಮಗಳಲ್ಲಿ ವಿಭಿನ್ನ ಬಾವಗಳನ್ನು ಅಭಿವ್ಯಕ್ತಪಡಿಸುವುದು ಕೇಳಿದ್ದೇವೆ, ಪೋರ್ಚುಗೀಸ್ ಕವಿ ಫರ್ನಾಂಡೋ ಪೆಸ್ಸೋವ ಇದಕ್ಕೆ ಉತ್ತಮ ನಿದರ್ಶನ. ಆದರೆ 'ನಿಜಗುಣ'ನ ವೈಶಿಷ್ಟ್ಯವೆಂದರೆ ಒಂದಕ್ಕಿಂತ ಹೆಚ್ಚು ಕವಿಗಳು ಒಂದೇ ಹೆಸರಿನಲ್ಲಿ ವೈರುಧ್ಯ ಭಾವಗಳನ್ನು ಜಟಾಪಟಿಯಂತೆ

ಅಭಿವ್ಯಕ್ತಿಸಿದ್ದರು ಎಂಬುದು. ಇದಕ್ಕೆ ಮೇಲೆ ತೋರಿಸಿದ ಕವನಗಳೇ ಉದಾಹರಣೆ. ಇದು ಬಹಳ ಅಚ್ಚರಿಯ ವಿಚಾರವಾದರೂ ನನ್ನ ತನಿಖೆಗೆ ಪೂರಕವಾಗಿದ್ದುದು ನನಗೆ ಇನ್ನಿಲ್ಲದ ಮುದ ನೀಡಿತ್ತು. ಅನುಮಾನದ ಹುಳ ಸೊಂಪಾಗಿ ಬಲಿಯಿತು.

ಅಲ್ಲಿಂದಲೇ ಪೂರ್ಣಚಂದ್ರನ ತಂದೆಗೆ ಫೋನಾಯಿಸಿದೆ. "ಅವತ್ತು ಹಿರಿಯರೊಬ್ಬರು ನಿಮ್ಮ ಮಗನಿಗೆ ಹೆಸರಿಟ್ಟರಲ್ಲ, ಅವರು ಒಬ್ಬರೇ ಇದ್ದರೇ?", ಕೇಳಿದೆ. "ಇಲ್ಲ, ತಂದೆ ಮಗಳಿದ್ದರು", ಅವರೆಂದರು. "ವೆರಿ ಗುಡ್. ಮಗಳ ವಯಸ್ಸೆಷ್ಟಿರಬಹುದು?", ಮರುಪ್ರಶ್ನೆ ಹಾಕಿದೆ. "ಅಷ್ಟೊಂದು ಸ್ಪಷ್ಟತೆಯಿಲ್ಲ. ಆಕೆ ಇನ್ನೂ ವಯಸ್ಸಿನ ಹುಡುಗಿ. ಆತ ಒಂದು ಐವತ್ತು ದಾಟಿದ್ದಿರಬಹುದು" ಎಂದರು.

ನಿಜಗುಣ ಕಾವ್ಯನಾಮದ ಕವಿತೆಗಳು ನಿಂತು ಒಂದೂವರೆ ದಶಕವೇ ಕಳೆದಿದ್ದುದು ನನ್ನ ಹುಡುಕಾಟಕ್ಕೆ ತಾರ್ಕಿಕ ಅಂತ್ಯ ಒದಗಿಸಿ ತನಿಖೆ ಬಹುತೇಕ ಕೊನೆಯ ಹಂತ ತಲುಪಿತ್ತು. ಪೂರ್ಣಚಂದ್ರನಿಗೆ ಭಾರವಾದ ವರದಿಯನ್ನು ಒಪ್ಪಿಸಿಲು ಸಿದ್ಧವಾಗುತ್ತಿದ್ದೆ. ಪ್ರಕರಣ ಹೀಗೆ ನಿಷ್ಫಲವಾಗಿ ಕೊನೆಗೊಂಡದ್ದು ನನಗೆ ಎಳ್ಳಷ್ಟೂ ಹಿಡಿಸಲಿಲ್ಲ.

ಕೊನೆ ಪ್ರಯತ್ನವೆಂಬಂತೆ, ರಾಘವನಲ್ಲಿ ಒಂದು ಮನವಿ ಮಾಡಿದೆ. ದುಡ್ಡು ತೆತ್ತು ಪ್ರಮುಖ ಪತ್ರಿಕೆಗಳಲ್ಲಿ ಜಾಹೀರಾತೋ ಅಲ್ಲವೋ ಎಂಬುದು ಗೊತ್ತಾಗದಂತೆ ಅವನ ಕವನವೊಂದನ್ನು ಪ್ರಕಟಣೆ ಮಾಡಿಸಿದೆ. ಪಾಪದ ಚುಕ್ಕಿಯ ಬೇರು ಭುವಿಯಲ್ಲಿ ಅಂತೇನೋ ಬರೆದಿದ್ದ. ಕಾವ್ಯನಾಮ "ನಿಜಗುಣಸುತ". ಒಂದೆರಡು ದಿನಗಳಲ್ಲಿ ನನ್ನ ಲೆಕ್ಕಾಚಾರವೆಲ್ಲಾ ತಲೆಕೆಳಗಾಗುವಂತೆ ಹೆಸರಾಂತ ಕವಿಯಿಂದ ಈಮೇಲ್ ಬಂತು. ನನ್ನ ಸ್ನೇಹಿತನಿಗೆ ಕಿಲಾಡಿ ರಾಘವ ಅಂತ ಬಿರುದು ಕೊಟ್ಟಿದ್ದೇನೆ.

ಕವಿವರ್ಯರ ಭೇಟಿ ಆಸ್ಪತ್ರೆಯಲ್ಲಿ ನಿಗದಿಯಾಗಿತ್ತು. ಪೂರ್ಣಚಂದ್ರ, ಅವನ ಪೋಷಕರು ಹಾಸಿಗೆ ಸುತ್ತ ಕುಳಿತಿದ್ದರು. ಹತ್ತಿರದಲ್ಲೇ ನಾನು ಚೇರಿನ ಮೇಲೆ ಕೈಕಟ್ಟಿ ಆಸೀನನಾಗಿದ್ದೆ.

"ಆಕೆ ನನ್ನ ಕವಿತೆಗಳ ಅಭಿಮಾನಿ. ಅನಾಥೆ. ಇನ್ನೂ ಚಿಕ್ಕವಳು. ಮೋಹಿಸಿದಳು. ನಾನೇ ಮೋಹಿಸಿದೆ ಅನ್ನೋದೂ ಸರಿನೆ. ಆ ಸಮಯದಲ್ಲಿ ವರ್ಜಿನ್ ಬೆರೆಯ ಬೇಕೆಂದು ನನ್ನೊಳಗಿದ್ದ ಸೃಜನಶೀಲ ಹುಚ್ಚು ಬಯಕೆಯೊಂದು ಕೆಲಸ ಮಾಡಿತು ಅನಿಸುತ್ತೆ. ಬೆರೆತೆವು. ಅವಳ ತಪ್ಪಿಲ್ಲ. ಆಗಿನ ಕಾಲದಲ್ಲಿ ಹೆಣ್ಣುಮಕ್ಕಳಿಗೆ ತಿಳುವಳಿಕೆ ಅಲ್ಪ. ಯಡವಟ್ಟಾಯಿತು. ಮಗುವನ್ನೂ ಅವಳನ್ನೂ ಒಪ್ಪಿಕೊಳ್ಳಲು ಯಾಚಿಸಿದಳು. ಆಗ ನಾನು ಯಶಸ್ಸಿನ ಉತ್ತುಂಗದಲ್ಲಿದ್ದೆ. ಗೃಹಸ್ಥನಾಗಿದ್ದೆ. ಮೊದಲಾಗಿ ವಯಸ್ಕನಾಗಿದ್ದೆ. ಒಪ್ಪಿಕೊಳ್ಳುವ ಪರಿಸ್ಥಿತಿಯಲ್ಲಿರಲಿಲ್ಲ. ನಮ್ಮಿಬ್ಬರ ನಡುವೆ ಜಗಳವಾಯಿತು. ನನ್ನ ಸ್ತ್ರೀವಾದಿ ಕಾವ್ಯದಿಂದಲೇ ಪ್ರೇರಿತಳಾಗಿದ್ದ ಅವಳು ನನ್ನ ಮೇಲೆ ಯುದ್ಧ ಸಾರಿದಳು. ಮಗುವನ್ನು ಹೆತ್ತಳು. ಸತ್ಯವಾಗಿ ಹೇಳ್ತೇನೆ, ಅವಳಿಗೆ ಅನ್ಯಾಯ ಮಾಡಬೇಕೆಂಬ

ಎಳ್ಳಷ್ಟೂ ಯೋಚನೆಯಿರಲಿಲ್ಲ ನನಗೆ. ಆಗಿದ್ದು ಅನಾಹುತ. ಪ್ರಾಯಶ್ಚಿತ್ತವಾಗಿ ನನ್ನಿಂದ ಎಲ್ಲ ಬಗೆಯ ಸಹಾಯಹಸ್ತ ಚಾಚಿದೆ. ಆಕೆ ಪ್ರತಿಯೊಂದನ್ನು ತಿರಸ್ಕರಿಸಿದಳು. ನಾನೇ ಸೋತು ಅವಳಿಂದ ದೂರಾದೆ. ಮರೆತೇ ಹೋಗುವಷ್ಟು, ಅದೇನಾಯಿತೋ, ಇದ್ದಕಿದ್ದಂತೇ ಒಂದು ದಿನ ಭೇಟಿಯಾಗಲು ಪತ್ರ ಬರೆದಳು. ಒಪ್ಪಿದೆ. ಹಿರಿಯೂರಿನ ಹೈವೇ ಬಳಿ ಜನಸಂದಣಿಯಿರದ ಹೋಟೆಲ್ಲು. ನಾನು ಮೊದಲೇ ಹೋಗಿದ್ದೆ. ಅವಳು ತಡವಾಗಿ ಬಂದಳು. ಬಂದವಳೇ ಮಗುವನ್ನು ಒಪ್ಪಿಕೊಳ್ಳಿ ಎಂದು ಕೇಳಿದಳು. ನಾನು ನಯವಾಗಿಯೇ ಸಾರ್ವಜನಿಕವಾಗಿ ಒಪ್ಪಿಕೊಳ್ಳಲು ಸಾಧ್ಯವಿಲ್ಲವೆಂದೆ. ಮಗುವಿನ ಹಾಗೂ ನಿನ್ನ ಎಲ್ಲ ಖರ್ಚುಗಳನ್ನು ನೋಡಿಕೊಳ್ಳುವೆ ಎಂದೆ.

"ಇದೇನಿದು ನನಗೆ ಅರ್ಥವೇ ಆಗುತ್ತಿಲ್ಲ, ಮುಕ್ತತೆ ಬಗ್ಗೆ ಎಷ್ಟೆಲ್ಲ ಬರೆದಿದ್ದೀರ. ಸ್ತ್ರೀಯರಿಗೆ ಆಗುವ ಅನ್ಯಾಯದ ಬಗ್ಗೆ ಎಷ್ಟೆಲ್ಲ ಕಾಳಜಿ ವ್ಯಕ್ತಪಡಿಸಿದ್ದೀರ. ಇನ್ನೂ ಮಾಡ್ತಾನೇ ಇದೀರ. ನಾನೂ ಸಮಾಜಕ್ಕೆ ಉತ್ತರ ಕೊಡಬೇಕಾದವಳು ತಾನೇ?" ಎಂದು ಗೋಗರೆದಳು.

"ಆಗಿರುವ ಅನ್ಯಾಯಕ್ಕೆ ನನ್ನಲ್ಲಿ ನೋವಿದೆ. ಆದರೆ ಒಂದು ವೇಳೆ ನಾನು ಒಪ್ಪಿಕೊಂಡೆನೋ, ಸಂಪ್ರದಾಯ ನಂಬಿ ಬದುಕುತ್ತಿರೋ ನನ್ನ ಹೆಂಡತಿ ಎದೆ ಒಡಕೊಂಡು ಸತ್ತುಹೋಗುತ್ತಾಳೆ. ಅವಳ ನಂಬಿಕೆ ಬದುಕಿನ ಮೇಲೆ ನನಗೆ ಹಕ್ಕಿಲ್ಲ. ಮೇಲಾಗಿ ಸಭ್ಯ ಅಭಿಪ್ರಾಯ ಮೂಡಿಸಿಕೊಂಡಿರೋ ಜನತೆಗೆ ವಿಶ್ವಾಸದ್ರೋಹ ಬಗೆದಂತಾಗಿ ವಿಚಾರವಂತ ಬರಹಗಾರರ ಮೇಲಿನ ಜನರ ನಂಬಿಕೆಗೆ ಪೆಟ್ಟಾಗುತ್ತದೆ."

"ಸೋ, ನೂರಾರು ತಲೆ ಉರುಳೋ ಬದಲಾಗಿ ನೀನೊಬ್ಬಳು ತಲೆ ಕೊಡು ಅಂತಿದೀರಿ?"

"ನನ್ನದೊಂದೇ ತಲೆ ಕೊಡುವಂತಿದ್ದರೆ ನಿನ್ನ ಬದಲಾಗಿ ನಾನೇ ಕೊಡುತ್ತಿದ್ದೆ".

"ಹೀಗೂ ಇರಬಹುದಲ್ಲವೇ, ನೂರಾರು ತಲೆಗಳ ನಡುವೆ ನೀವು ಆಶ್ರಯ ಪಡಕೊಂಡು ಭದ್ರರಾಗ್ತಿದೀರಿ."

"ನಾನು ಹಾಗಲ್ಲ ಅನ್ನೋದು ನನ್ನ ವಾದ. ನೀವು ಹಾಗೇನೆ ಅಂತ ನಿನ್ನೊಳಗೆ ಸಂಶಯ ಇದ್ದಲ್ಲಿ, ನಾನು ಅಸಹಾಯಕ".

"ಸರಿ ಹಾಗಾದರೆ, ನಿಮಗೆ ಬೇಡದ ಮಗು ನನಗೂ ಬೇಡ, ನೋಡಿ ಮಗುವನ್ನು ಆ ಲಾರಿಯಲ್ಲಿರಿಸಿ ಬಂದಿರುವೆ. ಬೇಕಿದ್ದರೆ ಹೋಗಿ ಎತ್ತಿಕೊಳ್ಳಿ. ಇಲ್ಲವಾದರೆ ಬಿಡಿ', ಎಂದು ಧಮಕಿ ಹಾಕಿದಳು. ನನಗೆ ಭಯವಾಯಿತು. ಏನು ಮಾಡೋದಪ್ಪ ಎಂದು ಯೋಚಿಸುತ್ತಿರುವಾಗಲೆ ಹೊರಗೆ ಜನರ ಗುಂಪು ಸೇರಿತ್ತು. ಇಬ್ಬರೂ ಹೋಗಿ ನೋಡಿದೆವು. ಮಗು ಡಾಬಾದ ದಂಪತಿಗಳ ಕೈಲಿತ್ತು. ಅವಳತ್ತ ತಿರುಗಿದೆ. ಅವಳು ಎಲ್ಲ ನಿನ್ನ ಕೈಲಿದೆ ಎಂಬಂತೆ ನೋಟ ಬೀರಿದಳು ಅಥವಾ ಈಗಲೂ ಕಾಲ

ಮಿಂಚಿಲ್ಲ ಎಂದಳೋ ಏನೋ. ಎಂಥ ಸಂದಿಗ್ಧತೆ. ದಿಕ್ಕೇ ತೋಚಲಿಲ್ಲ. ಅಷ್ಟರಲ್ಲಿ ಆ ದಂಪತಿಗಳು ಮಗುವನ್ನು ನಾವೇ ಸಾಕಿಕೊಳ್ಳುವೆವು ಎಂದು ಘೋಷಿಸಿದರು. ನಿಮಗೆ ಶಬ್ದಗಳಲ್ಲಿ ಏನು ಹೇಳಿದರೂ ಕಡಿಮೆಯೆ. ಆ ಕ್ಷಣದಲ್ಲಿ ಹೆತ್ತವರಾದ ನಮ್ಮಿಂದ ಮಗು ಬೇರ್ಪಡುತ್ತಿರುವುದನ್ನ ಅರಗಿಸಿಕೊಳ್ಳಲಾಗದೆ ನಾವಿಬ್ಬರೂ ಒಂದೇ ಹೃದಯದಂತೆ ಬಾಧೆಪಟ್ಟಿದ್ದು ಹೇಳತೀರದು. ನನಗನ್ನಿಸುತ್ತೆ, ಅವತ್ತು ಕಾಲ ನಮ್ಮೆಲ್ಲರನ್ನು ಬಲಿಪಶು ಮಾಡಿತು ಅಂತ ನೊಂದುಕೊಂಡಿದ್ದೆವು. ಇವತ್ತು ಅನಿಸುತ್ತಿದೆ, ನಾನೇ ಕಾಲವನ್ನು ದೂರಿ ಮಗುವನ್ನು ಬಲಿಪಶು ಮಾಡಿದೆನೇನೋ ಅಂತ. ಅವಳು ಮಗು ಮಾಡಿಕೊಳ್ಳದೇ ಹೋಗಿದ್ದರೆ ಎಂಬುದೆ ನಮ್ಮೆದುರಿದ್ದ ಮೂಲ ಪರಿಹಾರ ಎಂದು ಅವತ್ತನಿಸಿದರೂ ಇವತ್ತು ನೀನು, ನಿನ್ನ ತಂದೆ ತಾಯಿಗಳ ಕಣ್ಣಲ್ಲಿರುವ ದುಗುಡ ಸಂತೋಷ ಎಲ್ಲಾ ನೋಡಿ ಏನನ್ನಬೇಕೋ ತಿಳಿಯುತ್ತಿಲ್ಲ. ನನ್ನ ಮಗ ಅಂತ ಒಳದನಿ ಹಿಗ್ಗುತ್ತಿದ್ದರೂ ಈ ಹಿರಿಯರ ಎದುರು ಹಾಗೆ ವ್ಯಕ್ತಪಡಿಸಲು ನಾಚಿಕೆಯಾಗುತ್ತಿದೆ. ಸತ್ಯವಾಗಿ ಹೇಳ್ತೇನೆ ಮಗು, ನಿನ್ನ ತಾಯಿಗೆ ನಿನ್ನನ್ನು ತ್ಯಜಿಸುವ ಎಳ್ಳಷ್ಟೂ ಇರಾದೆ ಇರಲಿಲ್ಲ. ನನ್ನನ್ನು ಬಗ್ಗಿಸಲು ಹಾಗೆ ಮಾಡಿದಳಷ್ಟೆ. ಅಷ್ಟು ಜನರ ನಡುವೆ ಅವಳೇನಾದರೂ ಇದು ನನ್ನ ಮಗು ಅಂದಿದ್ದರೆ... ಬಹುಶಃ ಜನರ ಹಿಂಸೆ ತಾಳಲಾರದೆ ಅವಮಾನದಿಂದಲೆ ಸತ್ತು ಹೋಗುತ್ತಿದ್ದಳೇನೋ. ಆ ಗಳಿಗೆ ಕಾಲವು ಒದಗಿಸಿದ ತಾತ್ಕಾಲಿಕ ಪರಿಹಾರದಂತೆ ನಮಗೆ ಕಂಡುಬಂದಿತು. ಪೂರ್ಣಚಂದ್ರನೆಂಬ ಹೆಸರು ಕೊಟ್ಟದ್ದು ನಾನೇ. ನಾನು ನಿನ್ನನ್ನು ನೋಡಿದ್ದು ಅದೇ ಮೊದಲು, ಅದೇ ಕೊನೆ. ಆಮೇಲೆ ನಾವು ಸಾಕಷ್ಟು ಹುಡುಕಾಟ ಮಾಡಿದೆವು. ನಾನು ಬಹಿರಂಗವಾಗಿ ಹುಡುಕುವಂತಿರಲಿಲ್ಲ. ನಿಮ್ಮಮ್ಮನೇ ಶೋಧ ನಡೆಸಿದಳು. ನಾನು ಬೆನ್ನೆಲುಬಾಗಿದ್ದೆ. ಆದರೇನು ಮಾಡುವುದು, ನಮ್ಮ ಮನಸ್ಸು ತಿಳಿಯಾಗಿ ನಿನ್ನ ಬಳಿ ಬರುವಷ್ಟರಲ್ಲಿ ಡಾಬಾ ಮಾಯವಾಗಿತ್ತು. ಇದು ನಮ್ಮ ಕಲ್ಪನೆಯಲ್ಲೂ ಇರಲಿಲ್ಲ. ತುಂಬಾ ವಿಚಾರಿಸಿದೆವು. ವಾಪಸ್ಸು ಹಳ್ಳಿಗೋದರಂತ ಯಾರೋ ಹೇಳಿದರು. ಹಳ್ಳಿಯ ಹೆಸರು ಗೊತ್ತಿರದಿದ್ದರೂ ಸುತ್ತ ಹತ್ತಾರು ಹಳ್ಳಿಗಳನ್ನು ಹುಡುಕಿದೆವು. ಮೊದಲಾಗಿ ಇವರು ಈ ಮಗುವಿನ ಸಂಗತಿಯನ್ನು ಗೋಪ್ಯ ಮಾಡಿದ್ದರು ಅಂತ ಕಾಣುತ್ತೆ. ಗೋಪ್ಯವಾಗಿರಲೆಂದೇ ಡಾಬಾ ಖಾಲಿ ಮಾಡಿದ ರೇನೋ. ನಾನು ಅನಾಮಧೇಯವಾಗಿ ನಿಜಗುಣ ಎಂಬ ಹೆಸರಿನಲ್ಲಿ ನಿನ್ನ ಹುಡುಕಾಟದ ಗುರುತಿನ ಕವಿತೆಗಳನ್ನು ಬರೆದೆ. ಬಹುಶಃ ನಿಮ್ಮಪ್ಪ ಅಮ್ಮ ಅನಕ್ಷರಸ್ಥರು ಅಂತ ಕಾಣುತ್ತೆ. ಅವು ಅವರನ್ನು ತಲುಪಲೇ ಇಲ್ಲ. ಅವಳೂ ಅದೇ ಹೆಸರಿನಲ್ಲಿ ತನ್ನ ಭಾವನೆಗಳನ್ನು ಹೊರಹಾಕಿದಳು. ಅವಳಿಗೆ ನಿನ್ನನ್ನು ಕಳಕೊಂಡ ನೋವು ತೀವ್ರವಾಗಿ ಕಾಡಿತ್ತು. ಅದನ್ನೆಲ್ಲ ನನ್ನ ಮೇಲಿನ ಸಿಟ್ಟಾಗಿ ಕವಿತೆ ಮೂಲಕ ಹೊರ

ಹಾಕುತ್ತಿದ್ದಳು. ನಾನು ಅಡ್ಡಿ ಮಾಡಲಿಲ್ಲ ಅನ್ನೋದು ನನ್ನ ದೊಡ್ಡಸ್ತಿಕೆ. ಮಾತಿಗೆ ಹೇಳ್ತಿದ್ದೀನಿ."

ಮೂವತ್ತು ಸೆಕೆಂಡುಗಳ ಮೌನ. ಪೂರ್ಣಚಂದ್ರನ ಕಣ್ಣಾಲಿಗಳು ತೇವಗೊಂಡಿದ್ದವು. "ಅವರೆಲ್ಲಿರುವರು ಈಗ?" ಕೇಳಿದ.

"ಅವಳೇ ನಮ್ಮ ಕವಿತೆಗಳ ಸಮರಕ್ಕೆ ಪೂರ್ಣವಿರಾಮವಿಟ್ಟದ್ದು. ಹತಾಶೆ, ಕುಡಿತ, ಸ್ವಯಂಕೃತ ಅಪರಾಧದ ಭಾವ ಎಲ್ಲವೂ ಅವಳನ್ನು ನುಂಗಿಕೊಂಡವು, ಸಣ್ಣ ಮನುಷ್ಯ ನಾನು. ಎಲ್ಲ ಮರೆತು ಬದುಕಲು ಕಂಡುಕೊಂಡೆ. ಕ್ಷಮೆ ಕೇಳಲೂ ಮನಸ್ಸು ಬರುತ್ತಿಲ್ಲ. ಒಂದೊಮ್ಮೆ ನಾನು ಕ್ಷಮೆ ಕೇಳಿ ನೀನು ಮನ್ನಿಸಿದರೆ, ನಾನು ಎಸಗುತ್ತಿರುವ ವಂಚನೆಯಂತೆ ಎಂಬ ನೋವು ನನ್ನದು" ಕವಿವರ್ಯರು ನಿಡುಸುಯ್ದರು.

ಸತ್ಯವಾಗಿ ಹೇಳುವೆ, ಇಂಥ ದಾರುಣ ಸನ್ನಿವೇಶಗಳು ನನಗೆ ರುಚಿಸುವುದಿಲ್ಲ. ನನ್ನದೇನಿದ್ದರೂ ತರ್ಕಬದ್ಧವಾದ ಮಾತು ಜೀವನ. ನನಗೆ ಕೇವಲ ಘಟನಾವಳಿಯ ವರದಿ ಬೇಕಿತ್ತು, ತನಿಖೆಯ ಫಲಿತಾಂಶದೊಂದಿಗೆ ತಾಳೆ ಹಾಕಲು. ಇಷ್ಟು ಸಾಕೆಂದು ನಮಸ್ಕರಿಸಿ ಹೊರನಡೆದೆ. ದಾರಿಯುದ್ದಕ್ಕೂ ಎದೆ ಕುಸಿದಂಥ ಅನುಭವವಾಗಿದ್ದು ಅದೇ ಮೊದಲು.

ಕನ್ನಡಪ್ರಭ ಸ್ಪರ್ಧೆ–ದ್ವಿತೀಯ ಬಹುಮಾನ, ೨೦೧೬

ಹುಡುಕಾಟ

ಇದು ಆತ್ಮಕತೆಯಲ್ಲ. ಅವರಿವರ ಕತೆಯಲ್ಲ. ಸಂಪೂರ್ಣ ಕಾಲ್ಪನಿಕವೂ ಅಲ್ಲ. ಪ್ರಾಮಾಣಿಕ ಅನಿಸಿಕೆ ವ್ಯಕ್ತಪಡಿಸುವ ಸಾಹಸ ಅನ್ನಬಹು ದೇನೋ. ವಾಸ್ತವ ಬೇರೇನೋ ಇದ್ದಿರಬಹುದು. ಇತ್ತೀಚೆಗಿನ ಟ್ರೆಂಡ್ ಇರುವಂತೆ ಇದನ್ನೂ ಒಂದು ಪ್ರಯಾಣದ ಕತೆ ಅಂತಿಟ್ಟುಕೊಳ್ಳೋಣ. ಪೀಠಿಕೆ ಬರೆಯುವ ಉದ್ದಿಶ್ಯ, ಕತೆ ಯುದ್ದಕ್ಕೂ ಈ ಮೊದಲ ನುಡಿ ನನಗೆ ಲಕ್ಷ್ಮಣ ರೇಖೆಯಾಗಿರ ಲೆಂದು. ಕಾರಣ ಸುಮ್ಮನೆ ಎಲ್ಲಿಂದಲೋ ಆರಂಭಿಸಿ ಅದು ಎಳೆದೊಯ್ಯುವ ದಿಕ್ಕಿನಲ್ಲಿ ಸಾಗಿ ಇದೊಂದು ರೋಚಕ ಕಟ್ಟು ಕತೆಯಾಗಿಬಿಡುವುದೇನೋ ಎಂಬ ಆತಂಕ. ಒಳ್ಳೆಯವರು ಕೆಟ್ಟವ ರಾಗಿ ಕೆಟ್ಟವರು ಒಳ್ಳೆಯವರಾಗಿ ಗಂಡು ಹೆಣ್ಣಾಗಿ ಹೆಣ್ಣು ಗಂಡಾಗಿ ಕಾಣಿಸಿಕೊಳ್ಳುವ ಈ ಕತೆಯಂಬ ಯಕ್ಷಿಣಿಕ ಜಾಲದೊಳಗೆ ಸಿಲುಕಿ ಅನರ್ಥ ಸೃಷ್ಟಿಸಿಬಿಡುವೆನೇನೋ ಎಂಬ ಅಂಜಿಕೆ. ಹಾಗೆ ನೋಡಿ ದರೆ ನಮ್ಮ ಸುತ್ತಮುತ್ತಲಿನ ಪರಿಸರವನ್ನು ನಮ್ಮ ದೃಷ್ಟಿಕೋನದಿಂದಲೆ ಅಳೆಯುವುದರಿಂದ ನಾವಂದುಕೊಂಡಿರುವ ವಾಸ್ತವವೆಲ್ಲವೂ ನಮ್ಮ ಕಲ್ಪನೆಯೇ ಇರಬಹುದು. ನಮ್ಮ ಎಷ್ಟೋ ಕಲ್ಪನೆಗಳಲ್ಲಿ ವಾಸ್ತವಿಕ ವಾಸ್ತವ ಅಡಗಿರಬಹುದು. ಉದಾಹರಣೆಗೆ ನನ್ನ ಅಣ್ಣ ಅರ್ಥಾತ್ ಅಪ್ಪ ತೀರಿಕೊಂಡು ಹತ್ತಿರಬೀಳ ಇಪ್ಪತ್ತು ವರುಷಗಳಾಗುತ್ತ ಬಂದಿವೆ. ಈಗಲೂ ಅವರನ್ನು ಹುಡುಕುತ್ತಿದ್ದೇನೆಂದರೆ ನೀವು ನಂಬಬೇಕು. ಅವರ ಮರಣ ವಾಸ್ತವವೋ ಕಲ್ಪನೆಯೋ ನನಗಿನ್ನೂ ನಿಗೂಢ. ನೀವು ಇದನ್ನು ದೇಜಾವು ಅಂತ ಕರಿತೀರಿ ಅನಿಸುತ್ತೆ, ಮೊನ್ನೆ ಮಾರ್ಕೆಟ್ಟಿನಲ್ಲಿ ಜಂಗುಳಿಯ ನಡುವೆ ಅಣ್ಣ ಕಾಣಿಸಿದರು. ಜನರನ್ನು ತಳ್ಳಿಕೊಂಡು ಹಿಂಬಾಲಿಸಿ ಹೋದೆನಾದರೂ ದಕ್ಕಲಿಲ್ಲ ಮನುಷ್ಯ.

ಭಾರತೀಯರ ಸರಾಸರಿಗಿಂತ ತುಸು ಎತ್ತರವಿರುವುದರಿಂದ ಜಾತ್ರೆಯಲ್ಲೂ ಸುಲಭವಾಗಿ ಕಾಣಸಿಗುವಂತ ಮನುಷ್ಯ ಅಣ್ಣ. ಹಾಗಾಗಿ ಅವರು ಕಂಡದ್ದು ನಿಚ್ಚಳ. ಅದೇ ಕೋಲು ಮುಖ. ಅದೇ ಮುಳ್ಳು ಗಡ್ಡ. ಅದೇ ಸುಕ್ಕು ಕಣ್ಣು ಕೆಳಗೆ. ದಪ್ಪ ಕಪ್ಪು ತುಟಿ. ಹಣೆ ಮೇಲೆ ವಾಸಿಯಾಗಿರುವ ಗಾಯದ ಮಚ್ಚೆ. ನಾನು ನಿಂತಲ್ಲಿಗೇ ಅಡರಿದ ಅವರ ಷರಟಿನ ವಾಸನೆ. ಹೆಗಲ ಮೇಲಿದ್ದ ಹಳದಿ ಬಣ್ಣದ ಟರ್ಕಿ ಟವೆಲ್ಲು ಮತ್ತು ಇಸ್ತ್ರಿ ಮಾಡಿದ ಪ್ಯಾಂಟು. ಧೂಳು ಹಿಡಿದ ಪಾದಗಳು. ಉಗುರುಗಳು. ಚಪ್ಪಲಿಗಳು. ನಾನು ಸಣ್ಣವನಿರುವಾಗಲೇ ಅವರು ಮನೆ ಬಿಟ್ಟು ಹೋಗಿ, ಅಂದಿನಿಂದಲೂ ಇಂದಿನವರೆಗೆ ಹೀಗೆ ಹಿಂದೆ ಮುಂದೆ ನನ್ನನ್ನು ಗುಪ್ತವಾಗಿ ಹಿಂಬಾಲಿಸುತ್ತ ಗಮನಿಸುತ್ತ ಜೀವಂತವಿರುವರೇನೋ ಎಂಬ ಜೀವನಪರ್ಯಂತ ಸಂಶಯಕ್ಕೆ ಆಸೆಗೆ ಪುರಾವೆಯಾಗಿತ್ತು ಮೊನ್ನೆಯ ಘಟನೆ. ಮತ್ತೆ ನನ್ನ ಕೈಯಾರೆ ಮಣ್ಣು ಮಾಡಿದ್ದು ಯಾರನ್ನು?

ಹೀಗೆ ಹೆತ್ತವರ ಬಗ್ಗೆ ಮಾತಾಡಬೇಕೆಂದಾಗ ನನ್ನಲ್ಲೊಂದು ಭಯ ಹುಟ್ಟುತ್ತದೆ. ಸಾಮಾನ್ಯವಾಗಿ ನಾವು ಇನ್ನೊಬ್ಬರ ಜೊತೆ ಕಷ್ಟ ಸುಖ ಹಂಚಿಕೊಳ್ಳುವಾಗ ಅನಿಸಿಕೆ ದಾಖಲಿಸುವಾಗ ಅಪ್ಪ ಅಮ್ಮಂದಿರನ್ನ ವೈಭವೀಕರಿಸುವುದನ್ನು ಕಂಡಿದ್ದೇವೆ. ಹಾಗೆ ಮಾಡದೆ ಹೆತ್ತವರನ್ನು ಜರಿಯುವವರನ್ನ ಅಥವಾ ಇದ್ದದ್ದು ಇದ್ದಂತೆ ಹೇಳಿದವರನ್ನ ಹೆಚ್ಚೆಂದರೆ ಕರುಣಾಜನಕ ದೃಷ್ಟಿಯಿಂದ ನೋಡುತ್ತೇವೆ. ಇಂತಹ ಕರುಣಾಜನಕ ದೃಷ್ಟಿಗಳಿಗೆ ನಾನು ಹಂಚಿಕೊಳ್ಳುತ್ತಿರುವುದು ಸುಖಾಸುಮ್ಮನಾದ ವೈಭವೀಕರಣವಲ್ಲ ಎಂದು ನಿಷ್ಕಲ್ಮಶವಾಗಿ ದಾಟಿಸುವುದು ಹೇಗೆ ಎಂಬುದೇ ನನ್ನ ಭಯ. ಯಾಕೆಂದರೆ ಇಲ್ಲಿಗಾಗಲೇ ಅಂತವರು ಕೈಯಾರೆ ಮಣ್ಣು ಮಾಡಿದ ವ್ಯಕ್ತಿಯನ್ನು ಜೀವಂತ ಇರುವಂತೆ ಭಾವಿಸುವ ಹುಡುಕಾಟದ ಹುಚ್ಚು ಪ್ರದರ್ಶಿಸುವ ನನ್ನಂತವರ ಮೇಲೆ ಅದೇ ಅಭಿಪ್ರಾಯ ಮೂಡಿಸಿಕೊಂಡಿರುತ್ತಾರೆ. ಅವರ ಮೇಲೆ ನನಗೆ ಅತ್ಯಂತ ಗೌರವದ ಭಾವನೆಯಿದೆ. ಅವರ ಮನಸ್ಸಿಗೆ ನನ್ನ ಒಳ ತಲ್ಲಣದ ಅರಿವು ಮೂಡಿಸಿಯೆ ಮುಂದಿನದನ್ನು ಮಾತಾಡುವ ಇರಾದೆ ನನ್ನದು. ಗುರುತು ಸಿಗದ ಮಾಂಸಲ ದೇಹವನ್ನು ಮಣ್ಣಿನಲ್ಲಿ ಹೂತಿದ್ದು ನಿಜವೇ ಆದರೂ ಆ ವ್ಯಕ್ತಿ ನನ್ನಣ್ಣನಲ್ಲದೆ ಬೇರೆ ಯಾರೋ ಆಗಿದ್ದು ಅಣ್ಣ ಹೆದ್ದಾರಿಯ ಲಾರಿ ಹತ್ತಿ ದೂರದ ಬಾಂಬೆಗೆ ಹೋಗಿದ್ದಾರೆಂದು ಹೆಚ್ಚೂ ಕಮ್ಮಿ ಖಚಿತವಾಗಿ ನಂಬಿರುವ ನನ್ನ ನಂಬಿಕೆಯು ಹುಚ್ಚೆನಿಸದೆ ಸಾಧ್ಯಾಸಾಧ್ಯತೆಯ ಪರಿಧಿಯೊಳಗೆ ಇರಬಹುದಲ್ಲವೇ? ಮೊನ್ನೆ ಮಾರ್ಕೆಟ್ಟಿನಲ್ಲಿ ಕಂಡಿದ್ದು ಅಣ್ಣನೇ ತಾನೆ? ಮತ್ತೆ ನೀವು ಇದ್ಯಾವುದೋ ಮಾನಸಿಕ ಖಾಯಿಲೆಯ ಅಥವಾ ದೆವ್ವದ ಕತೆಯೆಂದು ಯಕಃಶ್ಚಿತ್‌ಗೊಳಿಸಿಬಿಟ್ಟರೆ? ನೀರು ತುಂಬಿದ ಬಲೂನು ಒತ್ತಡ ತಾಳಲಾರದೆ ಒಡೆಯುವಂತೆ ನನ್ನ ಹೃದಯ ಒಡೆಯುತ್ತದೆ. ಅವತ್ತೂ

(ದಶಕಗಳ ಹಿಂದೆ) ಕೂಡ ಇದು ಅಣ್ಣ ಅಲ್ಲ ಎಂದು ಚೀರಾಡಿದ್ದೆ, ಎಗರಾಡಿದ್ದೆ. ಯಾರೂ ನಂಬಲಿಲ್ಲ. ನಾಲ್ಕಾಳು ನಾಲ್ಕು ಅಂಗ ಹಿಡಿದು ಎತ್ತಿ ದೂರ ಒಯ್ದಿದ್ದರು.

ನಾನು ಹೀಗೆ ಹೇಳಿದರೆ ಮತ್ತೆ ನೀವು ಅನ್ಯಥಾ ಭಾವಿಸಬಹುದು. ನನ್ನಣ್ಣನನ್ನು ಬಲ್ಲವರು ಯಾರೇ ಸಿಗಲಿ, ಅವರನ್ನು ಮನಸಾರೆ ಹೊಗಳುತ್ತಾರೆ. "ಯೇ ಬಿಡು ಕುಮಾರ, ನಿನ್ನಪ್ಪನಂತ ಮನುಷ್ಯನಿಲ್ಲ" ಅಂತಾರೆ. ಇದರಲ್ಲಿ ಎಳ್ಳಷ್ಟೂ ವ್ಯಂಗ್ಯವಿಲ್ಲ. ಉಡಾಫೆಯಿಲ್ಲ. ಆ ಮಟ್ಟಿಗಿನ ಆಕರ್ಷಕ ವ್ಯಕ್ತಿಯಾಗಿದ್ದರು ಅಣ್ಣ. ನಿತ್ಯ ಸ್ನಾನ ಮಾಡುತ್ತಿದ್ದರು. ನಿತ್ಯ ಒಗೆದ, ಇಸ್ತ್ರಿ ಮಾಡಿದ ಬಟ್ಟೆ ತೊಡುತ್ತಿದ್ದರು. ಸಂಜೆಯಾಗೊಷ್ಟೊತ್ತಿಗೆ ಕೊಳೆಯಾಗಿಬಿಡುತ್ತಿತ್ತು, ಅದು ಬೇರೆ ಮಾತು. ಆದರೆ ಹಗಲೆಲ್ಲ ಮೇರು ವ್ಯಕ್ತಿಯಂತೆ ಮಿನುಗುತ್ತಿದ್ದರು. ನಾನು ಈಗಲೂ ಸ್ನಾನವೆಂಬ ಹೊರೆ ರಹಿತ ವಾರಾಂತ್ಯ ಕಳೆಯಲು ಇಚ್ಛಿಸುತ್ತೇನೆ. ಇಸ್ತ್ರಿ ಮಾಡುವುದು ಅನುತ್ಪಾದಕ ಎಂದು ಭಾವಿಸುತ್ತೇನೆ. ಮೆರಗು ಹೊರಗಿನದಲ್ಲ, ಒಳಗಿನದು ಎಂಬ ತತ್ವ ಹೊಡೆಯುತ್ತೇನೆ. ಅಣ್ಣನ ಭಾಷೆಯಲ್ಲಿ ಸಾಕಷ್ಟು ಇಂಗ್ಲಿಷ್ ಪದಗಳು ಇಣುಕುತ್ತಿದ್ದವು. "ರಿಸ್ಕ್" ಅಂತ ಬಳಸೋರು, ಅಂಗಡಿಯಲ್ಲಿ ದೊರಕುವ ರಸ್ಕು ಗೊತ್ತಿದ್ದ ನನಗಂತು ಇವರು ಏನು ಹೇಳ್ತಿದಾರೆ ಅನ್ನೋದೆ ಅರ್ಥವಾಗದೆ ವಿದ್ಯಾವಂತನೆದುರು ಅವಿದ್ಯಾವಂತನಿಗಾಗುವ ದಿಗಿಲಾಗುತ್ತಿತ್ತು. ಎಷ್ಟು ಶುದ್ಧ ಭಾಷೆ ಬಳಸೋರು ಅಂದರೆ, ಅವರೆ ನಡೆ ನುಡಿಯನ್ನೆಲ್ಲ ಗಮನಿಸುತ್ತಿದ್ದ ನನಗೆ ಇವರು ನಿಜವಾಗಲೂ ನಮ್ಮಪ್ಪನೇನಾ ಅನ್ನೋಷ್ಟು ಅನುಮಾನ ಹುಟ್ಟೋದು. ಯಾಕಂದರೆ ನಮ್ಮನೇಲಿದ್ದ ಬಡತನಕ್ಕೂ, ನಾವಿದ್ದ ಸ್ಲಮ್ಮಿಗೂ ಅವರ ವ್ಯಕ್ತಿತ್ವಕ್ಕೂ ಒಂದಕ್ಕೊಂದು ತಾಳೆನೆ ಆಗುತ್ತಿರಲಿಲ್ಲ. ಇವರ 'ಶೋಕಿ'ಗೆ ಕೈಸೋತ ಅಮ್ಮ ನಮ್ಮ ಬಟ್ಟೆಗಳನ್ನೆಲ್ಲ ಅಗಸರಿಗೆ ಕೊಟ್ಟುಬಿಡುತ್ತಿದ್ದರು. ಕೆರೆ ನೀರಲ್ಲಿ ಒಗೆದು ಘಮಲಿನ ಪೌಡರ್ ಹಾಕುತ್ತಿದ್ದ ಅಗಸರಜ್ಜ ನೆನಪಾಗುತ್ತಾರೆ. ಇಷ್ಟೆಲ್ಲ ಇದ್ದೂ ಬುಡ್ಡಿ ಬೆಳಕಿನ ಎದುರು ಪುಸ್ತಕ ಹರಡಿಕೊಂಡು ಗದ್ದ ಊರಿ ಕುಳಿತು ಪುಸ್ತಕದಲ್ಲಿರುವ ಏನೋ ಹೊಸ ಸಂಗತಿಯೊಂದನ್ನು ಹಂಚಿಕೊಂಡರೆ, "ನಾವು ಮೋಡರಪ್ಪ, ನಮಗೆ ತಿಳಿಯಲ್ಲ" ಎಂದು ನಿಷ್ಕಪಟವಾಗಿ ತನ್ನ ಬಲಹೀನತೆಯನ್ನು ಒಪ್ಪಿಕೊಳ್ಳುವ ಮೂಲಕ, ನನ್ನ ಅಹಂಅನ್ನು ಹಿಗ್ಗಿಸುತ್ತಿದ್ದರು ಅಣ್ಣ.

ನಮ್ಮಲ್ಲಿ ಎಷ್ಟೋ ಮಂದಿಯ ಹಿನ್ನೆಲೆ ಹೀಗಿರಬಹುದು, ಕುಟುಂಬದ ದೊಡ್ಡಪ್ಪ ಚಿಕ್ಕಪ್ಪಂದಿರೆಲ್ಲ ಓದಿ, ತನ್ನಪ್ಪ ಮಾತ್ರ ಓದದೆ ಮನೆಯ ನೊಗ ಹೊತ್ತು ತ್ಯಾಗಮಯಿಯೆನಿಸಿಕೊಂಡು ಕಾಲಾನಂತರ ಅಣ್ಣತಮ್ಮಂದಿರಿಂದ ಉಗಿಸಿಕೊಂಡು ಅವರು 'ಬೇರೆ' ಹೋಗಿ ಕೊನೆಗೆ ಹೆಂಡತಿ ಮಕ್ಕಳಿಂದ ತಾನು ಛೀಮಾರಿ ಹಾಕಿಸಿಕೊಳ್ಳುವ ಅಪ್ಪಂದಿರಿದ್ದಂತೆ. ನನ್ನ ಹಿನ್ನೆಲೆಯೂ ಸ್ವಲ್ಪ ಹಾಗೆಯೆ. ನಮ್ಮಜ್ಜಿಗಂತೂ

ಇಷ್ಟೊತ್ತಿಗೆ ತಲೆ ಕೆಟ್ಟು ಹೋಗಿರಬೇಕು. ಅಜ್ಜಿ ಸಿಕ್ಕಿದಾಗೆಲ್ಲ ನನ್ನವು ಸುತ್ತಿ ಬಳಸಿ ಅವವೇ ಪ್ರಶ್ನೆಗಳು. ಹೇಗಾದರೂ ಮಾಡಿ ಮಾತನ್ನು ಆಕೆಯ ಯೌವನದ ದಿನಗಳಿಗೆ ಹೊರಳಿಸುವುದು. ಅಲ್ಲಿಂದ ಅವಳ ಮದುವೆಯತ್ತ, ಮಕ್ಕಳತ್ತ...ಮತ್ತೆ ಅಲ್ಲೇ ನಿಂತು ಗಿರಕಿ ಹೊಡೆಯುವುದು. ಅಜ್ಜಿ ಮೊದಲೇ ತನ್ನ ಮುನ್ನುಡಿಯನ್ನು ಸಾರಿಬಿಡುತ್ತಾಳೆ, "ನಾವು ಕಳಿಸಿದಿವಪ್ಪ ನಿಮ್ಮಪ್ಪನ್ನು ಇಸ್ಕೂಲಿಗೆ. ಅವನ ತಲಿಗೆ ಅಕ್ಷರ ನಾಟ್ತಿರಲಿಲ್ಲೋ ಏನು ಕತೆಯೋ. ಹೊಂಗೆ ಮರದ ಮ್ಯಾಕತ್ತಿ ಕುಂತುಬಿಡನು. ಸರಿ ಬಿಡಪ್ಪ ಅಂತ ನಿಮ್ಮಜ್ಜ ವಲ ಗೆಯ್ಯಕೆ ಇಟ್ಕಂತು". ಹಾಗೆ ನೋಡಿದರೆ ನನ್ನ ಪ್ರಶ್ನೆಗಳ ಉದ್ದೇಶ ಆಕೆಗೆ ಇಲ್ಲಿವರೆಗೂ ಹೊಳೆದಿಲ್ಲ. ಆಗದೇ ಇರಲಂತ ಹಾಗೆ ಬಿಟ್ಟಿರೋದು ನನ್ನ ಹುಡುಗಾಟ. ಅಜ್ಜಿಯೊಂದಿಗಿನ ಪ್ರತಿ ಹರಟೆಯಲ್ಲೂ ಅಣ್ಣನ ಒಂದೊಂದು ಸಂಗತಿಯು ಹೊರಗೆ ಬರುತ್ತಿರುತ್ತದೆ. ಪ್ರತಿಯೊಂದನ್ನು ಹೆಕ್ಕಿ ಆಯ್ದು ಸ್ಮೃತಿಯೊಳಗೆ ಬುತ್ತಿ ಕಟ್ಟಿಕೊಳ್ಳೋದು ನನ್ನ ಜಾಣತನ. ಪಂಚಪಾಂಡವರಂತೆ ಎಂದೂ ಬಾಳದ ಐವರಲ್ಲಿ ಎರಡನೆಯವರಾದ ನನ್ನಣ್ಣ ಓದೋಕೆ ಹೋಗದೆ ತನ್ನಪ್ಪನ ಜೊತೆಗೆ ವ್ಯವಸಾಯದಲ್ಲಿ ತೊಡಗಿಸಿಕೊಂಡಿದ್ದು. ಉಳಿದ ಅಣ್ಣತಮ್ಮಂದಿರು ಸ್ಲೇಟು ಬಳಪ ತಗೊಂಡು ಲೆಕ್ಕ ಕೂಡುತ್ತಿದ್ದರೆ ತಾನು ಬಾಯಿಯಲ್ಲೆ ಗುಣಿಸಿ ಅಜ್ಜನಿಗೆ ವ್ಯವಹಾರದ ಲೆಕ್ಕ ಒಪ್ಪಿಸುತ್ತಿದ್ದುದು, ಹಂದಿಮರಿ ಸಾಕಿ ಲಾಭಕ್ಕೆ ಮಾರಿ ಅಜ್ಜನ ಸಾಲ ತೀರಿಸಿದ್ದು. "ಜಾಣ ಅಂತ ನಿಮ್ಮಜ್ಜ ನಿಮ್ಮಪ್ಪಯ್ಗೆ ಮನೆ ವ್ಯವಾರ ಒಪ್ಪಿಸಿತು. ಅಣ್ ತಮ್ಮಂದಿರ್ನೆಲ್ಲ ಅವನೇ ದುಡುದು ಓದಿಸಿದ...". ಆಶ್ಚರ್ಯ ಅನಿಸುತ್ತೆ, ಅಷ್ಟು ಪ್ರಜ್ಞಾವಂತ ಮನುಷ್ಯ ಅದು ಹೇಗೆ ತನ್ನ ಒಳಿತನ್ನು ಬದಿಗಿರಿಸಿ ಉಳಿದವರಿಗೋಸ್ಕರ ತನ್ನನ್ನು ಸವೆಸಿ ಕೊಂಡರೆಂದು. ನಾವು ಸಹೋದರ ಸಂಬಂಧಿಗಳು ಯಾರೂ ಒಬ್ಬರನ್ನೊಬ್ಬರು ಹತ್ತಿರ ಬಿಟ್ಟುಕೊಳ್ಳುವುದಿಲ್ಲ. ನಾನಂತು ನಾನಾಯಿತು, ನನ್ನ ಹೆಂಡತಿ ಮಕ್ಕಳಾಯಿತು ಎಂತಲೇ ಬದುಕುತ್ತೇನೆ. ನೋಡಿದವರಿಗೆ ಸ್ವಾರ್ಥಿಯಂತೆ ಕಾಣಿಸಬಹುದು. ಆದರೆ ಅನ್ಯರ ಬದುಕಲ್ಲಿ ತಲೆ ತೂರಿಸದೆ ಬದುಕುವುದೂ ಒಂದು ಮೌಲ್ಯ ಅಂತ ಭಾವಿಸಿರುವವನು ನಾನು. ಒಂದೇ ಕೊರತೆಯೆಂದರೆ ಅಣ್ಣನಂತೆ ದೊಡ್ಡ ಮನುಷ್ಯ ನೆನಿಸಿಕೊಳ್ಳಲಾಗಲಿಲ್ಲವಲ್ಲ ನನಗೆ!

ನಾನು ಅಜ್ಜಿಯಿಂದ ಅಮ್ಮನೆಡೆಗೆ ಹೋದರೆ ಕತೆಗೆ ಹೊಸ ಹೊಸ ತಿರುವುಗಳು ಸಿಗುತ್ತವೆ. ಅಮ್ಮ ಸಹ ಅಣ್ಣನ ವಿಷಯ ತೆಗೆದಾಗ ಹೊಗಳುತ್ತಾಳೆ, ಇದು ನನ್ನನ್ನು ಕಾಡುವ ಮತ್ತೊಂದು ಸಂಗತಿ. ನಮ್ಮಲ್ಲಿ ಸತ್ತವರನ್ನು ತುಂಬಾನೆ ಹೊಗಳುತ್ತೇವೆ. ಏನಿಲ್ಲದಿದ್ದರೂ ಏನಾದರು ಹುಡುಕಿ ಹೊಗಳುವ ಚಾಕಚಕ್ಯತೆ ನಮ್ಮ ಸಂಸ್ಕೃತಿ ನಮಗೆ ಕಲಿಸಿಕೊಟ್ಟಿದೆ. ಈ ಥಿಯರಿಯನ್ನು ನೀವು ಈ ಕತೆಗೂ ಅನ್ವಯಿಸಿದ್ದಲ್ಲಿ, ನನಗೇನು ಬೇಜಾರಿಲ್ಲ. ನಿಮ್ಮ ಬಗ್ಗೆ ನನಗೆ ಅತ್ಯಂತ ಗೌರವವಿದೆ. ಭಿನ್ನಾಭಿಪ್ರಾಯಕ್ಕೆ

ಬೆಲೆ ಕೊಡುತ್ತಲೆ ನಿಮ್ಮ ಅನಿಸಿಕೆಯನ್ನು ನಿರಾಕರಿಸಲು ಬಯಸುತ್ತೇನೆ. ಕಾರಣ, ಈ ಮೊದಲೆ ಘೋಷಿಸಿದ ಕತೆಯ ಪೀಠಿಕೆ. ಸ್ವಲ್ಪ ಆಳ ಬಗೆದರೆ ನಮ್ಮಮ್ಮ ನಮ್ಮಜ್ಜಿಯನ್ನು ಚೆನ್ನಾಗಿ ಬೈಕೊಂತಾಳೆ. ಯಾಕಂತ ಅಜ್ಜಿಯನ್ನ ವಿಚಾರಿಸಿ. ಅವಾಗ ಅಜ್ಜಿ ರಾಗ ಎಳೆಯುತ್ತಾಳೆ, "ಅಯ್ಯೋ ಆ ಮನೆಯಾಳ ಸಾನುಬೋಗನಿಂದಲೆ ಕಲ್ತುದ್ದು". ಬೆನ್ನಿಗೆ ತತ್ವದ ಮಾತನ್ನು ಸೇರಿಸ್ತಾಳೆ, "ನಮ್ಮ ಜನಕ್ಕೆ, ಬಂಗಾರದರಂಗೆ ಬದುಕೋರ್ನ ಕಂಡರೆ ಆಗಲ್ಲ. ಸಕುನಿ ಮಾಡಿದ್ದು ಅದೇ ಅಲ್ವಾ?". ಅವಳು ಹೇಳ್ತಿರೋದು ಸ್ವಲ್ಪ ತಡವಾಗಿ ಅರ್ಥವಾಗುತ್ತೆ, ಇಸ್ಪೀಟಿನ ಬಗ್ಗೆ ಅಂತ. ಮದುವೆಗೆ ಮುಂಚಿನ ಅಣ್ಣನ ಗುಣಗಾನದಲ್ಲಿ ಈ ವಿದ್ಯೆಯನ್ನು ಸೇರಿಸಿರಲಿಲ್ಲ ಅನ್ನೋದು ಅಮ್ಮನ ಕಂಪ್ಲೇಂಟು. ವಿಚಿತ್ರವೆಂದರೆ ಇದು ಗೊತ್ತಾದ ಮೇಲೆ ನನಗೆ ಅಣ್ಣನ ಮೇಲೆ ಗೌರವ ಜಾಸ್ತಿಯಾಯಿತೆಂದರೆ ನೀವು ನಗುತ್ತೀರೇನೋ. ಗಮನಿಸಿ, ಜಗತ್ತಿನ ದೊಡ್ಡ ದೊಡ್ಡ ವ್ಯಕ್ತಿಗಳೆಲ್ಲ ಒಂದಲ್ಲ ಒಂದು ಜೂಜಿನ ಚಟ ಹತ್ತಿಸಿಕೊಂಡಿದ್ದರು. ಬೇಕಾದರೆ ಟಾಲ್‌ಸ್ಟಾಯ್‌ನ ಕೇಳಿ ನೋಡಿ. ಬುಕೋವ್ಸ್ಕಿನ್ ಕೇಳಿ ನೋಡಿ. ಇಲ್ಲಾಗಿದ್ದೂ ಅದೇ. ಹಂಗೋ ಹಿಂಗೋ ತೂಗಿಸಿಕೊಂಡು ಹೋಗುತ್ತಿದ್ದ ಜೀವನ ಹಟಾತ್ತನೆ ತಲೆಕೆಳಗಾಗಿತ್ತು, ಕೈತುಂಬ ಬಂದ ವರ್ಷದ ಬೆಳೆಯನ್ನು ಮಂಡಿಯಲ್ಲಿ ಮಾರಿ ಮನೆಗೆ ವಾಪಸ್ಸಾಗುತ್ತಿರುವಾಗ ಊರ ಹೆಬ್ಬಾಗಿಲಿನಲ್ಲೆ ಅಡ್ಡ ಹಾಕಿದ 'ಶಾನುಬೋಗ', ಅಲ್ಲೇ ಗಣೇಶ ಗುಡಿಯ ಹಜಾರದಲ್ಲಿ ಆಟಕ್ಕೆ ಕೂರಿಸಿ ಜಗತ್ತಿಗೆ ಇರುಳು ಮೆತ್ತಿಕೊಳ್ಳೊ ಕೆಲ ಕ್ಷಣಗಳ ಮುನ್ನವೆ ಅಣ್ಣನಿಗೆ ಮಸಿ ಬಳಿದು ಕಳಿಸಿದ್ದ. ಅಲ್ಲಿಗಾಗಲೇ ಅಣ್ಣ ಮನೆಯಲ್ಲಿದ್ದ ವಾಡೆಗಳನ್ನೆಲ್ಲ ಉರುಳಿಸಿ ಅಜ್ಜನೊಂದಿಗೆ ಕಾದಾಡಿ ಹೆಂಡತಿ ಮಕ್ಕಳ ಸಮೇತ ಬೇರೆ ಮನೆ ಮಾಡಿಯಾಗಿತ್ತು. ಪಾತಾಳಕ್ಕಿನ್ನೊಂದು ಪಾತಾಳವಿರಲಿಲ್ಲ ವಾದ್ದರಿಂದ ಅಲ್ಲಿಂದ ಅಣ್ಣ ಇಟ್ಟ ಹೆಜ್ಜೆಗಳೆಲ್ಲ ಏರುಮುಖವಾದದ್ದೆ. ಗಣೇಶ ಗುಡಿಯಿಂದ ಮನೆ ಸೇರದೆ ಮಾಯವಾದ ಅಣ್ಣ ಮುಂದೆ ಆರೇಳು ತಿಂಗಳುಗಳ ನಂತರ ಅಮ್ಮನಿಗೆ ಎದುರಾಗಿದ್ದು ತುಮಕೂರಿನ ಖ್ಯಾತ ಹೋಟೆಲ್ಲಿನಲ್ಲಿ ಪಾತ್ರೆಗಳ ಮಸಿ ಮೆತ್ತಿಕೊಂಡು. ಪತ್ರ ಬರೆಯಿಸಿ ಕರೆಸಿಕೊಂಡಿದ್ದರಂತೆ. ಅಮ್ಮ ಓಲೆಗಳನ್ನು ಅಡ ಇಟ್ಟು ಬಿಡಿಸಿಕೊಂಡು ಬಂದರಂತೆ. ಆ ಹೋಟೆಲ್ ಕಲಿಸಿದ ಕೌಶಲ್ಯವನ್ನು ಬಳಸಿಕೊಂಡು ತಮ್ಮದೇ ಹೋಟೆಲ್ ಉದ್ಯಮ ಆರಂಭಿಸಿದರಂತೆ. ಚಿನ್ನ ಬಂಗಾರಗಳನ್ನು ಕೊಂಡುಕೊಂಡರಂತೆ. ಸೈಟು ಪೈಟು ಮಾಡಿಕೊಂಡರಂತೆ. 'ಗಾಡಿ' ಇಟ್ಟುಕೊಂಡಿದ್ದರಂತೆ. ನನಗೆ ನೆನಪಿಲ್ಲ. ಇದನ್ನೆಲ್ಲ ಕೇಳಿಸಿಕೊಂಡರೆ ಅಣ್ಣ ನನಗೆ ಸಾಹಸಿಯಂತೆ ಕಾಣಿಸುತ್ತಾರೆ. ವ್ಯವಸ್ಥಿತವಾಗಿ ಓದಿ ಡಿಗ್ರಿ ಪಡೆದು ಉದ್ಯೋಗ ಗಿಟ್ಟಿಸಿಕೊಂಡು ತಿಂಗಳ ತಿಂಗಳ ಸಂಬಳಕ್ಕೆ ಕಾಯುತ್ತ ಹಿಂದಿನ ತಿಂಗಳಿನ ಕ್ರೆಡಿಟ್ ಕಾರ್ಡ್ ಬ್ಯಾಲೆನ್ಸು ತೀರಿಸಿ ಬರುವ ತಿಂಗಳಿನ ಖರ್ಚು ಸರಿದೂಗಿಸುತ್ತ ಕಾಲಕ್ಕೆ

ಸರಿಯಾಗಿ ಮದುವೆಯಾಗಿ ಕಾಲಕ್ಕೆ ಸರಿಯಾಗಿ ಮಕ್ಕಳು ಮಾಡಿಕೊಂಡು ಮಡದಿ ಮಕ್ಕಳ ಜೊತೆ ಸಂಜೆ ಹೊತ್ತು ಒಂದು ವಾಕಿಂಗ್, ನಂತರ ಮಕ್ಕಳಿಗೆ ಯೂಟ್ಯೂಬ್ ಮೂಲಕ ಎಜುಕೇಶನ್, ವಾರಾಂತ್ಯ ಹೋಟೆಲ್ಲಿನ ಡಿನ್ನರ್. ವರ್ಷಕ್ಕೊಮ್ಮೆ ಅವವೇ ಹೋಮ್ ಸ್ಟೇಗಳಲ್ಲಿನ ಬಿಡಾರ. ನೀರಸ ಬದುಕು ಸಾಗಿಸುತ್ತಿರುವ ನನಗೆ ಅಣ್ಣನ ಸಾಹಸಿ ಗುಣ, "ರಿಸ್ಕ್" ಪ್ರವೃತ್ತಿಯನ್ನು ಸೆಳೆದುಕೊಳ್ಳಲಾಗಲೇ ಇಲ್ಲವಲ್ಲ ಎಂಬ ಕೊರಗಿದೆ. ಒಮ್ಮೆಯೂ ಮನಸಾರೆ ರೆಸಿಗ್ನೇಶನ್ ಪತ್ರ ಎಸೆಯಲಿಲ್ಲವಲ್ಲ ಎಂಬ ನೋವಿದೆ.

ಗಣೇಶ ಗುಡಿಯೇ ಕೊನೆ, ಆಮೇಲೆಂದೂ ಅಣ್ಣ ಇಸ್ಪೀಟಿನ ಎಲೆ ಮುಟ್ಟಲಿಲ್ಲ. ಬದಲಾಗಿ ಹವ್ಯಾಸಿ ಪಾನಪ್ರಿಯರಾದರು. ಹವ್ಯಾಸ ಅಭ್ಯಾಸವಾಗುವುದು ತಡವಾಗಲಿಲ್ಲ. "ಮ್ಯಾಕೇರಳ್ಳಿ ಪುಂಡ್ರಿ ಅಂತ ಒಬ್ಬ ಇದ್ದ. ಒಂಗೆ ಮರ ಹತ್ವಾಗ ಕ್ಲಾಸಮೇಟಂತೆ", ಅಮ್ಮನ ವರಸೆ. ಹೀಗೆ ಒಂದಿನ ರಾತ್ರಿ ಉಂಡು ಮಲಗೋ ಹೊತ್ತು, ಆ ವ್ಯಕ್ತಿ ನಮ್ಮನೆ ಬಾಗಿಲು ತಟ್ಟಿದನಂತೆ. "ಬಿದಿರು ಕೋಲಿನಂಗೆ ಬಡಕಲಾಗಿದ್ದ. ಎಲ್ಲೋ ಬಿದ್ದು ಉರುಳಾಡಿ ಬಂದಂಗೆ ತಲೆ ಕೆದರಿತ್ತು" ಅಂತಾಳೆ ಅಮ್ಮ. ಆತ ಮನೆ ಬಿಟ್ಟು ಸುಮಾರು ವರ್ಷ ಆಗಿತ್ತಂತೆ. ನಮ್ಮ ದೇಶದ ಗಂಡಸರು ಬುದ್ಧನನ್ನು ಈ ಪರಿ ಸೀರಿಯಸ್ಸಾಗಿ ಪರಿಗಣಿಸಿರುವುದು ನೋವಿನ ಸಂಗತಿ. ಇರಲಿ. ಆತ ಸೀದಾ ವಾಪಸ್ಸಾಗಿ ಮೊದಲು ಕದ ತಟ್ಟಿದ್ದೇ ನಮ್ಮ ಮನೆಯದ್ದು. ಅವನಿಗೆ ಸ್ನಾನ ಮಾಡಿಸಿ ಊಟ ಕೊಟ್ಟು ಮಲಗಲು ಜಾಗ ಮಾಡಿಕೊಟ್ಟರಂತೆ. ತಮ್ಮದೇ ಹೋಟೆಲ್ಲಿನಲ್ಲಿ ಪಾತ್ರೆ ತೊಳೆಯೋ ಕೆಲಸ ಕೊಟ್ಟರಂತೆ. ಹಾಗಿದ್ದೂ "ಹೋಗೋ ಬಾರೋ" ಸಲುಗೆ ಇತ್ತಂತೆ. ಅವರವರ ಮಟ್ಟಕ್ಕೆ ಕೃಷ್ಣ ಕುಚೇಲನ ದೋಸ್ತಿ. ಅಣ್ಣ ಈ ಕಾರಣಕ್ಕೆ ಈಗಲೂ ಫೇಮಸ್ಸು. ಅನುಕೂಲಸ್ತನಾಗಿದ್ದಾಗಲು ಎಲ್ಲರನ್ನೂ ಒಳಗೊಳ್ಳುತ್ತಿದ್ದರು. ಯಾರನ್ನೂ ದೂರ ತಳ್ಳಿರಲಿಲ್ಲ. ಒಮ್ಮೆ ನಮ್ಮೂರಿಂದ ಪಟ್ಟಣಕ್ಕೆ ಓದಲು ಬರುತ್ತಿದ್ದ ಹುಡುಗನೊಬ್ಬ ಕಾಲೇಜಲ್ಲಿ ಪರೀಕ್ಷೆಗೆ ಕೂರಿಸುತ್ತಿಲ್ಲ ಅಂತ ಅತ್ತುಗೊಂಡು ನಮ್ಮನೆಗೆ ಬಂದಿದ್ದ. ಕಾಸಿರಲಿಲ್ಲವಾದ್ದರಿಂದ ವಾಚು ಮಾರಿ ಪರೀಕ್ಷೆಗೆ ಕೂರಿಸಿ ಬಂದಿದ್ದರು ಅಣ್ಣ. ಇದು ನೆನಪಿದೆ. 'ಫ್ರೆಂಡ್ಸ್' ಅಂತ ಉಚ್ಚರಿಸುವಾಗ ಅವರ ಬಾಯಿಂದ ಫ ಅನ್ನೋ ಪದ ಸ್ಪಷ್ಟವಾಗಿ ಇಂಗ್ಲಿಷ್ ಫ ಆಗಿ ಬರೋದು, ಕೇಳಿಸಿಕೊಳ್ಳೋದೆ ನನಗೊಂತರ ರೋಮಾಂಚನ. ಯಾಕಂದರೆ ನಮಗ್ಯಾರಿಗೂ ಅದರ ಉಚ್ಚಾರಣೆ ಬರುತ್ತಿರಲಿಲ್ಲ. ಪುಂಡ್ರಿಗೆ ಮೇಲೆ ತಿಳಿಸಿದ ಅಭ್ಯಾಸ ಇತ್ತಂತೆ. ಅದು ಅಣ್ಣನಿಗೂ ತಗುಲಿತಂತೆ. ನನಗೆ ಬುದ್ಧಿ ಬರೋಷ್ಟತ್ತಿಗೆ ಪಕ್ಕಾ ಪಾಪರ್ ಆಗಿದ್ದರು ಅಣ್ಣ. ವ್ಯವಹಾರ ಅಮ್ಮನ ಕೈಲಿತ್ತು. ಕೆಲವು ಸಲ ಅನ್ನಿಸುತ್ತೆ, ಯಾರನ್ನೂ ನಂಬದ, ಯಾರನ್ನೂ ಸೇರದ, ಯಾರನ್ನೂ ಸೇರಿಸದ ನನ್ನ ಗುಣ ಇಲ್ಲಿಂದಲೇ ಬಂದಿರಬೇಕಂತ.

ಯಾವುದನ್ನು ಕಲಿಬೇಕೋ ಅದನ್ನ ಕಲಿಯದೆ ಯಾವುದು ಬೇಡವೋ ಅದನ್ನು ಅಳವಡಿಸಿಕೊಂಡಿರೋದು ನನ್ನ ದೌರ್ಬಲ್ಯ.

ನನಗೆ ಬುದ್ಧಿ ಬಂದಾಗ ನನಗೊಂದೇ ಹುಚ್ಚು, ಪ್ಯಾಂಟ್ ಹಾಕಿಕೊಳ್ಳಬೇಕಂತ. ಆಗಿನ್ನೂ ಪ್ರೈಮರಿ ಸ್ಕೂಲಿಗೆ ಹೋಗುತ್ತಿದ್ದೆ. ನನ್ನ ಬಯಕೆಯನ್ನು ಎದುರಿಟ್ಟಾಗ ಅಣ್ಣ ನನಗೊಂದು ಕೆಲಸ ವಹಿಸಿದರು. ಅಲ್ಲಿಗಾಗಲೆ ನಾವು ನೈಟ್ ಹೋಟೆಲ್ಲಿನ ಮಟ್ಟಕ್ಕೆ ಇಳಿದಿದ್ದೆವು. ಕೆಲಸ ಏನಂದರೆ ಹೋಟೆಲ್' ಎದುರು ನಿಂತು ಹೋಗಿ ಬರುವ ಗ್ರಾಹಕರನ್ನ ಕೂಗಿ ಕೂಗಿ ತಮ್ಮ ಹೋಟೆಲ್ಲತ್ತ ಸೆಳೆಯಬೇಕು. ಈಗೆಲ್ಲ ಕಾಲ ಬದಲಾಗಿದೆ. ಕತ್ತಲಲ್ಲೂ ಹೊಳೆಯುವ ಆಕರ್ಷಕ ಬಣ್ಣದ ಲೈಟ್ ಹಿಡಿದು ಗ್ರಾಹಕರನ್ನು ಸೆಳೆಯುತ್ತಾರೆ. ಥ್ಯಾಂಕ್ಸ್ ಟು ಚೈನಾ. ಆಗಿನ ಕಾಲದಲ್ಲಿ ಅಕ್ಕಪಕ್ಕದ ಹೋಟೆಲ್ಲಿನೋರು ಗ್ರಾಹಕರನ್ನು ಕೂಗಿ ಕೂಗಿ ಕರೆದು ತಮ್ಮ ವ್ಯಾಪಾರ ಹೆಚ್ಚಿಸಿಕೊಳ್ಳುತ್ತಿದ್ದರು. ಅಮ್ಮ ಹೆಂಗಸು, ಕೂಗುತ್ತಿರಲಿಲ್ಲ. ಅಣ್ಣ ಕೂಗಲು ಹೋಟೆಲ್ಲಿನ ಹತ್ತಿರ ಇದ್ದರೆ ತಾನೇ. ಪ್ಯಾಂಟಿನ ಆಸೆಗೆ ನಾನು ನನಗೆ ವಹಿಸಿದ ಕಾರ್ಯವನ್ನು ಜಬರ್ದಸ್ತಾಗೆ ಮಾಡಿ ಮುಗಿಸಿದ್ದೆ. ಆದರೆ ವ್ಯಾಪಾರ ಅಷ್ಟೇನು ಕುದುರಲಿಲ್ಲ. ಸಣ್ಣ ಹುಡುಗ ಅಂತಂದುಕೊಂಡು ಜನ ಕನಿಕರದಿಂದ ಮುಂದೆ ಸಾಗಿಬಿಡೋರು. ಮನೋವಿಜ್ಞಾನಿಗಳ ಸಂಶೋಧನೆಗೆ ಮನುಷ್ಯನು ಯೋಚಿಸುವ ಈ ಮಗ್ಗುಲು ಉತ್ತಮ ವಿಷಯವಾಗಬಲ್ಲದೆಂದು ನನಗೆ ಎಷ್ಟೋ ಸಲ ಅನ್ನಿಸಿದ್ದಿದೆ. ನನಗೆ ಹಣಕಾಸಿನ ವಿಚಾರವೆಲ್ಲ ಹೇಗೆ ಅರ್ಥವಾಗಬೇಕು. ಕೊಟ್ಟ ಕೆಲಸ ಮಾಡಿದ್ದೆ, ಮಾರನೆ ದಿನ ಪ್ಯಾಂಟ್ ಕೊಡಿಸಿರೆಂದು ಚಂಡಿ ಹಿಡಿದು ಕೂತೆ. ಅಣ್ಣ ಅಮ್ಮನ ಬಳಿ ಕಾಸು ಕೇಳಿದರು. ಅವತ್ತಿನದವತ್ತು ಎಂಬ ಇಕ್ಕಟ್ಟಿನಲ್ಲಿದ್ದ ಅಮ್ಮನಿಗೆ ಪ್ಯಾಂಟಿಗೆಲ್ಲ ಕಾಸು ಕೊಡಲು ಎಲ್ಲಿಂದ ಬರಬೇಕು? ಹತ್ತು ರೂಪಾಯಿ ಕೊಟ್ಟರು. ಹತ್ತು ರುಪಾಯಿಗೆ ಪ್ಯಾಂಟು ಬರುತ್ತದೆಂದು ನಂಬಿ ನಾನು ಆಕಾಶಕ್ಕೆ ನೆಗೆದಿದ್ದೆ. ಏನಾದರು ತಿನ್ನೋಕೆ ಕೊಡಿಸಿ ಸಮಾಧಾನ ಮಾಡು ಅಂತ ಅಂದಿರಬೇಕು ಅಮ್ಮ.

ಮಟಮಟ ಮಧ್ಯಾಹ್ನ. ನಮ್ಮ ಕಡೆ ಬಿಸಿಲು ಕೋಲು ತಗೊಂಡು ಬಾರಿಸುತ್ತೆ. ಕಾದ ನೆಲ ಅಂಗಾಲುಗಳಲ್ಲಿ ಬೊಬ್ಬೆ ಬರಿಸುತ್ತೆ. ಅವತ್ತಿನ ದಿನ ಮಾತ್ರ ನನಗೆ ಇದೆಲ್ಲ ನಗಣ್ಯ. ಅಣ್ಣ, ನಾನು. ಅವರ ಷರಟಿನ ಜೇಬಲ್ಲಿದ್ದ ಹತ್ತು ರೂಪಾಯಿಯ ನೋಟು. ನಮ್ಮ ಮೂವರ ಪ್ರಯಾಣ ಉದ್ಯುಕ್ತವಾಗಿ ಅಂಗಡಿ ಮಳಿಗೆಗಳತ್ತ ಹೊರಟಿತ್ತು. ಅಣ್ಣನ ಮುಖದಲ್ಲಿ ಭರವಸೆ ಇತ್ತು. ಕಷ್ಟದಲ್ಲಿರುವಾಗ ಅಪ್ಪ ಅಮ್ಮ ನಮ್ಮೆಡೆ ತೋರಿಸುವ ಭರವಸೆಯ ನೋಟ ಅಪ್ಯಾಯಮಾನವಾದುದು. ನಮ್ಮ ಪಾಲಿಗೆ ಅವರೇ ಹೀರೋಗಳು. ಬೆಳಗ್ಗೆ ಮಧ್ಯಾಹ್ನ ಊಟವಿಲ್ಲದೆ ಹಸಿದು ಕೂತಿದ್ದು ಸಂಜೆಯೊಳಗೆ ಹೇಗಾದರೂ ಮಾಡಿ ಇವರು ಅನ್ನ ಹೊಂದಿಸುತ್ತಾರೆ ಎನ್ನುವುದಿರುತ್ತಲ್ಲ

ಅದು. ಆ ಭರವಸೆಯೆ ನನ್ನ ಸಂತೋಷಕ್ಕೆ ಖಚಿತತೆಯ ಲೇಪನ ಹಚ್ಚಿ ಹೃದಯ ಹಾರಾಡಿದಂತಾಗುತ್ತಿತ್ತು. ಬೇರೆ ಸಮಯದಲ್ಲಾಗಿದ್ದರೆ ಅಣ್ಣನ ಸ್ಪೀಡಿಗೆ ನಡೆಯಲಾಗದೆ ಗೋಳಾಡುತ್ತಿದ್ದ ನಾನು ಅಂದು ಮಾತ್ರ ನಾನೆ ಒಂದು ಹೆಜ್ಜೆ ಮುಂದೆಯಿದ್ದು ಅಣ್ಣನ ಬೆರಳಿಡಿದು ಎಳೆದೊಯ್ಯುತ್ತಿದ್ದೆ. ಅಣ್ಣ ಬಹಳ ಎತ್ತರದ ಆಳಿದ್ದರಿಂದ ನಾನು ಅವರ ಮೊಣಕಾಲಿನವರೆಗೆ ಬರುತ್ತಿದ್ದೆ ಅನಿಸುತ್ತೆ. ಅವರ ಇಷ್ಟು ದಪ್ಪ ಬೆರಳನ್ನು ನನ್ನ ಕೈ ಮೇಲೆತ್ತಿ ಅಂಗೈ ಪೂರ್ತಿ ಬಳಸಿ ಹಿಡಿದು ನಡೆಯೋದೇ ಒಂದು ಖುಷಿ. ಹೊಸ ಪ್ಯಾಂಟನ್ನು ನೋಡಲು ಮುಟ್ಟಲು ಸವರಲು ಇನ್ನೆರಡೇ ಗೇಣು. ಅಷ್ಟು ಬೃಹದಾಕಾರದ ನಿರೀಕ್ಷೆ ಸೊನ್ನೆಯಾಗಿ ಎದೆ ಒಡೆದುಹೋಗುವ ಕಲ್ಪನೆಯೂ ಇರಲಿಲ್ಲ ನನಗೆ. ಹ್ಯಾಗೆ ನಾನು ಪ್ಯಾಂಟನ್ನು ಏರಿಸಿಕೊಂಡು ನಾಳೆ ಸ್ಕೂಲಿಗೆ ಹೋಗುವೆ, ಎಲ್ಲರೆದುರು ಹ್ಯಾಗೆ ಮೆರೆಯುವೆ ಎಂಬೆಲ್ಲ ಆಸೆಗಳು ಮನಸ್ಸಿನಲ್ಲಿ ಹಾದು ಹೋಗುತ್ತಿದ್ದವು. ನಮ್ಮ ತಾತ ಪ್ಯಾಂಟನ್ನು 'ಷಳ್ಳೆ' ಅನ್ನೋರು. ಶಬ್ದ ಹೇಗೆ ಹುಟ್ಟಿತೋ ಈಗಲೂ ಗೊತ್ತಿಲ್ಲ. ಪ್ಯಾಂಟಿನಲ್ಲಿರುವ ನನ್ನನ್ನು ನೋಡಿ ಅವರು ಹೇಗೆ ನಗಾಡಿಸಬಹುದು ಹೇಗೆ ಊರುಗೋಲಿನಿಂದ ತಿವಿದು ಕಿಚಾಯಿಸಬಹುದು ಎಂಬ ತಮಾಷೆಗಳು ನೆನಪಾಗಿ ಮನಸ್ಸಿಗೆ ಕಚಗುಳಿ ಕೊಟ್ಟಂತಾಗುತ್ತಿತ್ತು. ಒಬ್ಬೊಬ್ಬನೆ ನಗುತ್ತಿದ್ದೆ, ಎಗರೆಗರಿ ನಡೆಯುತ್ತಿದ್ದೆ.

ಬಹುಶಃ ಪ್ಯಾಂಟಿನ ಬದಲು ಅಣ್ಣ ತಿಂಡಿ ಪಂಡಿ ಕೊಡಿಸಿದ್ದರೆ ಮೋಸದ ಅರಿವಾಗಿ ರಚ್ಚೆ ಹಿಡಿದು ರಸ್ತೆಯಲ್ಲೆ ಉರುಳಾಡಿಬಿಡುತ್ತಿದ್ದೆನೇನೋ. ಬದಲಾಗಿ ಅಣ್ಣ ರಸ್ತೆ ಬದಿಯ ಒಬ್ಬ ವ್ಯಾಪಾರಿ ಬಳಿ ನನ್ನನ್ನು ಕರೆದುಕೊಂಡು ಹೋದರು. ಆತ ಲಾಟರಿ ಮಾರುವವ. ನನಗೆ ಲಾಟರಿ ನೋಟುಗಳ ಪರಿಚಯವಿತ್ತು. ಈಗಿನ ಕರೆನ್ಸಿ ನೋಟುಗಳು ಅವನ್ನೆ ನೆನಪಿಸುತ್ತವೆ. ಪೆಪ್ಸಿ ಐಸ್ ಮಾರುವ ಸಲೀಮ ನನ್ನ ಸ್ನೇಹಿತನಿದ್ದ. ಅವನೊಂದಿಗೆ ರಸ್ತೆಗಳಲ್ಲಿ ಇಟ್ಟಾಡುವ ಬಣ್ಣ ಬಣ್ಣದ ಲಾಟರಿಗಳನ್ನು ಆಯ್ದು ಒಟ್ಟುಗೂಡಿಸಿ ದುಡ್ಡಿನಂತೆ ಎಣಿಸಿ ಇಬ್ಬರು ಖುಷಿಪಡುತ್ತಿದ್ದೆವು. ಯಾರಾದರೂ ಸತ್ತರೆ ಶವದ ಮೆರವಣಿಗೆ ಹಿಂದಿಂದೆ ಹೋಗಿ ಶವದ ಮೇಲೆ ಎಸೆಯುತ್ತಿದ್ದ ನಾಣ್ಯಗಳನ್ನು ಆಯುತ್ತಿದ್ದೆವು. ನಾನು ಬಳಸಿದರೆ ಸತ್ತವನು ದೆವ್ವವಾಗಿ ಬಂದು ಕಾಡುವನೆಂದೂ ಸಲೀಮ ಬಳಸಿದರೆ ಏನೂ ಆಗದೆಂದು ನಮ್ಮ ತಿಳುವಳಿಕೆ. ಆಗಿನ ಧರ್ಮಪ್ರಜ್ಞೆ, ಹಾಗಾಗಿ ಆಯ್ದ ಕಾಸನ್ನು ಅವನಿಗೆ ಕೊಟ್ಟುಬಿಡುತ್ತಿದ್ದೆ. ಬದಲಾಗಿ ಬೇರೆ ಯಾವುದೋ ದಿವಸ ಪೆಪ್ಸಿ ಐಸುಗಳನ್ನು ಕೊಟ್ಟು ಋಣ ತೀರಿಸುತ್ತಿದ್ದ ಅವನು. ನಾವಿಬ್ಬರೂ ಸೇರಿ ದೆವ್ವಗಳಿಗೆ ಚಳ್ಳೆ ಹಣ್ಣು ತಿನ್ನಿಸುತ್ತಿದ್ದುದು ಹೀಗೆ. ನಾನು ಲಾಟರಿಯವನನ್ನ ತುಂಬ ಹತ್ತಿರದಿಂದ ಗಮನಿಸಿದೆ. ಅವನು ನಾವು ಪರೀಕ್ಷೆಗೆ ಬಳಸುವ ಪ್ಯಾಡುಗಳಿಗೆ ಲಾಟರಿ ಟಿಕೆಟ್ಟುಗಳನ್ನು ಸಿಕ್ಕಿಸಿಕೊಂಡು ಕೂತಿದ್ದ.

ಲಾಟರಿ ಟಿಕೆಟ್ಟುಗಳು ಬಹಳ ಆಕರ್ಷಕವಾಗಿ ಗಾಳಿಗೆ ಪಡಪಡ ಹಾರುತ್ತಿದ್ದವು. ಇದು ಕನಸೋ ಕಲ್ಪನೆಯೋ ನಿಜವೋ ನೆನಪಿಲ್ಲ. ಒಮ್ಮೆ ಲಾಟರಿ ಟಿಕೆಟ್ಟು ಕೊಟ್ಟು ಅಂಗಡಿಯಲ್ಲಿ ಮಿಠಾಯಿ ಕೇಳಿದ್ದುಂಟು. ಇರಲಿ. ಅಣ್ಣ ವ್ಯಾಪಾರಿಗೆ ಏನೋ ಹೇಳಿದರು. ಅವನು ಮೂರು ಲಾಟರಿ ಟಿಕೆಟ್ಟುಗಳನ್ನು ನಮ್ಮ ಎದುರು ದುಡ್ಡಿನ ನೋಟುಗಳಂತೆ ಹರಡಿದ. ಅಣ್ಣ ಅವುಗಳಲ್ಲಿ ಒಂದನ್ನು ಆರಿಸುವಂತೆ ನನಗೆ ಸೂಚಿಸಿದರು. ನನ್ನೆದುರು ಮೂರು ಟಿಕೆಟ್ಟುಗಳ ಆಯ್ಕೆಗಳಿದ್ದವು. ಎಡದ್ದು, ಬಲದ್ದು, ಮಧ್ಯದ್ದು. ಅದು ಯಾಕೆ ಹಾಗನ್ನಿಸಿತೋ ನನಗೆ ಗೊತ್ತಿಲ್ಲ, ಪ್ರೊಬಾಬಿಲಿಟಿ ಥಿಯರಿ ಪ್ರಕಾರ ಮಧ್ಯದಕ್ಕೆ ಹೆಚ್ಚಿನ ಅವಕಾಶ ಎಂದು ನನಗೆ ಆಗ ಅನ್ನಿಸಿತು. ಗಣಿತದ ಪ್ರಕಾರ ಮೂರಕ್ಕೂ ಸಮಾನ ಅವಕಾಶ ಎಂಬುದು ಕಾಲೇಜಿನಲ್ಲೆ ಹೊಳೆದಿದ್ದು. ಮಧ್ಯಮಮಾರ್ಗ ಅನ್ನುವಾಗಲೂ ಇದೇ ನೆನಪಾಗುತ್ತದೆ. ನಾನು ಮಧ್ಯದ್ದನ್ನು ಆಯ್ಕೆ ಮಾಡಿದೆ. ಅವನು ಟಿಕೆಟ್ಟುಗಳನ್ನು ತಿರುವಿಹಾಕಿ ಅಣ್ಣನಿಗೆ ತೋರಿಸಿದ. ನಾನು ಅಣ್ಣನ ಮುಖ ನೋಡಿದೆ. ಸಪ್ಪೆಯಿತ್ತು. ಕೆನ್ನೆಗಳು ಜೋತುಬಿದ್ದಂತೆ. ಹತ್ತು ರುಪಾಯಿ ನಮ್ಮ ಪಕ್ಷ ತೊರೆದು ವ್ಯಾಪಾರಿಯ ಪಕ್ಷ ಸೇರಿಕೊಂಡಿತು. ಅಣ್ಣ ನನ್ನತ್ತ ತಿರುಗಿದರು. ಅವರ ನೋಟದ ಮರ್ಮ ಇವತ್ತಿಗೂ ಹೀಗೆ ಅಂತ ಹೇಳಲಾರೆ. ನಾವು ಏನನ್ನೂ ಮಾತಾಡಲಿಲ್ಲ. ನಮ್ಮಿಬ್ಬರ ನಡುವೆ ಭಾರ ಹೃದಯದ ಮೌನ ಆವರಿಸಿತ್ತು. ಅದೇನು ತನ್ನ ಸೋಲನ್ನು ವ್ಯಕ್ತಪಡಿಸಿದರೋ, ನನ್ನ ಸೋಲನ್ನು ವ್ಯಕ್ತಪಡಿಸಿದರೋ ಕಾಣೆ. ಆ ಹೊತ್ತಿನಲ್ಲಿ ಅದು ನನ್ನದೇ ಸೋಲೆಂದು ನಾನು ಭಾವಿಸಿದೆ. ಪ್ಯಾಂಟು ಕಳೆದುಕೊಂಡಿದ್ದಕ್ಕೆ ನಾನೇ ಹೊಣೆಯೆನಿಸಿತು ನನಗೆ. ನಾವು ಬರಿಗೈಯಲ್ಲಿ ಮನೆಗೆ ವಾಪಸ್ಸಾದೆವು. ಬಾಯಿಬಿಟ್ಟರೆ ಇಬ್ಬರಿಗೂ ಮಂಗಳಾರತಿ ಆಗುತ್ತದೆಂದು ಗೊತ್ತಿದ್ದರಿಂದ ಅಮ್ಮನೆದುರು ತುಟಿ ಪಿಟಿಕ್ ಅನ್ನಲಿಲ್ಲ. ಏನು ಮರೆತರೂ ವ್ಯಾಪಾರಿಯ ನೋಟ ಇನ್ನು ಮರೆಯಲಾಗಿಲ್ಲ. ಅಷ್ಟು ವಿಕೃತ ನೋಟ ನನಗೆ ಅನುಭವವಾಗಿದ್ದು ಬಹಳ ಬಹಳ ವರ್ಷಗಳ ನಂತರ. ಬಹುಶಃ ಉದ್ಯೋಗ ಸೇರಿದ ಮೊದಲ ಕೆಲವು ವರ್ಷಗಳಲ್ಲಿ ಅನಿಸುತ್ತೆ. ಒಮ್ಮೆ ಖಾಸಗಿ ಬಸ್ಸಿನಲ್ಲಿ ಊರಿನತ್ತ ಪ್ರಯಾಣ ಮಾಡುತ್ತಿದ್ದಾಗ ಅದರೊಳಗೆ ಸೀರೆ ಶಾಲು ಇತ್ಯಾದಿ ಹರಾಜು ಕೂಗುವ ಖೋಡಿಗಳ ವಂಚನೆಗೆ ಒಳಗಾಗಿದ್ದೆ. ಎಂದೂ ಅಂತಹ ವಂಚಕರ ಜಾಲಕ್ಕೆ ಬೀಳದ ನಾನು ಅವತ್ತು ಮಾತ್ರ ನೋಡೇ ಬಿಡೋಣ ಎಂಬ ಜಿದ್ದಿಗೆ ಬಿದ್ದು ಅವರಿಂದ ಪೆನ್ನು ಕ್ಯಾಲೆಂಡರ್ ಇತ್ಯಾದಿ ಪುಡಿಗಳನ್ನು ಇಸಕೊಂಡು ನನ್ನ ಬುದ್ಧಿಮತ್ತೆಯನ್ನು ನಾನೇ ರಮಿಸಿಕೊಂಡು ಕೊನೆಗೆ ಇತ್ತ ಸೀರೆಯೂ ಅಲ್ಲದ ಅತ್ತ ಶಾಲೂ ಅಲ್ಲದ ಯಾವುದಕ್ಕೂ ಬಾರದ ಬಟ್ಟೆಯ ಜಾಲಕ್ಕೆ ಬಿದ್ದು, ಅಷ್ಟು ಜನರೆದುರು ತುಂಬ ಅವಮಾನಿತನಾಗಿ ಅದನ್ನು ಅಲ್ಲೇ ಎಸೆದು ಬಸ್ಸಿನಿಂದ ಇಳಿದಿದ್ದೆ. ಆಗಲೂ ಅಣ್ಣನೇ ನೆನಪಾಗಿದ್ದರು.

ಲಾಟರಿ ಪ್ರಸಂಗದ ನಂತರ ಅಣ್ಣ ಹೆಚ್ಚು ದಿವಸ ನಮ್ಮೊಂದಿಗಿರಲಿಲ್ಲ. ಅವರನ್ನು ಸುತ್ತಿದ ಬಿಳಿ ಬಟ್ಟೆಯಲ್ಲಿ ಕಂಡದ್ದು ಬಹಳ ವಿಚಿತ್ರ ವೇದನೆಯ ಸಂಗತಿ. ಕಾರಣ, ಆ ಮೊದಲು ತುಂಬಾನೆ ಹೆಣಗಳನ್ನು ನೋಡಿದ್ದೆ ನಾನು. ನಾವಿದ್ದ ಊರಿನ ನಡುವೆಯೆ ರಾಷ್ಟ್ರೀಯ ಹೆದ್ದಾರಿ ಹಾದು ಹೋಗಿದ್ದರಿಂದ ಊರಿನಲ್ಲೆ ಸರ್ಕಾರಿ ಆಸ್ಪತ್ರೆಯಿದ್ದುದರಿಂದ ಏನಿಲ್ಲವೆಂದರೂ ವಾರಕ್ಕೆ ಎರಡು ಮೂರು ಅಪಘಾತಗಳಿಗೆ ಸಾಕ್ಷಿಯಾಗುತ್ತಿದ್ದೆ. ಯಾವ ಪರಿ ವಾಹನ ಛಿದ್ರಗೊಂಡಿದೆ ಎಂಬುದಕ್ಕಿಂದ ಯಾವ ಪರಿ ದೇಹ ಛಿದ್ರಗೊಂಡಿದೆ ಎಂಬುದರಲ್ಲಿ ಹೆಚ್ಚು ಆಸಕ್ತಿ ನನಗೆ. ಆಂಬುಲೆನ್ಸ್ ಗುಯ್ ಅಂದರೆ ಸಾಕು ಆಸ್ಪತ್ರೆಗೆ ಓಡಿ ಹೋಗುತ್ತಿದ್ದೆ. ಮುರಿದ ಕೈಕಾಲುಗಳು, ಹರಿದ ಕಿವಿ, ಚೆಲ್ಲಾಡಿದ ರಕ್ತ, ಎದೆ ಬಡಿದುಕೊಂಡು ಉರುಳಾಡುವ ಹೆಂಗಸರು; ಸರ್ವೇಸಾಮಾನ್ಯ ದೃಶ್ಯವಾಗಿರುತ್ತಿತ್ತು. ಕೆಲವಾರು ದಿವಸಗಳು ಯಾವುದೇ ಅಪಘಾತ ಸಂಭವಿಸದಿದ್ದರೆ ಏನೋ ಒಂದು ತೆರನಾದ ಚಡಪಡಿಕೆ. ಸುಮ್ಮ ಸುಮ್ಮನೆ ಆಸ್ಪತ್ರೆ ರವಂಡು ಹಾಕಿ ಬರುತ್ತಿದ್ದೆ. ರೋಗಗಳಿಗೆ, ಸಾವುಗಳಿಗೆ ಮನಸ್ಸು ಒಗ್ಗಿಕೊಂಡಿತ್ತು. ಬುದ್ಧಪ್ರಜ್ಞೆಯಂತೆ. ಸಾಮಾನ್ಯವಾಗಿ ಈಗಲೂ ಯಾರಾದರು ಸತ್ತರೆ ನನಗೆ ಅಷ್ಟು ದುಃಖ ಆಗುವುದಿಲ್ಲ. ಸತ್ತವರ ಎದುರು ಅಳೋರನ್ನು ಕಂಡರೆ ಮಾತ್ರ ವಿಚಿತ್ರ ಸಂಕಟವಾಗಿ ಅಳು ಬಂದುಬಿಡುತ್ತೆ.

ಅಣ್ಣನಿಗೆ ವಯಸ್ಸಾದವರು ಮಕ್ಕಳೆಂದರೆ ಒಂದೇ ತೆರನಾದ ವಿಪರೀತ ಪ್ರೀತಿ. ಊರಿಗೆ ಕಾಲಿಡುವಾಗೆಲ್ಲ ಜೇಬಿನಲ್ಲಿ ಏನಾದರೂ ತಿನಿಸು ಇಟ್ಟುಕೊಂಡು ಹೋಗೋರು. ಮಕ್ಕಳು ಓಡಿ ಬಂದು ಅವರನ್ನು ಬಳಸಿ ತಬ್ಬಿಕೊಳ್ಳುತ್ತಿದ್ದರು. ಬೀದಿಯುದ್ದಕ್ಕೂ ಹಜಾರದಲ್ಲಿ ಕಾಲ ತಳ್ಳುತ್ತಿದ್ದ ಮುದುಕ ಮುದುಕಿಯರೆಲ್ಲ ದಾರ ಕಟ್ಟಿದ ಕನ್ನಡಕವನ್ನು ಸರಿಮಾಡಿಕೊಳ್ಳುತ್ತ, "ಬಂದ್ಯೇನೋ ರಾಜಾ" ಎಂದು ನಡುಗುವ ಗಂಟಲಿಂದ ಕರೆಯುತ್ತಿದ್ದರೆ ಅವರ ಎಲೆ ಅಡಿಕೆ ಹೊಗೆಸೊಪ್ಪಿಗೆ ತನ್ನ ಬಳಿಯಿದ್ದ ಪುಡಿಗಾಸನ್ನು ಎತ್ತಿಕೊಡುವಾಗ ಇವರ ಷರಟಿನ ಜೇಬಿನಲ್ಲಿ ಮುರಿದ ಬೀಡಿ ಬೆಂಕಿಕಡ್ಡಿ ಮಾತ್ರ ಉಳಿಯುತ್ತಿದ್ದುದು ನೆನಪಿದೆ. ಅವರ ಭಾವಣಿಕೆ ಎಷ್ಟು ಅತಿರೇಕಕ್ಕೆ ಹೋಗುತ್ತಿತ್ತೆಂದರೆ, ಒಮ್ಮೆ ಮಂದಿ ಯಾರೋ ಅಜ್ಜ ತೀರಿಕೊಂಡರೆಂದು ಸುಳ್ಳೆ ತಿಳಿಸಿದಾಗ ಇವರು ಹಣ್ಣು ಹೂವಿನಹಾರ ಊದುಗಡ್ಡಿ ಹಿಡಿದು ಗೋಳೋ ಅಂತ ಅಳುತ್ತ ಊರಿಗೆ ಕಾಲಿಟ್ಟರೆ, ಅಜ್ಜ ನಗುನಗುತ್ತ ಬರಮಾಡಿಕೊಂಡಿದ್ದರಂತೆ. ಜನ ಹೇಳಿಕೊಂಡು ನಗುತ್ತಾರೆ. ಅತಿರೇಕವೆಂದರೂ ಚಿಂತೆಯಿಲ್ಲ, ನಾನು ಅಂತಹ ಗುಣವನ್ನು ಸೆಳೆದು ಕೊಳ್ಳಬೇಕಿತ್ತು.

ಅಣ್ಣ ಉದ್ದಕ್ಕೂ ನನ್ನನ್ನು ಕಾಡಿದ್ದಾರೆ. ಅವರ ಕ್ರಿಯಾಶೀಲ, ಸಾಹಸಮಯ, ಸ್ವಾಭಿಮಾನಯುಕ್ತ. ಉದಾರ, ಸ್ನೇಹಪರ ವ್ಯಕ್ತಿತ್ವವನ್ನು ನಾನು ಅವಗಾಹನೆ

ಮಾಡಿಕೊಳ್ಳುವ ಮುಂಚೆಯೇ ನಮ್ಮನ್ನು ಬಿಟ್ಟು ಹೋದರು. ಅಂತಹ ಗುಣಗಳೇನಾದರೂ ಈಗ ನನ್ನಲ್ಲಿ ಅಲ್ಪಸ್ವಲ್ಪ ಇದ್ದರೆ ಅವು ಪ್ರಜ್ಞಾಪೂರ್ವಕವಾಗಿ ಬೆಳೆಸಿಕೊಂಡಿರುವಂತವು. ಸಹಜವಾಗಿ ಬಂದಂತವಲ್ಲ. ಆದ್ದರಿಂದಲೇ, ಅವರು ಹೆಲಿಕಾಪ್ಟರಿನಲ್ಲಿ ಓಡಾಡುವಷ್ಟು ಸಿರಿವಂತನಾಗಿಯೋ, ಉದ್ದ ದಾಡಿ ಬಿಟ್ಟ ಸನ್ಯಾಸಿಯೋ, ಸಿಲವಾರ ಪಾತ್ರೆ ಹಿಡಿದ ಭಿಕ್ಷುಕನಾಗಿಯೋ ಯಾವ ರೂಪದಲ್ಲಿ ಬಂದರೂ ಸ್ವೀಕರಿಸುವಷ್ಟು ಕಾತುರನಾಗಿದ್ದೇನೆ. ನಾವು ಮಣ್ಣು ಮಾಡಿದ ವ್ಯಕ್ತಿ ಬೇರೆ ಯಾರೋ ಆಗಿದ್ದರೆ ಅದೇ ಚಂದ ಎನ್ನುವುದು ನನ್ನ ಭಾವನೆ.

ಯುಗ ಯುಗಗಳ ದಾಟಿ

ತುಸು ಏರು ತಗ್ಗುಗಳಿಂದ ಕೂಡಿದ್ದು ಚಿಕ್ಕ ಮೈದಾನದಂತೆ ಹರಡಿರುವ ಆ ಬಂಡೆ ಅಲ್ಲಿರುವ ನಾಲ್ಕು ಪರ್ವತಗಳಲ್ಲಿ ಅತ್ಯಂತ ಎತ್ತರವಾದ ಪರ್ವತದ ಮೇಲಿದೆ. ಅಲ್ಲಲ್ಲಿ ಇರುವ ಸಣ್ಣ ಗುಂಡಿಗಳಲ್ಲಿ ಪಾಚಿ ಕಟ್ಟಿ ಸ್ವಲ್ಪ ಹೊತ್ತು ಮುಂಚೆ ಸುರಿದ ಧಾರಾಕಾರ ಮಳೆಯಿಂದಾಗಿ ನೀರು ತುಂಬಿದೆ. ಮಳೆ ನಂತರದ ಬಿಸಿಲಿನಿಂದಾಗಿ ಬಂಡೆ ಒಣಗಿದೆ. ನಿಂತ ನೀರಲ್ಲಿ ಬಾಲವಿರುವ ಕಪ್ಪೆ ಮರಿಗಳು ಯಾರ ಹಂಗೂ ಇಲ್ಲದೆ ಆಟವಾಡಿಕೊಳ್ಳುತ್ತಿವೆ. ನಾಲ್ಕೂ ಪರ್ವತಗಳ ನಡುವೆ ಆಳವಾದ ಕಣಿವೆ. ಚೂಪಾದ ಮರಗಳಿಂದ ಕೂಡಿದ ದಟ್ಟವಾದ ಕಾಡು ಪರ್ವತಗಳನ್ನೂ ಕಣಿವೆಯನ್ನೂ ಆವರಿಸಿದೆ. ಬಂಡೆಯ ಅಂಚಿನಲ್ಲಿ ಒಂದೆರಡು ದೊಡ್ಡ ಗಾತ್ರದ ಕಲ್ಲುಗಳಿದ್ದು ನಡುವೆ ಬೇರು ಬಿಟ್ಟು ಕಣಿವೆಯ ಕಡೆ ಚಾಚಿ ವೃಕ್ಷವೊಂದು ಬೆಳೆದು ನಿಂತಿದೆ. ಮರದ ತುದಿಯಲ್ಲಿ ನಿಂತು ಕೆಳಗೆ ಕಣ್ಣು ಹಾಯಿಸಿದರೆ ಕಣಿವೆಯ ನಡುವೆ ತೇಲುತ್ತಿರುವ ತೆಳುವಾದ ಹತ್ತಿಯಂತಹ ಮೋಡಗಳು ಕಾಣುತ್ತಿವೆ.

ಅದಾಗಲೇ ಸಂಜೆ ಹೊತ್ತು. ಕೆಂಪು ಸೂರ್ಯ ಆತುರಾತುರವಾಗಿ ಪರ್ವತಗಳ ನಡುವೆ ಇಳಿದು ಮರೆಯಾಗುತಲಿದ್ದ. ಎಳೆ ಬಿಸಿಲು. ಬಂಡೆಯ ತುದಿಯಲ್ಲಿ ಎರಡು ಬೆತ್ತಲೆ ದೇಹಗಳು ಸೆಟೆದು ನಿಂತು ಆ ಕೆಂಪು ಸೂರ್ಯನನ್ನು ದಿಟ್ಟಿಸಿ ನೋಡುತ್ತಿವೆ. ಎಳೆಬಿಸಿಲಿನ ಕಿರಣಗಳು ಅವರಿಬ್ಬರ ಮುಖದ ಮೇಲೆ ರಾಚಿ ಇಬ್ಬರೂ ತೇಜೋಮಯವಾಗಿ ಕಾಣುತ್ತಿದ್ದಾರೆ. ಅವರ ಅಪಾರ ಆತ್ಮವಿಶ್ವಾಸ ಸೂಸುತ್ತಿರುವ ಕಿರುನಗೆ ಹೊತ್ತ ತುಟಿಗಳು, ಅವನ ಬಲಿಷ್ಠ ಬಾಹುಗಳು, ಅವಳ ಸೌಮ್ಯ ಸ್ತನಗಳು, ನೆತ್ತಿಯಿಂದ ಬೆನ್ನತನಕ

ಇಳಿಬಿದ್ದಿರುವ ಗಂಟುಗಂಟಾದ ಕೂದಲುಗಳು, ಕಟ್ಟುಮಸ್ತಾದ ಕಾಲ್ಗಳು, ಬರಿದಾದ ದಪ್ಪ ಚರ್ಮದ ಪಾದಗಳು, ನೋಡಲಿಕ್ಕೆ ಹೇಳಿ ಮಾಡಿಸಿದಂತ ಜೋಡಿಯದು. ಸುಮಾರು ಇಪ್ಪತ್ತರ ವಯಸ್ಸಿನ ಆಸುಪಾಸಿನವರಾದ ಅವರು ಆ ಪರ್ವತಗಳ ಮಗ್ಗುಲಲ್ಲಿರುವ ಬಯಲಿನಲ್ಲಿ ವಾಸಿಸುತ್ತಿರುವರು. ಅಲ್ಲಿ ದೊಡ್ಡ ದಂಡೇ ಇದೆ. ಅವರಿಬ್ಬರದು ಆಟವೋ ಆಟ. ಮಕ್ಕಳಂತೆ. ಒಬ್ಬರಾದ ಮೇಲೆ ಒಬ್ಬರು ಎದುರಿಗಿರುವ ಬೆಟ್ಟಗಳ ಕಡೆ ಕೂಗುವುದಂತೆ. ಪ್ರತಿಧ್ವನಿಗೋಸ್ಕರ ಕಾಯುವುದಂತೆ. ಯಾರ ಧ್ವನಿ ದೀರ್ಘ ಕಾಲ ಪ್ರತಿಧ್ವನಿಸುವುದೋ ಅವರು ಗೆದ್ದಂತೆ. ಜೋರಾಗಿ ಕೂಗುವುದು. ಮಾರ್ಧನಿಗೆ ಕಾಯುವುದು. ತಿರುಗಿ ಬಂದ ಧ್ವನಿ ಎಷ್ಟು ಹೊತ್ತು ಬದುಕುವುದು ಅನ್ನುವುದನ್ನು ಕುತೂಹಲದಿಂದ ಆಲಿಸುವುದು. ಮತ್ತದೇ.

ಹೊತ್ತು ಕಳೆದಂತೆ ಇಬ್ಬರಿಗೂ ಸುಸ್ತಾಗಿ ಒಂಟಿ ಮರದ ಬುಡದಲಿರುವ ಕಲ್ಲಿನ ಮೇಲೆ ಉಸ್ಸಪ್ಪಾ ಅಂತ ಕುಳಿತರು. ಮಳೆ ನಿಂತ ಮೇಲೆ ತಂಪಾದ ಎಳೆ ಗಾಳಿಯೊಂದು ಬೀಸುತ್ತಿತ್ತು. ಕಲ್ಲು ತಣ್ಣಗಿತ್ತು. ಇದು ಬೆತ್ತಲೆ ಚರ್ಮದ ಅರಿವಿಗೂ ಬಂತು. ಒಬ್ಬರನೊಬ್ಬರ ಕೈ ಹಿಡಿದಿದ್ದರು. ಕೂಗಿ ಕೂಗಿ ಬಾಯಿ ಒಣಗಿ ಹೊಟ್ಟೆ ಹಸಿದಿತ್ತು. ತಾವು ಕುಳಿತ ಕಲ್ಲಿನ ಮೇಲೆ ತಮ್ಮ ಬೆನ್ನ ಹಿಂದೆ ಸಣ್ಣ ಗುಂಡಿಯೊಂದು ನೀರು ತುಂಬಿಕೊಂಡಿದ್ದು ಇಬ್ಬರೂ ತಿರುಗಿ ಎರಡೂ ಅಂಗೈಗಳನ್ನು ಜೋಡಿಸಿ ಗುಂಡಿಯೊಳಗೆ ಕೈಯಿಟ್ಟು ಬೊಗಸೆಯಲ್ಲಿ ನೀರು ತುಂಬಿಸಿಕೊಂಡು ಗೊಳಕ್ ಗೊಳಕ್ಕನೆ ಕುಡಿದು ಮೂತಿ ಒರೆಸಿಕೊಂಡು ದೀರ್ಘ ಉಸಿರು ಬಿಟ್ಟರು. ಅವಳು ಇಳ. ಅವನು ಬಾನು.

ಅವರಿಬ್ಬರೂ ಹೀಗೆ ಕೂಡಿ ಆಟವಾಡಿ ದಣಿದು ಹಸಿದ ಕಣ್ಣುಗಳು ಆಹಾರ ಹುಡುಕುತ್ತಿರಲು ಬಾನಿನ ಕಣ್ಣಿಗೆ ಮರದ ಪೊಟರೆಯಲ್ಲಿ ಬೆಳ್ಳಗೆ, ಗುಚ್ಚಿಗೆ ಆಗ ತಾನೆ ಭೂಮಿಯೊಡಲಿಂದ ಅರಳಿದ್ದ ಅಣಬೆ ದಿಂಡು ಕಂಡಿತು. ಬಾನು ತಾನು ಕುಳಿತಿರುವ ಕಲ್ಲಿನಿಂದ ಇಳಿದು ಪೊಟರೆಯತ್ತ ನಡೆದು ಅಣಬೆಯ ಗುಚ್ಚಿಯನ್ನು ಕಿತ್ತು ಅಲ್ಲಿಂದಲೇ ಇಳಗೆ "ಇಗಾ ನೋಡು" ಎಂಬಂತೆ ತೋರಿಸಿದನು. ಅವಳು ನಕ್ಕಳು. "ನೀನೂ ಬಾ" ಎಂದು ಕೈ ಬೀಸಿ ಸನ್ನೆ ಮಾಡಲು ಅವಳು ಇಳಿದು ಧಡ ಧಡ ಓಡೋಡಿ ಬಂದಳು. ಅಣಬೆಯನ್ನು ಅವಳ ಕೈಗಿತ್ತ ಬಾನು ಕಣಿವೆಯ ಕಡೆ ಬಾಗಿದ ಮರವನ್ನು ಹತ್ತಲಾರಂಭಿಸಿದನು. ಕೆಳಗೆ ಕಣ್ಣು ಮಂಜಾಗುವಂತ ಆಳವಿದ್ದರೂ ಸರಾಗವಾಗಿ ಸರಸರನೆ ಮರದ ತುದಿ ಏರಿ ಇಳೆಯ ಕಡೆ ತಿರುಗಿ ಹಣಬೆ ಗುಚ್ಚಿಯನ್ನು ಎಸೆಯೆಂದು ಸನ್ನೆ ಮಾಡಲು ಅವಳು ತನ್ನ ಎಡಗಾಲನ್ನು ಮುಂದೆ ಊರಿ ಬಲಗಾಲನ್ನು ಹಿಂದೆ ಊರಿ ಕೋನಾಕಾರದಲ್ಲಿ ನಿಂತು ಬಲಗೈ ಬೀಸಿ ಅಣಬೆ ಗುಚ್ಚಿಯನ್ನು ಮರದ ತುದಿಗೆ ಎಸೆದಳು. ಸುಯ್ಯನೆ ಗಾಳಿ ಬೀಸುತ್ತಿದ್ದರಿಂದ ಅಣಬೆ

ಗುಚ್ಚಿ ಗಾಳಿ ಬೀಸಿದ ಕಡೆ ವಾಲಿ ಇನ್ನೇನು ಕೆಳಕ್ಕೆ ಬೀಳುತಿತ್ತು, ಕಣ್ಣ ರೆಪ್ಪೆ ಬಡಿಯುವ ವೇಗದಲ್ಲಿ ಬಾನು ತನ್ನ ಎರಡೂ ಕೈಗಳಿಂದ ತುದಿಯಲಿರುವ ಟೊಂಗೆಯನ್ನು ಹಿಡಿದು ತನ್ನ ತಾನೆ ಸಾಣೆಯಂತೆ ಬೀಸಿಕೊಂಡನು. ಆ ಕ್ಷಣದಲ್ಲಿ ಅಮಡೆ ಕಚ್ಚಿ ನರನರಗಳೆಲ್ಲ ಸೆಟೆಯುವಂತೆ ಜಗ್ಗಿ, ಕಾಲುಗಳ ಬೆರಳ ಸಂದಿಯಲ್ಲಿ ಗುಚ್ಚಿ ಸಿಕ್ಕಿ ಅದೇ ವೇಗದಲ್ಲಿ ಟೊಂಗೆಯನ್ನು ಪುನಃ ಆಲಂಗಿಸಿ, ಸಮತೋಲನ ಕಂಡುಕೊಳ್ಳುವ ಮುಂಚೆಯೆ ಎವೆಯಿಕ್ಕದೆ ದಿಟ್ಟಿಸುತ್ತಿದ್ದ ಇಳೆಯ ದೃಷ್ಟಿ ಸಂಧಿಸಿದಾಗ ಮತ್ತದೇ ನಗು. ಅಲ್ಲಿದ್ದ ನಾಲ್ಕೂ ಪರ್ವತಗಳು ನಾಚುವಂತೆ.

ಇತ್ತ ಬೆಟ್ಟದ ಬಲಭಾಗದಲ್ಲಿ ಅಂದರೆ ಪಶ್ಚಿಮಕ್ಕೆ ಆಗ ತಾನೆ ಮುಳುಗಿದ್ದ ಸೂರ್ಯ ಬಾನಿನಂಗಳದಲ್ಲಿ ಬಣ್ಣದೋಕುಳಿಯಾಡಿ ಹೋಗಿದ್ದನು. ಇವರಿಬ್ಬರು ಪಶ್ಚಿಮಕ್ಕೆ ಮುಖ ಮಾಡಿ ಕೊಂಬೆಯ ಮೇಲೆ ಕುಳಿತು ಕಾಲುಗಳನ್ನು ಕೊಂಬೆಯಿಂದ ಕೆಳಗೆ ಇಳಿಬಿಟ್ಟು ಹಿಂದೆ ಮುಂದೆ ಜೋಕಾಲಿಯಾಡಿಸುತ್ತ ಲೋಕಾಭಿರಾಮವಾಗಿ ಗುಚ್ಚಿಯಿಂದ ಒಂದೊಂದೆ ಅಣಬೆಯನ್ನು ಬಿಡಿಸಿ ಮಣ್ಣು ಕೊಡವಿ ಜಗಿಯುತ್ತಿದರು.

"ಇವುನೆ, ರಾತ್ರಿ ನಂಗೊಂದು ಕನಸು ಬಿದ್ದಿತ್ತು ಕಣೋ."

ದವಡೆಯಲಿದ್ದ ಅಣಬೆಯನ್ನು ಲೊಚಲೊಚನೆ ಜಗಿಯುತ್ತ, "ಎಂತದ್ದೋ?"

"ಒಂದು ಸತಿ ಹಿಂಗೆ ಮಳೆ ಸುರಿದೂ ಸುರಿದೂ ನಾವು ಹಿಂಗೆ ಇದೇ ಮರದ ಮೇಲೆ ಕುಂತು ಕೆಳಗೆ ಕಾಲು ಆಡಿಸಿದಾಗ ಕಾಲಿಗೆ ಸಿಗೋವಷ್ಟು ಈ ಕಣಿವೇಲಿ ನೀರು ತುಂಬಿ ನಾನು ನಿನ್ನ ಮ್ಯಾಲೆ ನೀನು ನನ್ನ ಮ್ಯಾಲೆ ನೀರು ಎರಚೋ ಆಟ ಆಡ್ತಿರ್ತಿವಂತೆ."

"ಹ್ಹಿ ಹ್ಹಿ ಅಂದ್ರೆ ಈ ಬೆಟ್ಟಗಳೆಲ್ಲಾ ದ್ವೀಪಗಳಾಗಿದ್ದವು ಅನ್ನು... ಅಮೇಲೆ..?"

"ಅಮೇಲೆ, ಒಂದು ತೆಪ್ಪ ಮಾಡಿಕೊಂಡು ಈ ಬೆಟ್ಟದ ತುದಿಯಿಂದ ಆ ಬೆಟ್ಟದ ತುದಿಗೆ, ಆ ತುದಿಯಿಂದ ಇನ್ನೊಂದು ತುದಿಗೆ ತೇಲಿಕೊಂಡು ಹೋಗಿ ಬತ್ತೀವಂತೆ. ಕ್ಕಿಕ್ಕಿ..."

"ಈಗೇನು ಹಗ್ಗ ಕಟ್ಟೋನೇನು... ಮಂಗನಂಗೆ ಹಾರಕೊಂಡು ಹೋಗುವಂತೆ" ಅಂತ ಅವನು ಛೇಡಿಸಲು, "ಹೋಗೋ ಮಂಗ" ಎಂದು ಇವಳು ತಿವಿದಳು.

ಮಾತಿನೊಂದಿಗೆ ಅಣಬೆಗಳು ಸಹ ಮುಗಿಯುತ್ತ ಬಂದು ಮಣ್ಣಾಗಿದ್ದ ಕೈಗಳನ್ನು ಇಬ್ಬರೂ ತಮ್ಮ ತಮ್ಮ ವೃಷ್ಟಕ್ಕೆ ಒರೆಸಿಕೊಂಡರು. ಪ್ರಕೃತಿಯು ಪೂರ್ವ ದಿಕ್ಕಿನಿಂದ ಆಕಾಶಕ್ಕೆ ಕಪ್ಪು ಬಣ್ಣ ಹೊಡಕೊಂತ ಅದರ ಮೇಲೆ ಬಿಳಿ ಚುಕ್ಕೆ ಬರಕೋಂತ ಬರುತ್ತಿತ್ತು. ಹಕ್ಕಿ ಪಕ್ಕಿಗಳು ಕೂಕ್ ಕೂಕ್ ಕೂಕ್ ಅಂತನೋ... ಟಿವ್ ಟಿವ್ ಟಿವ್ ಅಂತನೋ ಚಿಕ್ ಚಿಕ್ ಚಿಕ್ ಅಂತಾನೋ ಸಂಜೆರಾಗದಲ್ಲಿ ಹಾಡಿಕೊಳ್ಳುತ್ತ ಆಕಾಶದ ತುಂಬ ಉರುಳಾಡುತ್ತ ಲಲ್ಲೆಗರೆಯುತ್ತ ಪರಸ್ಪರ ಚಿವುಟುತ್ತ ಹಾರಿಬರುತ್ತಿರಲು,

ಎಲ್ಲಿಂದಲೋ ಧಡ್ ಅಂತ ಶಬ್ದ ಕೇಳಿ ಬಂತು. ಕಾಡು ಕ್ಷಣಕಾಲ ಗಪ್‌ಚುಪ್.

"ಇವುಳೇ, ಅಲ್ನೋಡೇ... ಬೆಳಕು."

"ಎಲ್ಲೋ?"

"ಕೆಳಗೆ ನೋಡೇ..."

"ಕಾಲು ಮಡಚಿ ನೋಡೇ..."

ಇವಳು ಜೋಕಾಲಿಯಾಡುತಿದ್ದ ಕಾಲುಗಳನ್ನು ನಿಲ್ಲಿಸಿ ಮಡಚಿ ದೃಷ್ಟಿ ಕೆಳಗೆ ಹಾಯಿಸಿದಳು. ಹೌದಲ್ಲಾ, ಕಣಿವೆಯ ಗೌವ್ವತ್ತಲಲ್ಲಿ ಚುಕ್ಕಿ ತರಹ ಬೆಳಕು ಉದ್ಭವಿಸಿದೆ. ಆಳದಲ್ಲಿ, ಪ್ರಪಾತದಲ್ಲಿ. ಹಿಂದೆಂದೂ ಕಂಡಿರದದ್ದು.

"ಏನೋ ಇದು. ನಂಬಕಾಗ್ತಿಲ್ವಲ್ಲೋ. ಅಲ್ಲಿಗೆ ಹ್ಯಾಗೆ ಹೋಯಿತು ಚುಕ್ಕಿ."

"ನಂಗೂ ನಂಬಕಾಗ್ತಿಲ್ಲ ಕಣೆ. ನಾವು ಅಣಬೆ ತಿನ್ನಬೇಕಾದರೆ ಏನಾರ ನಮ್ಮ್ ಕಣ್ ತಪ್ಪಿಸಿ ಮ್ಯಾಲಿಂದ ಕೆಳಕ್ಕೆ ಬಿತ್ತಾ... ಅದುಕ್ಕೇನೆ ಆ ಪಾಟಿ ಶಬ್ದ ಬಂತಾ"

"ಏನೋಪ್ಪಾ. ಬಾ ಎಲ್ರಿಗೂ ಹೇಳಣ."

"ಯಾರು ಮೊದಲು ಹೇಳ್ತಾರೋ" ಎನ್ನುತ್ತ ಬಾನು ಎದ್ದರೂ, ಬುಡದ ಮಗ್ಗುಲಿಗೆ ಕೂತಿದ್ದ ಇಳ ಮೊದಲು ಇಳಿದು ಇಬ್ಬರೂ ಬಂಡೆಯನ್ನೇರಿ ಗುಂಡಿ ಏರು ತಗ್ಗುಗಳ ಲೆಕ್ಕಿಸದೆ ಓಡತೊಡಗಿದರು. ಇಳ ಮುಂದೆ ಮುಂದೆ. ಬಾನು ಹಿಂದೆ ಹಿಂದೆ. ಓಡುತ್ತ ಓಡುತ್ತ ಇಳ ಇವನು ಎಲ್ಲಿ ಬರ್ತಾನ್ವೋ ಎಂದು ಹಿಂದೆ ತಿರುಗಿ ನೋಡಲಿಕ್ಕೆ. ಇವಳು ಎಷ್ಟು ದೂರ ಹೋದಳಪ್ಪ ಅಂತ ಬಾನು ಮುಂದೆ ಮುಂದೆ ನೋಡಲಿಕ್ಕೆ. ನೋಟ ಸಂಧಿಸಲು ಕುಲುಕುಲು ನಗಲಿಕ್ಕೆ.

* * *

ಬೆಟ್ಟದಿಂದೀಚೆಗೆ ಅಗಲವಾಗಿ ಸಮತಟ್ಟಾಗಿ ಹರಡಿಕೊಂಡಿರುವ ಬಯಲು. ನಿಂತು ನೋಡಿದರೆ ಸುಮಾರು ಇಪ್ಪತ್ತು ಕಿಲೋ ಮೀಟರ್ ಸರಹದ್ದನ್ನು ಬರಿಗಣ್ಣಲ್ಲೇ ಕಾಣಬಹುದು. ಆ ಬಯಲಿನ ಮೂಲೆಯಲ್ಲಿ ಅಂದಾಜು ಮೂವತ್ತು ಗುಡಿಸಲುಗಳು ಗುಂಪಾಗಿ ಕಟ್ಟಲ್ಪಟ್ಟಿವೆ. ಗುಡಿಸಲುಗಳ ನಡುಮಧ್ಯದಲ್ಲಿ ಸೌದೆಗಳ ಗುಡ್ಡೆ ಚಟ ಚಟ ಸದ್ದು ಮಾಡುತ್ತಾ ಉರಿಯುತ್ತಿದೆ. ಉರಿಯ ಸುತ್ತ ಮುದುಕ ಮುದುಕಿಯರು ಚರ್ಮದ ಕಂಬಳಿ ಹೊದ್ದು ಬೆಂಕಿ ಕಾಯಿಸುತ್ತಿದ್ದಾರೆ. ಕುಂತಿರುವ ಮಹನೀಯರಿಗೆ ಅಡ್ಡವಾಗಿ ಬೆಂಕಿಯ ಅಕ್ಕ ಪಕ್ಕ ಎರಡು ಗಡುಸಾದ ಕಂಬಗಳನ್ನು ನೆಟ್ಟಿದ್ದಾರೆ. ಕಂಬಗಳ ನಡುವೆ ಚರ್ಮ ಸುಲಿದ ದಢೂತಿ ಪ್ರಾಣಿಯನ್ನು ಕಾಲು ಮೇಲಕ್ಕೆ ಮಾಡಿ ಕಟ್ಟಿ ಬೆಂಕಿಯ ಉರಿ ತಾಗುವಂತೆ ನೇತು ಹಾಕಿದ್ದಾರೆ. ಸ್ವಲ್ಪ ದೂರದಲ್ಲಿ ಇನ್ನೆರಡು ಕಂಬಗಳಿದ್ದು ಅವುಗಳ ನಡುವೆ ಪ್ರಾಣಿ ಚರ್ಮದ ಚೀಲವನ್ನು ನೇತು ಹಾಕಿದ್ದಾರೆ. ಬಹುಶಃ ಅದರಲ್ಲಿ ಕುಡಿಯುವ ನೀರು ತುಂಬಿರಬೇಕು. ವಯಸ್ಕ

ಗಂಡಸರು ಸುಮಾರಾಗೇ ದೊಡ್ಡದಿರುವ ಮರದ ದಿಮ್ಮಿಯನ್ನು ಜಜ್ಜಿ ಜಜ್ಜಿ ಸಿಗಿಯುತ್ತಿದ್ದಾರೆ. ಅವರ ಎದುರಿಗೆ ಬೆಂಕಿ ಕೊಳ್ಳಿಯಾಚೆಗೆ ಅನತಿ ದೂರದಲ್ಲಿ ಹೆಂಗಸರು ಸೊಪ್ಪು ಸೆದೆಯನ್ನು ಸೋಸುತ್ತಿದ್ದಾರೆ. ಕಳ್ಳಾರೆ ಪಿಳ್ಳಾರೆ ಮಕ್ಕಳು ಬೆಂಕಿ ಸುತ್ತ ಹಿರೀಕರ ಸುತ್ತ ಹೆತ್ತವರ ಸುತ್ತ ಗುಡಿಸಲಿನ ಸುತ್ತ ಸುತ್ತುತ್ತಾ ಮುಟ್ಟಿಸುವಾಟ ಆಡುತ್ತಿದ್ದಾರೆ. ಭೋಟಾ ಕರುಗಳು ಹಿರೀಕರ ಹಿಂದುಗಡೆಯಿಂದ ಅವರ ಕಂಬಳಿಯನ್ನೋ ಕೂದಲನ್ನೋ ಜಗ್ಗುವುದಕ್ಕೆ. ಆವಜ್ಜ ಅಜ್ಜಿಯರು "ಹೊಯ್ ಹೊಯ್ ಕೊಟ್ರೆ ನೋಡಿವಾಗ" ಎಂದು ಗುಟುರು ಹಾಕುವುದಕ್ಕೆ. ಹೈಕಳು ಕುಲಾರೆ ನಕ್ಕು ದೂರ ಓಡಿ, ತಿರುಗ ಬಂದು ಮತ್ತದನ್ನೆ ಮಾಡುವುದಕ್ಕೆ. ಮತ್ತೆ ಅಜ್ಜ ಅಜ್ಜಿಯರು ಹೊಯ್ ಎಂದು ಗದರುತ್ತ, ಮುಗುಧ ಮಕ್ಕಳು ಹಿರೀಕರ ಬೊಂಬಡಾ ಬಜಾಯಿಸುತ್ತಿದ್ದ ಅದು ಒಟ್ಟು ಮೂವತ್ತು ನಲವತ್ತು ಜನರ ಸಂಸಾರ.

ಬೆಂಕಿಯಿಂದ ಹರಿದ ಬೆಳಕು ಸುತ್ತಲೂ ಪಸರಿಸಿ ಕತ್ತಲಿಗೆ ಸೋತು ನಿಂತ ಜಾಗದಿಂದ ಇಳ ಬಾನು ಬುಸುಗುಡುತ್ತಾ ಪ್ರತ್ಯಕ್ಷರಾದರು.

"ಎಹ್ಹೆಹ್ಹೆ."

"ಹ್ಹಿಹ್ಹಿಹೀ..."

"ಎಂಥದೋ ಆಟ, ಕೂಳು ಜಾಸ್ತಿ ಆಯಿತೇಂದ್ರೋ."

"ಇಲ್ಲ ಕಣ ತಾತ ಇವುನೇ..."

"ನಿಂಗೆ ಗೊತ್ತಲ್ಲಾ ಅಜ್ಜಾ. ಇವುಳೆ ಯಾವಾಗಲೂ ಅಂತಾ."

'ಬರ್ರಿ ಇಲ್ಲಿ. ಒಯ್ ಆ ಕಡ್ಡಿಲಿರೊ ಮಾಂಸ ಸೀತಿದೆ. ಅತ್ತ ಕಡೆಯಿಂದ ತಿರುವಿಹಾಕ. ಅಹ್ಹಹ್ಹಹ್ಹಾ. ಯೇನು ಛಳಿಯೋ ಯೇನೋ. ಈ ಕಾಲಕ್ಕೆ ಸಾಯಿಸಬೇಕು ಅಂತ ಮಾಡೈತೇನೋ."

"ಅವ್ವ ನೀ ಯೇನ ಮಾಡ್ತಿದೀಯೇ?", ಬಾನು ಹೆಂಗಸರ ಗುಂಪಿನ ಕಡೆ ನಡೆದ.

"ಕಾಣ್ತಿಲ್ವೇನೋ ಕಂದಾ, ಸೊಪ್ಪು ಸೋಸುತಾ ಇದೀನಿ. ಎಳೇ ಮಾಂಸಕಾ ಎಳೇ ಸೊಪ್ಪನು ಬೇಸಿ ಮಾಂಸದ ತುಣಕ ಜೊತಿ ಬೆರೆಸಿ ಒಂದು ಉಪ್ಪಿನಣ್ಣು ಒಂದು ಮೆಣಸಿನಕಾಯಿ ಒಂದು ಈರುಳ್ಳಿ ಜೊತಿ ಕಡಿದರಾ ಏನು ರುಚಿ ಅಂತೀಯ. ಅಪರೂಪಕ್ಕೆ ಸಿಕ್ಕೈತೆ ಸೊಪ್ಪು. ತಕ್ಕ ಇದನ್ನ ನೀರನಾಗೆ ತೊಳಿ. ಮಣ್ಣೆಲ್ಲ ಗಲುಗಿಸಿ ಸೊಚ್ಚ ಮಾಡಿ ತಗಂಬ."

ಗುಂಪಿನ ಅತ್ಯಂತ ಹಿರೀಕ ನೇತು ಹಾಕಿದ್ದ ಪ್ರಾಣಿಯಿಂದ ಉಗುರಲ್ಲೆ ಚೂರು ಮಾಂಸ ಕಿತ್ತು ಬಾಯಲಿಟ್ಟು ಬೆಂದಿದೆಯೋ ಇಲ್ಲವೋ ನೋಡುತ್ತಿರುವಾಗ, "ಅಜ್ಜಾ ಮರತೆ, ಆ ಕಣಿವೇಲಿ ಇದ್ಕಿದಂಗೆ ಧಡ್ ಅಂತ ಶಬ್ದ ಬಂತು ಅಜ್ಜ. ಇದ್ಕಿದಂತೆ ಕೆಳಗೆ ಕಣಿವೆಲಿ ಚುಕ್ಕಿ ಕಾಣಿಸ್ತು. ನಿಮಗೆಲ್ಲ ಕೇಳುಸ್ತೇನಜ್ಜ?" ಅಂದಳು ಇಳ.

ದೂರದಿಂದ "ನಾ ಮೊದ್ಲ ನೋಡಿದ್ದು ಅಜ್ಜ "ಅಂತ ಬಾನು. "ನಾನು ಮೊದ್ಲು ಹೇಳಿದ್ದು" ಅಂತ ಇಳ. ಇವರ ಕಿತ್ತಾಟದ ನಡುವೆಯೆ ಗುಂಪಿನ ಹಿರಿಯಜ್ಜ ಗಂಭೀರನಾಗಿ ಚಿಂತಾಕ್ರಾಂತನಾದ. ಹಣೆಯಲ್ಲಿ ಸುಕ್ಕು. ಕಣ್ಣಂಚಿನಲ್ಲಿ ಭಯ. ಸುತ್ತ ಬಯಲನ್ನು ಮೇಲಿನ ಆಕಾಶವನ್ನು ಪರ್ವತ ಸಮೂಹವನ್ನು ದಿಗಿಲಿನಿಂದ ನೋಡಿದ. ನರಿ ಆನೆ ಹುಲಿಗಳು ಅಪರೂಪಕ್ಕೆ ಅಳುತ್ತಿರುವವೋ. ಕೇಡುಗಾಲದ ಸನ್ನೆ ನೀಡುತ್ತಿರುವವೋ ಎಂಬಂತೆ ಕಿವಿ ಅಗಲಿಸಿ ಆಲಿಸಿದ..

"ಏನಾಯ್ತಜ್ಜ?", ಗಲಾಟೆ ನಿಲ್ಲಿಸಿ ಬಾನು ವಿಚಾರಿಸಲು, "ಏನು ಇಲ್ಲಪ್ಪ. ಯವ್ವ ತಾಯಂದಿರ ಮಕ್ಕಳಿಗೆಲ್ಲ ಉಂಬಕಿಕ್ಕಿ ಮಲಗಿಸಿ ಬಿರಬಿರನೆ ಎಲ್ಲಾನು ಮುದುರಿಕ್ಕಿ ಗುಡ್ಲು ಸೇರ್ಕಳಿ. ಹುಡುಗ್ರಾ ಹುಡಿಗಿರ್ರಾ. ಯಾವನಾರ ಆತು ನನ್ನ ಕೇಳದೇನೇ ಹಟ್ಟಿಯಿಂದ ಕಾಲು ತೆಗಿದೀರಾ ಜೋಕೇ" ಎಂದು ಅಂತಿಮ ತೀರ್ಪನಿತ್ತ ಅಜ್ಜ. ಅಜ್ಜನ ದುಗುಡದಿಂದ ನೆರೆದಿದ್ದವರು ಕಕ್ಕಾಬಿಕ್ಕಿ. 'ಗೊತ್ತಾತೇನೂ' ಹಿರೀಕ ಇನ್ನೊಮ್ಮೆ ಗುಟುರಿಸಿದ. ಮರುಮಾತಾಡದೆ ಮಂದಿ ಹರಡಿದ್ದೆಲ್ಲವನ್ನೂ ಎತ್ತಿಟ್ಟು ಮಡಚಿಟ್ಟು ಗಂಡಸರು ಹೆಂಗಸರು ಮಕ್ಕಳು ತಂತಮ್ಮ ಗುಡಿಸಲು ಹೊಕ್ಕರು. ಈಗ ಏನಾಗಿದೆಯೆಂದು, ಏನಾಗುವುದಿದೆಯೆಂದು, ಆಕಾಶದಿಂದ ಬಿದ್ದಿರುವ ಚುಕ್ಕಿಯೇ ಇರಬೇಕೆಂದು, ಕಾಡಿಗೆಲ್ಲಾ ಬೆಂಕಿಯಿಡುತ್ತದೇನೋ ಎಂದು, ನಿದ್ದೆ ಹತ್ತದ ಅವರು ತರತರನಾಗಿ ಚಿಂತಿಸಿ ಭಯಗ್ರಸ್ತರಾದರು. ಯಾರಾದರೂ ಬಂದು ಹೊತ್ತುಕೊಂಡು ಹೋದಾರೇನೋ ಎಂಬ ಭೀತಿಯಿಂದ ತಾಯಂದಿರು ಎಳೆ ಮಕ್ಕಳನ್ನು ಅವುಚಿಕೊಂಡು ಮಲಗಿದರು.

* * *

ಬೆಳಕರಿಯಿತು.

ಮಂದಿ ಒಬ್ಬೊಬ್ಬರಾಗಿ ಗುಡಿಸಲಿನಿಂದ ಕಣ್ಣುಜ್ಜುತ್ತಾ ಆಕಳಿಸುತ್ತಾ ಹೊರಬಂದರು. ರಾತ್ರಿ ಹಚ್ಚಿದ್ದ ಕೆಂಡ ಇನ್ನೂ ಹೊಗೆಯಾಡುತಿತ್ತು. ಗುಡಾಣದಂತಿದ್ದ ಗುಡಿಸಲಿನಿಂದ ಒಂದಿಬ್ಬರು ಮೆದೆ ಹಸಿ ಕಡಲೆ ಪಪ್ಪಿನ ಬಳ್ಳಿಯನ್ನು ಹೊತ್ತು ತಂದು ಕೆಂಡದ ಮೇಲೆ ಹರಡಲು ಉಳಿದವರು ಬೆಂಕಿಯನ್ನು ಸುತ್ತುವರಿದು ಹರಡಿದ್ದನ್ನು ತಿರುವಿಹಾಕುತ್ತ ಹದವಾಗಿ ಸುಡಲಾರಂಬಿಸಿದರು. ಹಸಿಹಸಿ ಬಳ್ಳಿಯಾದ್ದರಿಂದ ಕಡಲೆ ಬುಡ್ಡುಗಳು ಕಾವಿಗೆ ಚಟ ಚಟ ಸದ್ದು ಮಾಡುತ್ತಿದ್ದವು. ಸುಟ್ಟ ಕಡಲೆ ಬುಡ್ಡನು ಬಳ್ಳಿಯಿಂದ ಬಿಡಿಸಿ ಸುಲಿದು ಸುಡುತ್ತಿದ್ದ ಬೀಜಗಳನ್ನೇ ಉರುವಿಕೊಂಡು ಬಾಯಿಗೆಸೆದು ಅಗಿಯುತಿದ್ದರು ಅವರು. ಬಾಯಾರಿದಾಗ ಎದ್ದು ಕಂಬಕ್ಕೆ ನೇತು ಹಾಕಿದ್ದ ಚರ್ಮದ ಚೀಲದಲ್ಲಿದ್ದ ನೀರನ್ನು ಗಟಗಟ ಕುಡಿದು ತಿರುಗ ಕೂತು ಬುಡ್ಡನು ಸುಲಿಯುತ್ತಿದ್ದರು. ಎಲ್ಲರದು ಮುಗಿಯೊಷ್ಟತ್ತಿಗೆ ಪಕ್ಕದಲ್ಲಿ ತಿಂದು ಬಿಟ್ಟ

ಸಿಪ್ಪೆ ಮತ್ತು ಸುಟ್ಟ ಬಳ್ಳಿಯಿಂದ ಸಣ್ಣ ಬಣವೆ ಸೃಷ್ಟಿಯಾಗಿತ್ತು. ರಾತ್ರಿ ಘಟಿಸಿದ್ದರ ಬಗ್ಗೆ ಏನೊಂದು ಮಾತಾಡದೆ ತಿಂದು ಮುಗಿಸಿ ಎದ್ದು ಚದುರಲು ಅಜ್ಜ ಅಜ್ಜಿಯರು ಹುಳಗಳಂತೆ ಹರಿದಾಡುವ ಕಂದಮ್ಮಗಳನ್ನು ಹಿಡಿದಿಡುವುದು. ಆಗ ತಾನೆ ನಡೆಯಲು ಕಲಿತಿರುವ ಹೈಕಳು ಕೈತಪ್ಪಿಸಿ ಓಡಿಹೋಗುವುದು, ದೊಡ್ಡವರು ಬುಟ್ಟಿ ಭರ್ಜಿ ಬಾಣಗಳಂಥ ಹತಾರಗಳನ್ನು ಹಿಡಿದು ಕಾಡಿನತ್ತ ತೆರಳುವುದು ಮಾಡುತ್ತಿರಲು ಇಳ ಬಾನು ಕಾಣೆಯಾಗಿರುವುದು ತಡವಾಗಿ ಗಮನಕ್ಕೆ ಬಂದು ಗಿಜಗಿಜಗುಡುತ್ತಿದ್ದ ವಾತಾವರಣ ಇದ್ದಕಿದ್ದಂತೆ ಸ್ತಬ್ಧವಾಯಿತು. ಒಬ್ಬರ ಮುಖವ ಇನ್ನೊಬ್ಬರು ನೋಡಿಕೊಂಡರು. ಸಣ್ಣ ಮಕ್ಕಳು ಏನಾಯ್ತೆಂದು ನಿಂತಲ್ಲೇ ನಿಂತು ಮೂಗು ಬಾಯಿಗಳಲ್ಲಿ ಏನನ್ನೋ ಮತ್ತಿನ್ನೇನನ್ನೋ ಶೋಧ ಮಾಡುತ್ತಿರಲು ಹಿರೀಕ ಪುನಃ ತಲೆ ಮೇಲೆ ಕೈಹೊತ್ತು ಕುಳಿತನು. ಅರೆಬರೆ ಹಿರೀಕರು ಅವನನ್ನು ಅನುಸರಿಸಿದರು.

"ಅವರು ವಾಪಸ್ಸು ಬರಲ್ಲ. ಎಲ್ಲಾರು ಇವತ್ತಿಗೆ ಅವರನ್ನ ಮರತ್ಕಂಬಿಡಿ. ಇಂಗೆ ಅದನ್ನ ಹುಡುಕ್ಕಂಡೋದಂತ ನಮ್ಮ ಪೂರ್ವಿಕರು ಯಾರೂ ಇಲ್ಲಿವರೆಗೆ ಹಿಂದಿರುಗಿಲ್ಲ. ಹಂಗೆನೆ ಇದನ್ನ ಪಾಠವಾಗಿ ಅರಿತ್ಕಳಿ. ಮನುಷಂಗೆ ಕೆಟ್ಟ ಕುತೂಹಲ ಇರಬಾರದಂತೆ. ಭಾಳಾ ಬೇಗ ಅದು ಅವನ ಕಬಳಿಸಿಬಿಡುತ್ತಂತೆ."

* * *

"ಹ್ಹೆಹ್ಹೇಹ್ಹೆ... ಹ್ಹಹ್ಹಾಹ್ಹ.. "

"ಯೇ ನಿಲ್ಲೋ ಬಿಟ್ಟೋಗಬೇಡ. ಹೊಟ್ಟೆಗೇನು ತಿಂದಿಲ್ಲ. ಸುಸ್ತಾಗ್ತಿದೆ."

"ಮುಂದೆ ಏನಾರ ಸಿಕ್ತದೆ ಬಾ ನೋಡನ."

"ಇಷ್ಟೊತ್ತಿಗೆ ಅಲ್ಲೆಲ್ಲ ಏನೇನಾಗೈತೋ."

"ನಿಂಗ್ಯಾಕೆ ಚಿಂತೆ. ನಾನಿದ್ದೀನಲ್ಲಾ. ಬೇಗ ವಾಪಸು ಹೋಗೋಣಂತೆ."

ಅವರಿಬ್ಬರು ಸರುವಿಳಿದು ಕಣಿವೆಯತ್ತ ಓಡುತ್ತಿದ್ದರು, ನೆನ್ನೆ ಕಂಡ ಚುಕ್ಕಿಯ ಸೋಜಿಗವನ್ನು ಭೇದಿಸಲಿಕ್ಕೆ. ಒಂದು ವೇಳೆ ಅಜ್ಜ ಅದರ ಬಗ್ಗೆ ಅಷ್ಟು ಗಂಭೀರ ವಾಗದಿದ್ದರೆ ಏನೋ ಅಂದುಕೊಂಡು ಸುಮ್ಮನಾಗುತಿದ್ದರೇನೋ. ಅಜ್ಜನ ನಿರ್ಬಂಧ ಅವರ ನಿದ್ದೆ ಕಸಿದಿತ್ತು. ಪರಸ್ಪರ ಗೊತ್ತಿರದೆ ರಾತ್ರಿಯಿಡಿ ಎಚ್ಚರದಿಂದಿದ್ದರು. ಮುಂಜಾನೆ ಬಾನು ಹೊರಬಂದು ಸಮಯ ತಿಳಿಯಲಿಕ್ಕೆ ಆಕಾಶ ನೋಡತೊಡಗಿದಾಗ ಇಳೆಯೂ ಗಕ್ಕಂತ ಎದ್ದು ಹೊರಬಂದಿದ್ದಳು. ಇಬ್ಬರಲ್ಲು ಅದೇ ಪ್ರಶ್ನೆ, ಕುತೂಹಲ. ಹವಣಿಕೆ. ತಕ್ಷಣ ಬಾನು ಅವಳನ್ನು ಎಳಕೊಂಡು ಬೆಟ್ಟದ ಕಡೆ ನಡೆದು ತಾನು ಬೇಟೆಗೋಸ್ಕರ ಯಾವಾಗಲೂ ತುಳಿಯುತಿದ್ದ ಜಾಡು ಹಿಡಿದು ಬೆಟ್ಟ ಇಳಿಯತೊಡಗಿದ್ದ. ಮೈಲಿ ಇಳಿಯುವಷ್ಟರಲ್ಲಿ ಬೆಳಕು ಮೂಡಿತ್ತು. ಅವನ ಶಕ್ತಿಯಿನ್ನು ಕರಗಿರಲಿಲ್ಲ. ಧಡಧಡ

ಇಳಿಯುತಿದ್ದ. ಅವಳಿಗೆ ಹೊಟ್ಟೆ ಬರಿದಾಗಿ ತೊಳೆಸುತಿತ್ತು. ಕಾಲ್ಗಳು ತಂತಾನೇ ಬಿದ್ದಂಗಾಗುತಿತ್ತು. ಇನ್ನೇನು ಸಿಕ್ತು ಸಿಕ್ತು ಅಂತ ಸುಳ್ಳು ಸುಳ್ಳೇ ಆಶ್ವಾಸನೆ ಕೊಡುತ್ತ ಅವನು ಅವಳನ್ನು ತಳ್ಳುತ್ತಲೆ ಇದ್ದ. ಮತ್ತೆರಡು ಮೈಲಿ, ಇನ್ನು ಆಗಲ್ಲಪ್ಪಾ ಅಂತ ಅವಳು ಕೂತುಬಿಟ್ಟಳು. ಮಾರುದ್ದ ಮುಂದೆಯಿದ್ದ ಅವನು ತಿರುಗಿ ಬಂದ. ಕುಳಿತಾಗ ಅವನ ಮಾಂಸಖಂಡಗಳು ಅನಿಯಂತ್ರಿತವಾಗಿ ನಡುಗುತ್ತಿದ್ದವು. ಮೈಯೆಲ್ಲಾ ಬೆವರ ನೀರಿನಿಂದ ನೆಂದಿತ್ತು. ಕಣ್ಣು ರೆಪ್ಪೆಗಳು ತಂತಾನೇ ಮುಚ್ಚುತಿದ್ದವು. ಹೃದಯಗಳು ತಮಟೆ ಬಡಿದಂಗೆ ಢವಢವ ಬಡಿದುಕೊಳ್ಳುತ್ತಿದ್ದವು. ಸೂರ್ಯ ನೆತ್ತಿ ಮೇಲೇರಿದ್ದ. ಚೂಪಾದ ಮರಗಳಾಗಿದ್ದುದರಿಂದ ಕಿರಣಗಳು ತೂರಿ ಒಳಕ್ಕೆ ಬರುತಿದ್ದವು. ಕಾಡು ದಟ್ಟವಾಗಿದ್ದರೂ ಬೆಳಕಿಗೇನೂ ಕಮ್ಮಿಯಿರಲಿಲ್ಲ.

ಬರಿದಾಗಿದ್ದ ಶ್ವಾಸವನ್ನು ತುಂಬಿಸಿಕೊಳ್ಳಲು ಅವರು ತಾವು ಕುಳಿತಿದ್ದ ಕಲ್ಲಿನ ಮೇಲೆ ಅಂಗಾತ ಮಲಗಿದರು. ನಿಧಾನವಾಗಿ ದೇಹದ ಸಮಸ್ತ ಅಂಗಾಂಗಗಳು ಒಂದೊಂದಾಗಿ ದಣಿವಾರಿಸಿಕೊಂಡು ಕ್ರಮೇಣ ಛಿದ್ರವಾಗಿದ್ದ ಶಕ್ತಿ ಕ್ರೋಢೀಕರಿಸಿ ಉಸಿರಾಟ ಹದಕ್ಕೆ ಸಿಕ್ಕಿತು. ಒಣಗಿದ್ದ ಬಾಯಲ್ಲಿ ಉಗುಳು ಬಂತು. ಕಣ್ಣು ತೆರೆದುಕೊಂಡವು. ಬೆವರು ಕರಗಿ ಸುಯ್ಯನೆ ಥಂಡಿ ಗಾಳಿ ಹಾಯ್ದು ಶರೀರ ತಂಪಾಯಿತು. ಏನೇನಿದ್ದರೂ ಉದರಕ್ಕೆ ಗಾಳಿ ತುಂಬಲಾಗುತ್ತದೆಯೇ? ಅದು ಖಾಲಿಯಿದ್ದು ಟಿವ್ಗುಡುತಿತ್ತು. ಬಾನು ಎದ್ದು ಏನನ್ನಾದರೂ ಹುಡುಕಿ ತರ್ತೀನಿ ಅಂತ ಹೊರಟ. ಇಳೆಯೂ ಎದ್ದು ಕೂತಳು.

ತಾನು ಮಲಗಿದ್ದ ಕಲ್ಲಿನ ಸಂದುಗೊಂದಿನಲ್ಲಿ ಕವಳೆ ಹಣ್ಣಿನ ಗಿಡದ ಬಳ್ಳಿ ಹರಡಿಕೊಂಡಿತ್ತು. ಗಿಡದ ತುಂಬ ಬರೀ ಹಸಿರು ಕಾಯಿಗಳಿದ್ದರೂ ಅಲ್ಲಲ್ಲಿ ಕೆಂಪಾಗಿದ್ದ ಹಣ್ಣುಗಳೂ ಇದ್ದವು. ಮುಳ್ಳಿನ ಗಿಡವಾದ್ದರಿಂದ ಇಳ ಜೋಪಾನವಾಗಿ ಒಂದೊಂದೇ ಹಣ್ಣನ್ನು ಬಿಡಿಸಿ ತಿನ್ನಲಾರಂಭಿಸಿದಳು. ಒಂದು ತಾನು ತಿಂದರೆ ಇನ್ನೊಂದು ಅವನಿಗೆ ಎತ್ತಿಡುತ್ತಿದ್ದಳು. ಸ್ವಲ್ಪ ಹೊತ್ತಿನಲ್ಲಿ ಬಾನು ಹಿಂದಿರುಗಿದ. ಎಡಗೈನಲ್ಲಿ ಜೇನಿನ ರಸ ತುಂಬಿದ ಮುತ್ತುಗದೆಲೆ. ಬಲಗೈನಲ್ಲಿ ಜೇನಿನ ರೊಟ್ಟಿ. ಕೈಬೆರಳುಗಳ ಸೊಂದಿಯಿಂದ ಜೇನು ಸೋರಿ ಮುಂಗೈ ಮೇಲೆಲ್ಲ ಹರಡಿ ಅಲ್ಲಲ್ಲಿ ಸತ್ತ ಜೇನು ಹುಳುಗಳು ಅಂಟಿಕೊಂಡಿದ್ದವು. ಮುದುರು ಮಾಡಿದ್ದ ಎಲೆಯನ್ನು ಅವಳ ಕೈಗಿಟ್ಟು ಅದರೊಳಗೆ ಜೇನಿನ ರೊಟ್ಟಿಯನ್ನು ಸಣ್ಣ ಸಣ್ಣ ತುಕಡಿ ಮಾಡಿ ಹಾಕಿ ಬೆರಳು ಇಟ್ಟು ಕಲಕಿ "ತಗ ಸದ್ಯಕ್ಕೆ ಇದನ್ನೆ ತಿನ್ನು" ಎಂದನು. ಅವಳು ಕೂಡಿಟ್ಟ ಕವಳೆ ಹಣ್ಣುಗಳ ಗುಡ್ಡೆಯನ್ನು ಅವನಿಗೆ ತಿನ್ನಲು ಸೂಚಿಸಿ ತಾನು ರೊಟ್ಟಿಯನ್ನು ಜೇನಿನಲ್ಲಿ ಅದ್ದಿ ರಸ ಹೀರುವವರೆಗೆ ಕಚಕಚನೆ ಜಗಿದು ಥುಪಕ್ಕನೆ ಉಗಿಯುವ ಆಟಕ್ಕಿಳಿದಳು. ಅವನು ಮೊದಲು ಮುಂಗೈಯನ್ನು ನೆಕ್ಕಿ ನಂತರ ರೊಟ್ಟಿ ಜಗಿದು ಥುಪಕ್ ಆಟದಲ್ಲಿ

ಅವಳ ಜೊತೆಗೂಡಿದನು. ಇಬ್ಬರೂ ಅಷ್ಟು ಅಗಲ ಹೆಜ್ಜೇನನ್ನು ಸರಾಗವಾಗಿ ಹೊಟ್ಟೆಗಿಳಿಸಿ ಕೈ ಬಾಯಿಗಳನ್ನು ಅಂಟಂಟು ಮಾಡಿಕೊಂಡರು. ತೊಳೆದುಕೊಳ್ಳಲು ನೀರು ಸಿಗದಿರಲು ಹಸಿರಾಗಿದ್ದ ಇಬ್ಬನಿಮಯ ಹುಲ್ಲುಹಾಸಿನ ಮೇಲೆ ಹಾಗೊಮ್ಮೆ ಹೀಗೊಮ್ಮೆ ಕೈಯಾಡಿಸಿ ಇಷ್ಟು ಸಾಕು ಎಂಬಂತೆ ಒರೆಸಿಕೊಂಡರು. ಬಾನು ಕವಳೆ ಹಣ್ಣುಗಳನ್ನು ಒಂದೆ ಗುಕ್ಕಿಗೆ ಬಾಯಿಗೆ ತುಂಬಿಕೊಂಡ, ಇವಳು 'ಬೂತಪ್ಪ' ಎಂದು ಆಡಿಕೊಂಡಳು.

"ಇನ್ನೆಷ್ಟು ದೂರ ಇರ್ಬೋದೋ."

"ಸೊಲ್ಪ ದೂರ ಅಷ್ಟೆ ಕಣೆ. ನಾನು ಮುಂಚೆ ಬೇಟೆಗೆ ಅಂತ ಎಷ್ಟೋ ಸಲ ಬಂದಿದೀನಿ. ಇದಕ್ಕಿಂತ ಕೆಳಗಿಳಿದಿದ್ದೀನಿ" ತನ್ನನ್ನೆ ಯಾಮಾರಿಸಿ ಕೊಳ್ಳುವಂತ ಸುಳ್ಳನ್ನ ತೇಲಿ ಬಿಟ್ಟ ಬಾನು. ರುಚಿ ರುಚಿಯಾದ ಜೇನನ್ನು ಇಳಿಸಿ ಇಬ್ಬರೂ ಮೊದಲಿನಷ್ಟೆ ಚೈತನ್ಯರಾಗಿದ್ದರು. ಸುಮಾರು ಇನ್ನೂ ಒಂದು ಮೈಲಿ ಇಳಿದರು. ಬರು ಬರುತ್ತಾ ಇಳಿಜಾರು ಕಡಿಮೆಯೆನಿಸಿ ನೆಲವು ಸಮತಟ್ಟಾಯಿತು. ಚೂಪಾದ ಮರಗಳ ಬದಲು ಅಗಲವಾಗಿ ಹರಡಿಕೊಂಡ ಬೃಹದಾಕಾರದ ಮರಗಳು ಎದುರಾದವು. ಮರಗಳ ಕೊಂಬೆಗಳು ಒಂದಕೊಂದು ಒತ್ತಿಕೊಂಡಿದ್ದವು. ಮೇಲೆ ಹಸಿರು ಮಾಳಿಗೆ ಕಟ್ಟಿದಂತಿತ್ತು. ಆಕಾಶದ ಸುಳಿವಿರಲಿಲ್ಲ. ಬೆಳಕು ಇಲ್ಲವಾಗಿ ಮಬ್ಬಾವರಿಸಿತು. ಅಲ್ಲೇ ಅವರಿಗೆ ಮೊದಲ ದಿಗಿಲು ಆವರಿಸಿಕೊಂಡಿದ್ದು.

"ಅರೆ, ಇದೇನಿದು ಕೆಸರು. ಛೀಛೀ" ಎಂದು ಹಾರಿಬಿದ್ದಳು ಇಳ.

ಮುಂದೆ ಇರುವುದೆಲ್ಲ ಉಸುಬಿನಂತ ನೆಲ. ಕಾಲುಗಳಿಗೆ ಕೆಸರು ಮೆತ್ತಿಕೊಳ್ಳುತ್ತಿದೆ. ಗಿಡಗೆಂಟೆಗಳು ಕಾಣೆಯಾಗಿ ಬೃಹದಾಕಾರದ ಮರದ ಬುಡಗಳು ಎದುರಾಗುತ್ತಿವೆ. ಗಟ್ಟಿ ನೆಲವೆಂಬುದೆ ಇಲ್ಲ. ಎತ್ತ ನೋಡಿದರೂ ಬುರುಜೆ. ಜೊತೆಗೆ ಟುವ್ ಟುವ್ ಕ್ರೀಕ್ ಕ್ರೀಕ್ ಕಿಕಿಕೆ ಕಿಕಿಕೆ ಎಂಬಂತ ವಿಚಿತ್ರ ಪ್ರಾಣಿಗಳ ವಿಚಿತ್ರ ಶಬ್ದಗಳು.

"ಬಾನು ಅಲ್ನೋಡೋ" ಇಳ ಆಕಾಶದತ್ತ ಬೊಟ್ಟು ಮಾಡಿದಳು. ಬಾನು ತಲೆಯೆತ್ತಿದ.

ಕಣ್ಣುಗಳು. ನೂರಾರು ಸಾವಿರಾರು ಹೊಳೆಯುತ್ತಿರುವ ಕಣ್ಣುಗಳು. ನೀರಿನ ಮೇಲಿನ ಗುಳ್ಳೆಗಳಂತೆ ಅತ್ತಿಂದಿತ್ತ ಇತ್ತಿಂದತ್ತ ಹರಿದಾಡುತ್ತಿವೆ. ದೇಹವು ಅದೃಶ್ಯ. ಎಲ್ಲ ಕಣ್ಣುಗಳು ನಮ್ಮನ್ನೆ ನೋಡುತ್ತಿರುವಂತಿದೆ. ಯಾವ ವಿಚಿತ್ರ ಪ್ರಾಣಿಯಪ್ಪ ಇದು, ಭಯವಾಗ್ತಿದೆ. ಮುಂದಕ್ಕೆ ಹೋಗಬಹುದೋ ಬೇಡವೋ? ಇವೇನು ಕಚ್ಚುವ ಪ್ರಾಣಿಗಳೋ ನುಂಗುವ ಪ್ರಾಣಿಗಳೋ ತುಳಿಯುವ ಪ್ರಾಣಿಗಳೋ!

ಬಾನು ಇಳೆಯ ಕೈಹಿಡಿದು ಜೋಪಾನವಾಗಿ ಹೆಜ್ಜೆ ಇಡಲಾರಂಭಿಸಿದ. ಇಳ ಅವನನ್ನು ಅನುಸರಿಸಿದಳು. ಹತ್ತಿರತ್ತಿರ ಸುಳಿದಂತೆ ತೆರೆದುಕೊಳ್ಳುತ್ತಿದೆ, ಅವು ಒಂದೆ

ತರಹದ ಪ್ರಾಣಿಗಳಲ್ಲ. ವಿಭಿನ್ನ. ವಿಚಿತ್ರ. ಆಕಾರ ವಿಕಾರ, ಇಲ್ಲಿ ಹಗಲೆಂಬುದೆ ಇಲ್ಲ. ಸಾಗರದಂತ ಕತ್ತಲೆ. ಅದಕ್ಕೆ ಒಗ್ಗಿಕೊಂಡಿರುವ ನಿಶಾಚರಿಗಳು. ಕುವ್ ಕುವ್ ಗುಟರ್ ಗುಟರ್ ಶಬ್ದಗಳು!

"ಬಾನು ಭಯ ಕಣೋ. ಇದು ನಾವಂದುಕೊಂಡಷ್ಟು ಸುಲಭ ಇಲ್ಲ. ಈ ಬಗ್ಗಡದಲ್ಲಿ ಮೊಸಳೆ ಹಾವುಗಳೇನಾದರೂ ಸೇರಿಕೊಂಡಿದ್ದರೆ? ಇದ್ದರೂ ಗೊತ್ತಾಗೋದು ಹ್ಯಾಗೆ?"

"ಹೆದರಬೇಡ. ನನಗನ್ನುತ್ತೆ ನಾವು ತಲುಪಬೇಕಾಗಿರುವ ಜಾಗಕ್ಕೆ ಬಂದಿದ್ದೀವಿ. ಇನ್ನೆರಡು ಹೆಜ್ಜೆ ದೂರ." ಅವರ ಮಾತು ಸುತ್ತ ದಢೂತಿ ಮರಗಳಿಗೆ ಬಡಿದು ಮಾರ್ಧನಿಸುತ್ತಿತ್ತು. ಮಬ್ಬಿನಲಿ ತಡವರಿಸುತ್ತಲೆ ಅವರು ಪರ್ವತದ ತಳಕ್ಕೆ ಬಂದಿದ್ದರು. ಇಳಿಜಾರು ಕಳೆದು ಎಷ್ಟೋ ದೂರ ಸಾಗಿದ್ದರು. ಬರುಬರುತ್ತ ಬುರುಜೆಯ ಆಳ ಹೆಚ್ಚಾಗಿ ಹೆಜ್ಜೆ ಎತ್ತಿಡುವುದು ಕಷ್ಟವಾಗುತ್ತಿತ್ತು. ಹೆಚ್ಚುಕಮ್ಮಿ ಕಾಲುಗಳು ಮೊಣಕಾಲಿನವರೆಗೆ ಕೌಸಿಕೊಳ್ಳುತ್ತಿದ್ದವು.

"ಬಾನೂ ಕಾಲಿಗೆ ಏನೋ ಕಚ್ಚಿದಂಗೆ ಆಯ್ತೊ."

"ಸುಮ್ನೆ ಬಾರೆ ಎಲ್ಲಾ ನಿನ್ನ ಭ್ರಮೆ "

ಹೋಗ್ತ ಹೋಗ್ತ ಕಾಲು ಇನ್ನೂ ಆಳಕ್ಕೆ ಕೌಸಿಕೊಳ್ಳುತ್ತಿದೆ. ಬೀಳೋ ಹಂಗೆ ಆಗುತ್ತಿದೆ. ಹಿಡಿದುಕೊಳ್ಳಲು ಅತಾರವಿಲ್ಲ. ಎತ್ತ ನೋಡಿದರೂ ಹೆಮ್ಮರಗಳೇ. ಮರವನ್ನು ತಬ್ಬಲು ಕನಿಷ್ಠ ಒಂದೈದು ಜನರಾದರೂ ಬೇಕು.

"ಅಯ್ಯೋ ಅಮ್ಮಾ...ಬಾನೂ..!"

ಏನಾಯ್ತೆಂದು ಅವನು ತಿರುಗಿ ನೋಡುವಷ್ಟರಲ್ಲಿ ಇಳ ಮೆಲ್ಲಗೇ ಉಸುಬಿನಲ್ಲಿ ಇಳಿದು ಹೋಗುತಿದ್ದಳು. ಬಾನು ಬಹಳ ಮುಂದೆ ಸಾಗಿದ್ದ. ಅದು ಮಾಮೂಲಿ ಬುರುಜೆಯಾಗಿರದೆ ಕಳ್ಳಬುರುಜೆಯಾಗಿತ್ತು. ಆ ಪರ್ವತಗಳಿಂದ ಒಳಮುಖವಾಗಿ ಹರಿದು ಬರುವ ನೀರು ಹೊರಹೋಗಲು ಸಲೀಸು ಮಾರ್ಗವಿಲ್ಲದೆ ತಾನು ಹೊತ್ತು ತರುವ ಕೊರಕಲು ಮಣ್ಣಿನ ಜೊತೆ ಮಿಶ್ರಣವಾಗಿ ಕಣಿವೆಯಲ್ಲಿ ನೂರಾರು ಎಕರೆಯಷ್ಟು ಕಳ್ಳಬುರುಜೆ ಹುಟ್ಟಿಕೊಂಡಿತ್ತು. ಬಹುಶಃ ಇಲ್ಲಿಯತನಕ ಕಣಿವೆಗೆ ಇಳಿದು ಬಂದವರೆಲ್ಲರೂ?

ಅದಾಗಲೆ ಅವಳ ಕಾಲುಗಳು ತೊಡೆಗಳವರೆಗೆ ಹೂತು ಹೋಗಿದ್ದವು. ಹಿಡಿಯಲು ಯಾವ ಆಧಾರವೂ ಸಿಗದೆ ಹಿಂದಕ್ಕೆ ಮುಂದಕ್ಕೆ ವಾಲಾಡುತ್ತಿದ್ದಳು. ಒಂದು ಕಾಲು ಎತ್ತಲು ಯತ್ನಿಸಿದರೆ ಇನ್ನೊಂದು ಕಾಲು ಇನ್ನೂ ಆಳಕ್ಕೆ ಕುಸಿದು ಎದೆ ಝುಲ್ಲೆನ್ನುತ್ತಿತ್ತು. ಬಾನು ಎಷ್ಟು ಸಾಧ್ಯವೋ ಅಷ್ಟು ಬೇಗ ಅವಳನ್ನು ತಲುಪಬೇಕಿತ್ತು. ತಾನು ಕೂಡ ಬುರುಜೆಯೊಳಗೆ ಸಿಕ್ಕಿಕೊಳ್ಳದಂತೆ. ಅವನು ನಡೆದು ಬಂದ ಹೆಜ್ಜೆಗಳು

ಬುರುಜೆಯಲ್ಲಿ ಪೂರ್ತಿ ಕದರದೆ ಅಸ್ಪಷ್ಟವಾಗಿ ಕಾಣುತಿದ್ದವು. ಅದೇ ಹೆಜ್ಜೆಗಳನ್ನು ಅನುಸರಿಸಿ ಅವಳತ್ತ ಧಾವಿಸಲಾರಂಭಿಸಿದ. ಏನೇ ಬಲಪ್ರಯೋಗ ಮಾಡಿದರೂ ಅವನ ನಡಿಗೆಯ ವೇಗ ಅವಳ ಕುಸಿಯುವ ವೇಗವನ್ನು ಮೀರಲಾಗಲಿಲ್ಲ. ಇಳ ಸೊಂಟಮಟ್ಟ ಮುಳುಗಿದ್ದಳು. ಅಲುಗಾಡಿದರೆ ಇನ್ನೂ ವೇಗವಾಗಿ ಇಳಿಯುತ್ತಿದ್ದಳು. ಅವಳ ಸಮೀಪ ಬರುಬರುತ್ತಿದ್ದಂತೆ ಆಳ ಹೆಚ್ಚಾಗಿ ಬಾನುವಿಗೆ ತಾನು ಅವಳನ್ನು ತಲುಪುವುದು ಅಸಾಧ್ಯವೆಂಬುದು ಮನದಟ್ಟಾಯಿತು. ಇಬ್ಬರ ಮುಖದಲ್ಲೂ ಸಾವಿನ ಖಚಿತತೆಯ ಭಯ. ಅಸಹಾಯಕತೆ. ಅಳು. ಮೀರುತ್ತಿರುವ ಸಮಯ.

"ಇಳ ಕಳ್ಳಬುರುಜೆ ಎಷ್ಟು ಅಗಲ ಇದೆಯೋ ಗೊತ್ತಿಲ್ಲ. ನಾನು ಅಲ್ಲಿಗೆ ಬಂದರೆ ಇಬ್ಬರೂ ಸಿಕ್ಕಿಹಾಕಿಕೊಳ್ತೀವಿ. ನಾನು ಹೇಳದಂಗೆ ಮಾಡು. ಮುಂದಕ್ಕೆ ಬಾಗಿ ಕೈ ಅಗಲಿಸಿ ಮಕಾಡೆ ಮಲಗಿಬಿಡು. ಮಲಗ್ತಾ ನಿಧಾನಕ್ಕೆ ಎರಡೂ ಕಾಲುಗಳನ್ನ ಹಿಂದಕ್ಕೆ ಎತ್ತು. ನೀರಿನಲ್ಲಿ ಈಜುವ ಹಂಗೆ. ನಾನು ಆದಷ್ಟು ಹತ್ತಿರ ಬಂದು ನಿನ್ನ ಎತ್ತಿಕೊಳ್ತೀನಿ."

ಮಾರ್ಗವೇ ಇಲ್ಲದ ಕಡೆ ಯಾವ ಪ್ರಯತ್ನವೂ ಸಹ್ಯಮಾರ್ಗವೇ. ಅಂತೆಯೆ ಅವಳು ತನ್ನ ಎರಡೂ ಕೈಗಳನ್ನು ಮುಂದಕ್ಕೆ ಚಾಚಿ ಸೊಂಟ ಬಗ್ಗಿಸಿ ಮುಖವನ್ನು ಬುರುಜೆಯೊಳಗಿಟ್ಟು ಉಸಿರುಗಟ್ಟಿ ಬಲವಾಗಿ ಅದುಮಿ ಸೊಂಟದ ಪಟ್ಟು ಹಿಡಿದು ಕಾಲುಗಳನ್ನು ಹಿಮ್ಮುಖ ಎತ್ತಲು ಪ್ರಯತ್ನಿಸಿದಳು. ಆಳಕ್ಕೆ ಹುದುಗಿದ್ದ ಕಾಲುಗಳನ್ನು ಬಿಡಿಸಿಕೊಳ್ಳುವುದೆ ಕಷ್ಟವಾಯಿತು. ತನ್ನೆಲ್ಲ ಶಕ್ತಿಯನ್ನು ಚೆಲ್ಲಿ ಮತ್ತೊಮ್ಮೆ ತನ್ನನ್ನು ತಾನೆ ಬುರುಜೆಯೊಳಗೆ ಒತ್ತಿಕೊಂಡು ಕೊಸರಾಡಿದಳು. ಕಾಲುಗಳು ಕೊಂಚ ಸಡಿಲಗೊಂಡವು. ಬದುಕಿದಷ್ಟೆ ಸಂತೋಷ. ಕ್ರಮೇಣ ದೇಹ ಸಂಪೂರ್ಣ ಮೇಲೆ ಬಂದು ಬಲಕ್ಕೆ ವಾಲಿ ಅಂಗಾತ ಮಲಗಿ ಕಟ್ಟಿದ್ದ ಉಸಿರು ಬಿಟ್ಟಳು. ಮುಖದ ತುಂಬೆಲ್ಲ ಬಗ್ಗಡ. ಮೂಗಿನ ಮೇಲಿದ್ದ ಬಾಯಿಯ ಮೇಲಿದ್ದ ಕೆಸರಿನ ಚೂರು ಪಿಚಕ್ಕೆನೆ ಹಾರಿ ಕೆಳಗೆ ಬಿತ್ತು. ಇನ್ನೆರಡು ಬಾರಿ ಸಾವಧಾನದಿಂದ ಉಸಿರನ್ನು ಎಳೆದು ಎಳೆದು ಬಿಟ್ಟಳು. ತನ್ನ ದೇಹವು ಬುರುಜೆ ಮೇಲೆ ಸಮತಟ್ಟಾಗಿ ಮಲಗಿದೆ. ಮೆತ್ತಗಿದೆ, ತೇಲಿದಂತೆ ಅನಿಸುತ್ತಿದೆ. ಬದುಕಿದೆ. ಇನ್ನು ಬಾನು ಬಂದು ಎತ್ತೊಯ್ದು ರಕ್ಷಿಸುತ್ತಾನೆ. ಚಿಂತೆಪಡಬೇಕಿಲ್ಲ. ಹಿಂದೆ ವಾಲಿ ಅವನೆಡೆಗೆ ನಗು ಬೀರಿದಳು. ಬಾನು ಖುದ್ದು ಕಳ್ಳಬುರುಜೆಯ ಹಿಡಿತಕ್ಕೆ ಸಿಲುಕಿದ್ದ. ಅವನ ದೇಹದ ತೂಕದ ಪರಿಣಾಮ ಇಳಗಿಂತ ವೇಗವಾಗಿ ಮುಳುಗುತ್ತಿದ್ದ. ಇವಳು ತನ್ನನ್ನು ತಾನೆ ರಕ್ಷಿಸಿ ಕೊಳ್ಳುವ ಭರದಲ್ಲಿದ್ದಾಗ ಧಸಕ್ಕನೆ ಕುಸಿದಿದ್ದ ಬಾನು ಅವಳ ಗಮನ ಸೆಳೆಯದಿರಲೆಂದು ಬಾಯಿ ತೆರೆದಿರಲಿಲ್ಲ. ಏನು ಮಾಡುವುದೆಂದು ತೋಚಲಿಲ್ಲ ಇಳಗೆ. ಅದಾಗಲೆ ಎದೆಮಟ್ಟ ಮುಳುಗಿದ್ದರಿಂದ ಬಾನು ಬಹುತೇಕ ಬದುಕುವಾಸೆ ಕೈಬಿಟ್ಟಂತೆ ಅನಿಸಿತು.

ಅವಳು ತನ್ನ ದೇಹದ ಸಮತೋಲನವನ್ನು ಕಾಯ್ದುಕೊಂಡು ಮೆಲ್ಲಗೆ ಅವನೆಡೆ ಉರುಳಲಾರಂಭಿಸಿದಳು. ಇಬ್ಬರ ನಡುವೆ ಮಾತು ಕಡಿತ. ಸಮಯದ ಬಿಗಿತ. ಬಾನುವಿನ ತಲೆ, ಭುಜ, ಕೈಗಳು ಮಾತ್ರ ಹೊರಗಿದ್ದವು. ಅವಳು ತನ್ನನ್ನು ಹಿಡಿದುಕೊಳ್ಳಲು ಸೂಚಿಸಿದಳು. ಅಂತೆಯೆ ಅವನು ಅವಳ ಒತ್ತಾಸೆ ಪಡೆಯಲು ಕೈ ಊರಿದಾಗ ಇಳ ಸಮತೋಲನ ಕೂಡ ತಪ್ಪಿ ಇವಳನ್ನೂ ಮುಳುಗಿಸಿಬಿಡುವೆ ಎಂದು ಭಯವಾಗಿ ಒಲ್ಲೆನೆಂದು ಕೈ ತೆಗೆದ ಬಾನು. ಇಳ ನೇರ ಸೆಟೆದುಕೊಂಡು ಅವನ ಒಂದು ಕೈಯನ್ನು ತನ್ನ ಎದೆ ಮೇಲಿಟ್ಟುಕೊಂಡು ಇನ್ನೊಂದು ಕೈಯನ್ನು ತೊಡೆ ಮೇಲಿಟ್ಟು, "ಈಗ ಪ್ರಯತ್ನಿಸು" ಎಂದಳು. ಬಾನು ಮೇಲೇಳಲು ಪುನಃ ಯತ್ನಿಸಿದ. ಆಗಲಿಲ್ಲ. ತನ್ನ ಗಾತ್ರ ಅವಳ ಗಾತ್ರವನ್ನು ಮೀರಿಸಿ ಮೇಲೇರಬೇಕಾದರೆ ಅವಳನ್ನ ತನ್ನ ಸೊಂಟ ಮಟ್ಟ ಬುರುಜೆಯೊಳಗೆ ಒತ್ತಬೇಕಾಗುತ್ತದೆಂಬ ಗಣಿತದ ಅರಿವಾಗಿ ಪ್ರಯತ್ನ ನಿರರ್ಥಕ ಎನಿಸಿತು.

ಬದಲಾಗಿ ಅವಳನ್ನು ಆಧಾರವಾಗಿಸಿಕೊಂಡು ಅಕ್ಕಪಕ್ಕ ಸರಿಯಬಹುದೇನೋ, ಯೋಚಿಸಿದ. ಇಡೀ ದೇಹ ಬುರುಜೆಯನ್ನು ತಳ್ಳಿಕೊಂಡು ನಡೆಯಬೇಕು. ಅಸಾಧ್ಯವೆನಿಸಿತು. ಕಾಲುಗಳನ್ನು ಕೊಸರಾಡಿಸಿ ಬಂದ ದಾರಿಯಲ್ಲಿ ತುಸುವೇ ಹಿಂದೆ ಸರಿದ. ಅಚಾನಕ್ಕಾಗಿ ಕಾಲುಗಳಿಗೆ ಘನವಸ್ತು ತಾಕಿದಂಥ ಅನುಭವ. ಆಸೆ ಚಿಗುರಿ ಅತುರದಲ್ಲಿ ಗಬರಾಡಿಸಲು ಘನ ವಸ್ತು ದೂರ ಜರುಗಿ ಇದು ಬುರುಜೆ ಯೊಳಗೆ ತೇಲುತ್ತಿರುವ ಮರದ ಹಣ್ಣೋ ಕಾಯೋ ಎಂದೆನಿಸಿ ನಿರಾಸೆ ಕವಿಯಿತು. ಕೇವಲ ಸ್ಪರ್ಶದ ಅನುಭವಕ್ಕೋಸ್ಕರ ಪುನಃ ವಸ್ತುವನ್ನು ತಡಕಿದ. ಘನ ವಸ್ತು ಮತ್ತೆ ತಾಕಿತು. ಈ ಬಾರಿ ಅದು ಅಷ್ಟು ಜರುಗಲಿಲ್ಲ. ಮತ್ಯಾವುದೋ ಆಸರೆಗೆ ಒತ್ತಿಕೊಂಡಂತೆ. ಹೆಬ್ಬೆರಳ ತುದಿಯಿಂದ ತಳ್ಳಿ ಪರೀಕ್ಷಿಸಿದ. ಅಲುಗಾಡಲಿಲ್ಲ. ಇಳ ಸಹಾಯದಿಂದ ಇಷ್ಟಿಷ್ಟೇ ಅತ್ತ ಸರಿದ. ಹೆಬ್ಬೆರಳುಗಳ ಮೇಲೆ ನಿಲ್ಲುವಷ್ಟು ಒತ್ತಾಸೆ ದೊರಕಿತು. ಕಲ್ಲುಗುಡ್ಡೆಯಂತಿದೆ. ಅದೇ ದಿಕ್ಕಿನಲ್ಲಿ ಸರಿದಂತೆಲ್ಲ ಗುಡ್ಡೆಯ ಎತ್ತರ ಹೆಚ್ಚಾಗಿ ತಾನು ಗುಡ್ಡೆ ಹತ್ತುತ್ತಿರುವಂತೆನಿಸಿ ಮೇಲೆ ಬರಲಾರಂಭಿಸಿದ. ಅಂಗಾತ ಉರುಳುತ್ತಿದ್ದ ಇಳ ಬಾನು ಅರ್ಧ ತೇಲಿದಾನಂತರ ತಾನೂ ಎದ್ದು ನಿಂತಳು. ಪರಸ್ಪರ ನೋಡಿಕೊಳ್ಳಲು ಮುಖಗಳು ಗುರುತು ಸಿಗದಷ್ಟು ರಾಡಿಯಾಗಿದ್ದವು. ನಕ್ಕರು. ಅತ್ತರು. ತಬ್ಬಿಕೊಂಡರು. ನಿಟ್ಟುಸಿರಿಟ್ಟರು.

"ವಾಪಸ್ಸು ಹೋಗೋಣ. ಬದುಕಿ ಎಲ್ಲರನ್ನು ಸೇರಿಕೊಂಡರೆ ಸಾಕು ಅನಿಸ್ತಿದೆ." ಎಂದ ಬಾನು. ಅನ್ಯಾಯವಾಗಿ ತಾನು ಇವಳನ್ನು ಇಲ್ಲಿವರೆಗೆ ಎಳಕೊಂಡು ಬಂದೆನಲ್ಲ, ತಪ್ಪಿತಸ್ಥನ ಪ್ರಜ್ಞೆ ಅವನಿಗೆ.

ಇಳ ಮೌನಿಯಾಗಿ ಬಿದ್ದು ಹೊರಳಾಡಿ ಬಂದ ಬುರುಜೆಯತ್ತ ಅಂತರ್ಮುಖಿಯಾಗಿದ್ದಳು. ಮನಸ್ಸು ಮಾತ್ರ ಅಲ್ಲೇ ಇತ್ತು ಅನ್ನಲಾಗದು. ಬದುಕಿನ ಸಂತೋಷ ಸಾಹಸದ ಉತ್ತುಂಗದಲ್ಲಿದ್ದಾಗ ಇದ್ದಕ್ಕಿದ್ದಂತೆ ಸಾವಿನ ಮನೆಯ ಕದ ಬಡಿದ ಅನುಭವ. ವಾಪಸು ಓಡಿಹೋಗೋಣವೇ, ಹೋದರೆ ಇಂಥ ಸಾವು ಮುಂದೆ ಮತ್ತೆಂದೂ ಬರದೇ ಹೋಗುತ್ತದೆಯೆ, ಬಂದರೂ ಆವಾಗಲೂ ಮತ್ತೆ ಸಾವಿನಿಂದ ತಪ್ಪಿಸಿಕೊಂಡು ಓಡಿಹೋಗುತ್ತೇವೆಯೇ? ಆಗಿದ್ದಾಗಲಿ ಮನಸ್ಸು ಗಟ್ಟಿ ಮಾಡಿ ಮುನ್ನುಗ್ಗಿಬಿಡೋಣವೇ? ಮುಂದೆ ಏನಿದೆ? ಮರ. ಬುರುಜೆ. ವಿಚಿತ್ರ ಪ್ರಾಣಿ. ಅವುಗಳ ಕೀರಲುಟಿಕೆ. ಭಯ ಹುಟ್ಟಿಸುವ ಕಣ್ಣುಗಳು. ಮೊದಲಾಗಿ ಏನು ಹುಡುಕಲಿಕ್ಕೆ ಬಂದಿದ್ದೀವಿ ಅನ್ನೋದೇ ಗೊತ್ತಿಲ್ಲ. ಇಲ್ಲಿ ಏನೋ ಇದೆ ಎಂದಷ್ಟೆ ಗೊತ್ತು. ಗೊತ್ತು ಮಾಡಿಕೊಂಡರೂ ಅದರಿಂದ ಸಿಗುವ ಮೋಜೇನು? ಹಿಂದೆ ಮುಂದೆ ಎತ್ತ ಸಾಗುವುದೂ ಅರ್ಥಹೀನವೆಂಬ ಜಿಜ್ಞಾಸೆ. ಯೋಚನಾಮಗ್ನಳಾಗಿದ್ದವಳು ಅಂಗಾಲುಗಳನ್ನು ಹಾಗೊಮ್ಮೆ ಹೀಗೊಮ್ಮೆ ನೆಲಕ್ಕೆ ಉಜ್ಜುತ್ತಿದ್ದಳು. ಇದ್ದಕಿದ್ದಂತೆ ವಾಸ್ತವ ಪ್ರಜ್ಞೆಗೆ ಮರಳಿ ತನ್ನ ಅಂಗಾಲಿನ ಸ್ಪರ್ಶಕ್ಕೆ ಸಿಗುತ್ತಿರುವ ವಸ್ತುವಿನಾಕಾರ ಮನಸ್ಸಿಗೆ ಬಂದು ನಡುಕ ಹುಟ್ಟಿತು. ಒರಟು. ದುಂಡು. ಚುಚ್ಚುವಂತವು. ಮೆಲ್ಲಗೆ ಬಾನುವಿನ ಭುಜವನ್ನು ತಿವಿದು ತನ್ನ ದುಗುಡ ಹಂಚಿಕೊಂಡಳು. ಅವನಿಗೂ ಅದೇ ಅನುಭವ. ಅವು ತಲೆಬುರುಡೆಗಳು. ಮನುಷ್ಯನ ತಲೆಬುರುಡೆಗಳು.

ಮುಳುಗುತಿದ್ದ ಬುರುಜೆಯಲ್ಲಿ ಆಸರೆಯಾಗಿ ಸಿಕ್ಕಿದ್ದು ತಲೆಬುರುಡೆಗಳ ರಾಶಿ. ನಿಸ್ಸಂಶಯವಾಗಿ ಇಲ್ಲಿಗೆ ಈಗಾಗಲೇ ಸಾಕಷ್ಟು ಜನ ಬಂದಿದ್ದಾರೆ. ಇದೇ ಹಾದಿಯಲ್ಲಿ. ಬಹುಶಃ ಇಲ್ಲಿಂದ ಮುಂದೆ ಯಾರಿಗೂ ಹೋಗಲಿಕ್ಕೆ ಸಾಧ್ಯವಾಗಿಲ್ಲ. ಮುಂದೆ ಸಾಗಲು ಬುರುಜೆ ಬಿಟ್ಟಿಲ್ಲ. ಹಿಂದೆ ಹೋಗಲೂ ಬಿಟ್ಟಿಲ್ಲ. ಹಿರೀಕನ ಆತಂಕ ಈಗ ಅರ್ಥವಾಗುತ್ತಿದೆ. ನಮಗೆ ಲೆಕ್ಕವಿಲ್ಲ ನಾವೆಷ್ಟು ಮಂದಿ ಇದ್ದೆವು ಅಂತ. ಎಷ್ಟೋ ದಿನಗಳಾದ ಮೇಲೆ ಗೊತ್ತಾಗುತ್ತಿತ್ತು ಕೆಲವರು ಗುಂಪಿನಿಂದ ಮಾಯವಾಗುತ್ತಿದ್ದುದು. ಹೀಗೆ ಆಗಾಗ ಯಾರಾದರೂ ಇಲ್ಲವಾಗುವುದು ನಮಗೆ ಸಾಮಾನ್ಯವಾಗಿಬಿಟ್ಟಿದೆ. ಯಾರು ಯಾವ ಪ್ರಾಣಿಗೆ ಯಾವಾಗ ಬಲಿಯಾಗುತ್ತಾರೋ ಹೇಳಲಾಗದು. ಎಲ್ಲ ಸಮಯದಲ್ಲೂ ರಕ್ಷಿಸಲಾಗದು. ನಮ್ಮ ರಕ್ಷಣಾ ಕಾಳಜಿ ಏನಿದ್ದರೂ ಮಕ್ಕಳ ಮೇಲೆ. ದೊಡ್ಡವರಾದ ಕೂಡಲೆ ಅವರವರ ಪಾಡಿಗೆ ಅವರು. ಗುಡಿಸಲುಗಳಲ್ಲಿ ಉಳಿದುಕೊಳ್ಳುತ್ತಿದ್ದುದು ಮಕ್ಕಳು, ಮುದುಕ ಮುದುಕಿಯರು. ಪರಂಪರೆಯ ಪ್ರಕಾರ ವಯಸ್ಸು ಮೀರಿದವರು ತಮಗೆ ತೋಚಿದ ಸಮಯದಲ್ಲಿ ಯಾರಿಗೂ ಪೂರ್ವ ಮಾಹಿತಿ ಕೊಡದೆ ಗುಡಿಸಲನ್ನು ತ್ಯಜಿಸುತ್ತಿದ್ದರು. ಅಲ್ಲಿಗೆ ಅವರ ಅಧ್ಯಾಯ ಮುಗಿದಂತೆ. ನಾವು ಮಕ್ಕಳಂತೆ ಯಾವತ್ತಾದರೂ ಕುತೂಹಲದಿಂದ ಮುದಿತನ

ಸಾವು ಅಂತ್ಯ ಇವುಗಳ ಬಗ್ಗೆ ಪ್ರಶ್ನಿಸಿದರೆ, ಕಾಲ ಕಳೆದಂತೆ ನಿಮಗೇ ಗೊತ್ತಾಗುವುದು ಎನ್ನುತ್ತಿದ್ದರು ದೊಡ್ಡವರು. ಆ ವಿಷಯದಲ್ಲಿ ಅವರೇ ಅಜ್ಞಾನಿಗಳಾಗಿರುವುದು ನಮಗೆ ಗೊತ್ತಾಗುತ್ತಿತ್ತು. ಬಹುಶಃ ದೇಹ ಕೃಶಗೊಂಡು ನಿವೃತ್ತಿಯಾಗಿ ಗುಡಿಸಲಲ್ಲಿ ಉಳಿದುಕೊಳ್ಳಲಾರಂಭಿಸಿದ ಮೇಲೆ ನಿರ್ಗಮನದ ವಿದ್ಯೆಯಾಗುತ್ತದೆ ಅನಿಸುತ್ತೆ. ನಿವೃತ್ತಿಯ ಹಂತ ತಲುಪಿದಾಗಲೇ ನಾವು ಆ ವಿದ್ಯೆಗೆ ಅರ್ಹರು ಎಂಬ ನಿಯಮ. ಮೊದಲೇ ಕಲಿಸಿಬಿಟ್ಟರೆ ಮಂದಿ ಪೂರ್ಣ ಬಾಳು ಬಾಳದೆ ಕಾಣೆಯಾಗಿಬಿಟ್ಟರೆ? ಸಮುದಾಯ ಉಳಿಯುವುದು ಹೇಗೆ? ಬೆಳೆಯುವುದು ಹೇಗೆ?

ಈಗ ಎಲ್ಲ ಅರ್ಥವಾಗುತ್ತಿದೆ. ನಮ್ಮ ಗುಂಪಿನ ತಿಳಿವಳಿಕೆಗಳು. ವಾಡಿಕೆಗಳು. ನಿಯಮಗಳು. ನಾವು ಈ ಬಯಲಲ್ಲಿ ಬಿಡಾರ ಹೂಡಿದ್ದು ತಾನು ಸಣ್ಣವನಿದ್ದಾಗ. ಅದಕ್ಕು ಮೊದಲು ನಮ್ಮ ಬಾಲ್ಯವನ್ನೆಲ್ಲ ಕಳೆದಿದ್ದೆವು ಮರಳುಗಾಡಿನಲ್ಲಿ ಅದಕ್ಕೂ ಮುನ್ನ ಎಲ್ಲಿದ್ದೆವೋ ಗೊತ್ತಿಲ್ಲ. ಒಂದೇ ಕಡೆ ನಿಲ್ಲದೆ ಇಂತಿಷ್ಟು ವರ್ಷಗಳ ಅಂತರದಲ್ಲಿ ಸ್ಥಳಾಂತರ ಮಾಡುವುದು ನಮ್ಮ ವಾಡಿಕೆಯಂತೆ. ಒಂದೇ ಕಡೆ ಇದ್ದರೆ ಸಮುದಾಯ ನಾಶವಾಗಿಬಿಡುವುದೆಂಬ ಭಯವಂತೆ. ಯಾವಾಗ ಒಂದು ಸ್ಥಳದಲ್ಲಿ ಹುಟ್ಟುಗಳಿಗಿಂತ ಸಾವುಗಳು ಹೆಚ್ಚಾಗುತ್ತವೋ, ಆಗ ವಲಸೆ ಹೋಗಲು ಸೂಕ್ತ ಸಮಯವೆಂಬ ತಿಳಿವಳಿಕೆಯಂತೆ. ಈಗಲೂ ನೆನಪಿದೆ, ಕಣ್ಣು ಹಾಯಿಸಿದಷ್ಟೂ ಬೆಳ್ಳನೆ ಮರಳು. ಅಲ್ಲೊಂದು ತಿಳಿ ನೀರ ನದಿ. ಯಾವ ಜೇನೂ ಅದಕ್ಕೆ ಸಮನಲ್ಲ. ವರ್ಷಕ್ಕೊಮ್ಮೆ ತುಂಬಿ ಹರಿದು ನಂತರ ಸಣ್ಣದಾಗುತ್ತ ಕೆಲವಾರು ದಿನ ಬರಿದಾಗಿ ಪುನಃ ತುಂಬಿಕೊಳ್ಳುತ್ತಿತ್ತು. ಒಮ್ಮೆ ಅದು ಮರು ತುಂಬದೇ ಹೋದಾಗ, ಹಸಿವೆಯಿಂದ ಸತ್ತು, ನಮ್ಮನ್ನು ಎತ್ತಿಕೊಂಡು ಇವರೆಲ್ಲ ಜಾಗ ಖಾಲಿ ಮಾಡಿದರು. ನೆನಪಿದೆ, ಎತ್ತ ಹೋಗಬೇಕೆಂಬ ಆಗಿನ ಪರದಾಟ. ಆಗ ಹಿರೀಕ ಹೇಳಿದ್ದ? ತಲೆಬುರುಡೆ ಎದುರಾದರೆ ನಿಲ್ಲಿ. ಅಲ್ಲಿಂದ ಪೂರ್ವಕ್ಕೆ ತಿರುಗಿ ನಡೆಯಿರಿ. ಮತ್ತೆ ಬುರುಡೆ ಎದುರಾದರೆ ಮತ್ತದೇ. ಮಾರ್ಗಮಧ್ಯ ಯಾವುದೋ ಇರುಳಲ್ಲಿ ನನಗೆ ನಿದ್ದೆ ಹತ್ತದೆ ಕಣ್ಣು ಮುಚ್ಚಿದ್ದಾಗ ಹಿರೀಕ ನಿವೃತ್ತಿ ಆದವರನ್ನೆಲ್ಲ ಸುತ್ತ ಕೂರಿಸಿಕೊಂಡು ಆಡಿದ ಮಾತು– ಸಮುದಾಯದ ರಕ್ಷಣೆ ಮುಖ್ಯ. ನಮ್ಮ ಸಾವೂ ಅರ್ಥಪೂರ್ಣ ವಾಗಿರಬೇಕು. ಇನ್ನೂ ಕೈ ಕಾಲಿನಲ್ಲಿ ಶಕ್ತಿ ಇರುವಾಗಲೇ, ಎದೆಯಲ್ಲಿ ಸತ್ವ ಇರುವಾಗಲೇ ಗುಂಪು ತೊರೆಯಬೇಕು. ಹಿಂದೆ ತೊರೆದವನ ಪೂರ್ವ ಮಾಹಿತಿಯ ಆಧಾರದ ಮೇಲೆ, ನಾವು ಇನ್ನೊಂದು ದಿಕ್ಕಿನಲ್ಲಿ ನಡೆಯಬೇಕು. ಎಲ್ಲಿ ನಮ್ಮ ಅಂತ್ಯವಾಗು ತ್ತದೆಯೋ ಅಲ್ಲಿ ಆಗಲಿ. ಹೇಗೆ ಆಗುತ್ತದೆಯೇ ಅಂತೆಯೇ ಆಗಲಿ. ನಮ್ಮ ತಲೆಬುರುಡೆಯೇ ಗುಂಪಿಗೆ ದಿಕ್ಸೂಚಿಯಾಗಲಿ. ಆಪತ್ತಿನ ಎಚ್ಚರಿಕೆ. ಗುರುತು. ನಿಮ್ಮಿಚ್ಛೆ ಬಂದ ಕಡೆ ಹೊರಡಿ. ಹೊರಡುವ ಇಂಗಿತವನ್ನಷ್ಟೇ ಹಂಚಿಕೊಳ್ಳಿ. ಯಾವ

ದಿಕ್ಕಿಗೆ ಎಂಬ ಮಾಹಿತಿ ಉಳಿದವರಿಗೆ ಗೊತ್ತಿರಲಿ. ಯಾರ ಅರಿವಿಗೂ ಬಾರದಂತೆ ಕಾಣೆಯಾಗಿ. ಮನಸ್ಸು ಅಷ್ಟು ಮಾಗಿರಲಿ. ಗಟ್ಟಿಯಾಗಿರಲಿ. ಬರುವಾಗ ತಾಳ ಮೇಳ ಸಹ್ಯ. ಹೋಗುವಾಗ ಸಲ್ಲದು. ಬಾಳಿ ಬದುಕಬೇಕಾದವರ ಧೃತಿ ಕೆಡಿಸಬಾರದು.

ಎಂದೋ ಕನಸಿನಲ್ಲಿ ಘಟಿಸಿದಂತ ಸ್ಮೃತಿಯಿಂದ ಮಾಸಿಹೋಗಿದ್ದ ನೆನಪೆಲ್ಲ ಮರುಕಳಿಸಿದಂತಾಗಿ ಬಾನು ವಿಹ್ವಲಗೊಂಡನು. ಇಳಗೆ ಎಲ್ಲ ವಿವರಿಸಿದನು. ಬಹುಶಃ ನಾವು ಕಂಡ ಬೆಳಕಿನ ವಿಸ್ಮಯಕ್ಕೆ ಈಗಾಗಲೆ ನಮ್ಮ ಹಿರೀಕರು ಸಾಕ್ಷಿಯಾಗಿದ್ದಾರೆ. ಈ ದಿಕ್ಕಿನಲ್ಲಿ ಆಕರ್ಷಿತರಾದವರೆಲ್ಲರು ಇಲ್ಲಿವರೆಗೆ ಬಂದು ಹತರಾಗಿದ್ದಾರೆ. ಅವರಿಬ್ಬರಿಗೂ ಹಿಮ್ಮೇಳದಲ್ಲಿದ್ದ ಪ್ರಾಣಿಗಳ ಕೀರಲು ಈಗ ಹಿಂದಿಗಿಂತಲೂ ಹೆಚ್ಚು ಕರ್ಕಶವಾಗಿ ಭಯಾನಕವಾಗಿ ಆರ್ತವಾಗಿ ಕೇಳಿಸತೊಡಗಿತು. ಯಾವುದೋ ಪ್ರಾಣಿ ತಲೆ ಮೇಲೆಯೆ ಹಾರಿಹೋದಂತೆ. ಮತ್ಯಾವುದೋ ಕಿವಿ ಹತ್ತಿರ ಬಂದು ಅರಚಿ ಹೋದಂತೆ. ಗೌವ್ವೆನ್ನುವ ಕತ್ತಲೆ. ತಲೆ ಎತ್ತಲು ನಡುಕ. ಕಾಲು ಊರಿದರೆ, ಬುರುಡೆಗಳ ಸ್ಪರ್ಷ.

ಇಬ್ಬರೂ ಮೆಲ್ಲಗೆ ಪಾದಗಳಿಂದ ನೆಲ ತಡಕುತ್ತಲೆ ನಡೆಯಲಾರಂಭಿಸಿದರು. ಭಯಗ್ರಸ್ತರಾಗಿ ಯೋಚಿಸುವ ತ್ರಾಣವನ್ನೆ ಕಳೆದುಕೊಂಡು ಯಾವ ದಿಕ್ಕಿನಲ್ಲಿ ಸಾಗುತ್ತಿದ್ದೇವೆಂಬ ಅರಿವಿರಲಿಲ್ಲ. ಹತ್ತಾರು ದಢೂತಿ ಮರಗಳನ್ನು ದಾಟಿದ ನಂತರ ಬೆಳಕು ಗೋಚರಿಸಿತು. ಹಾಲಿನಷ್ಟು ಬೆಳ್ಳಗೆ. ಕೋರೈಸುವಷ್ಟು ಪ್ರಜ್ವಲ. ನೆಲದ ಮೇಲೆ ಹರಡಿಕೊಂಡಿದೆ. ಹತ್ತಿರ ಸರಿದಂತೆ ಮಂಜಾಗಿದ್ದ ಕಣ್ಣುಗಳು ಬೆಳಕಿಗೆ ಹೊಂದಿಕೊಂಡು ದೃಶ್ಯ ಮತ್ತಷ್ಟು ತಿಳಿಯಾಯಿತು. ಕೊಳ. ಸುತ್ತ ಮರಗಳು. ಕೊಳದ ತುಂಬ ಗಿಡಗೆಂಟೆ. ಹೂಗಳು. ಹುಳ ಚಿಟ್ಟೆಗಳು. ಕೆರೆಗೆ ಕೆರೆಯೆ ಹೊಳೆ ಯುತ್ತಿದೆ. ಬೆಳಕು ಭೂಮಿಯಿಂದ ಮೇಲಕ್ಕೆ ಚಿಮ್ಮಿದಂತೆ. ದೈತ್ಯ ಮರಗಳ ರೆಂಬೆ ಕೊಂಬೆಗಳು, ಅದರ ಮೇಲೆ ಕೂತಿರುವ ಪ್ರಾಣಿಗಳು. ಅವುಗಳ ಬಣ್ಣ ಆಕಾರ. ಎಲ್ಲವೂ ಪ್ರತ್ಯಕ್ಷ. ಬೆಳಕು ಹೂಗಳಿಂದ ಚಿಮ್ಮುತ್ತಿದೆ. ಬೃಹದಾಕಾರದ ಹೂಗಳು. ವಿಧವಿಧವಾದ ಬಣ್ಣದ ಹೂಗಳು. ಆಯಾ ಹೂಗಳು ಆಯಾ ಹೂವಿನ ಬಣ್ಣವನ್ನು ಬೀರುತ್ತಿವೆ. ಒಟ್ಟಾರೆ ಪ್ರಕಾಶವು ದೂರದಿಂದ ಬೆಳ್ಳಗೆ ಕಂಡಿದೆ. ಹೊರಗಡೆ ಇಷ್ಟೊತ್ತಿಗೆ ಸೂರ್ಯ ಉರಿಯುತ್ತಿರಬಹುದು, ಚರ್ಮ ಬಿರಿಯುವ ಹಾಗೆ ಸುಡುತ್ತಿರಬಹುದು. ಆದರೆ ಇಲ್ಲಿ ಸುತ್ತಲೂ ಗಾಡಾಂಧಕಾರ. ನಡುವೆ ಬೆಳಕಿನ ಕಾರಂಜಿ. ಆಪ್ಯಾಯಮಾನ ವಾಗಿದೆ.

ಸಾವಿನ ಭಯದಿಂದ ತತ್ತರಿಸಿಹೋಗಿದ್ದ ಅವರಿಬ್ಬರು ಮೈಮರೆತು ಕೊಳದ ತೀರದ ಬಳಿ ನಡೆದು ಬಂದರು. ಮೇಲೆ ಆಕಾಶ ಗೋಚರಿಸಿತು. ತಮಗೆ ಕಂಡ ಚುಕ್ಕಿ ಇದೇ ಎಂದು ಹೊಳೆಯಿತು. ಅಡ್ಡಡ್ಡ ಉರುಳಿ ಆನೆಯಂತೆ ಮಲಗಿದ್ದ

ಮರ, ಧೊಪ್ಪನೆ ಶಬ್ದ ಇದ್ದಕಿದ್ದಂತೆ ಗೋಚರಿಸಿದ ಚುಕ್ಕಿಯ ಕತೆ ಸಾರಿತು. ಕೊಳದಾಚೆ ಸುತ್ತಗಲ ಅವೇ ಹೂಗಳು. ಮರಗಳ ಚಪ್ಪರದ ಸಲುವಾಗಿ ಹೊರಗೆ ಇಣುಕದ ಅದೇ ಬೆಳಕು. ಅವರಿಗೆ ಹಸಿವಿನ ನೆನಪಾಯಿತು. ಬೆಳಗಿನಿಂದ ಜೇನು ಬಿಟ್ಟರೆ ಏನನ್ನೂ ತಿಂದಿರಲಿಲ್ಲ. ಮೇಲಾಗಿ ಕಣಿವೆ ಇಳಿದು ಬುರುಜೆಯಲ್ಲಿ ಮಾಗಾಡಿ ವಿಪರೀತ ದಣಿದಿದ್ದರು. ಬಾನು ಹೂವಿನ ಎಲೆಯನ್ನು ಕಿತ್ತು ಮುದುರಿ ಹಾರಾಡುತ್ತಿದ್ದ ಹುಳುವನ್ನು ಹಿಡಿದು ಅದರೊಳಗಿಟ್ಟು ಬಾಯಿಯೊಳಗೆ ಸೇರಿಸಿ ಜಗಿಯಲಾರಂಭಿಸಿದ. ಇಳ ಅನುಸರಿಸಿದಳು. ಹಸಿ ಹಸಿ. ಕಸಿ ಕಸಿ. ನಂತರ ಕೊಳದ ನೀರು ಕುಡಿದರು.

ವಿರಾಮದಿಂದ ಮನಸ್ಸು ತಂಪಾಗಿತ್ತು. ಇಳ ಹೊಳೆಯುವ ಹೂವೊಂದನ್ನು ಕಿತ್ತು ತನ್ನ ಮುಖದ ಬಳಿ ಹಿಡಿದಳು. ಹೂವಿನ ಪ್ರಕಾಶದಲ್ಲಿ ಬೆವೆತ ಮುಖ, ಅಂಟಿಕೊಂಡ ಕೂದಲು, ಚುರುಕು ನೋಟದ ಕಣ್ಣು. ಜೇನಿನ ತುಟಿ. ಪಾತಾಳ ನಾಡಿನಲ್ಲಿ ಮನಸ್ಸಿನ ಭಾವನೆಗಳು ಹರಿದಷ್ಟೆ ವೇಗದಲ್ಲಿ ನಡೆದು ಆಸೆ ತೀರಿಸಿಕೊಳ್ಳಲಾಗದೆಂದುಕೊಂಡ ಬಾನು ನಿಯಂತ್ರಣ ಹೇರಿಕೊಂಡು ಮೆಲ್ಲಗೆ ಅವಳ ಬಳಿ ನಡೆದ. ಮುಖದ ಮೇಲಿನ ಕೆಸರು ನೆನಪಿಗೆ ಬಂತು. ಬಗ್ಗಿ ನೀರನ್ನು ಮುಖದ ಮೇಲೆ ಎರಚಿ ತೊಳೆದುಕೊಂಡ. ಅವಳೂ ತೊಳೆದುಕೊಂಡಳು. ಒಂದು ದೀರ್ಘ ಇರುಳು ದೀರ್ಘ ಹಗಲಿನ ವಿರಾಮದ ನಂತರ ಉನ್ಮತ್ತರಾಗಿ ಆಲಂಗಿಸಿ ನಿಂತಲ್ಲೇ ಆಸೆ ತೀರಿಸಿಕೊಂಡರು. ಮೈಗೆ ಮೈ ಘರ್ಷಣೆ. ಎಲುಬು ಲಟಲಟನೆ ಮುರಿವಂಥ ಕ್ರಿಯೆ. ಬಿಲ್ಲಿನಂತೆ ಬಾಣ.

ಅವರು ಬಯಲಿಗೆ ಮರಳಿದರೇ? ಗೊತ್ತಿಲ್ಲ.

ಚೀಟ್ ಶೀಟ್

ತನ್ನೆರಡು ಒಂಟೆಗಳನ್ನು ಅಕ್ಕಪಕ್ಕ ಕೂರಿಸಿ ಚಾಮಿಯ ಕೈಕಾಲು ಆಡದಂತೆ ಕಟ್ಟಿಹಾಕಿದ್ದಳು ಪ್ರೆಪ್. ಮುಂದಿನ ನಡೆಗೆಂದು ಮಾನಿಟರನ್ನೆ ದಿಟ್ಟಿಸುತ್ತ ಕುಳಿತಿದ್ದ ಚಾಮಿಯ ಕ್ಲಾಕ್ ಐಸಿಯೂನಲ್ಲಿರುವವನ ಉಸಿರಿನಂತೆ ಜರ್‍ರನೆ ಇಳಿದುಹೋಗುತ್ತಿತ್ತು. ಅವನಿಗೇನು ಇಡಲು ಬೇರೆ ಅವಕಾಶಗಳೇ ಇಲ್ಲವಂತೇ ನಿಲ್ಲ, ಎರಡು ಮೂರು ದಿಕ್ಕುಗಳಿಂದ ಆಲೋಚಿಸಿದರೆ ಪ್ರೆಪ್‌ಳನ್ನೇ ಗಪ್ಪೆನಿಸುವಂತ ಸ್ಟೆಪ್ಪುಗಳಿದ್ದವು. ಆದರೆ ಸಮಯ ಯಾರಪ್ಪನದು? ಬದುಕೇ ಹಾಗಲ್ಲವೇ. ಸೃಷ್ಟಿ ನಮಗೆಂದು ಮೀಸಲಿಟ್ಟಿರುವ ಸಮಯದೊಳಗೆ ಅತ್ಯುತ್ತಮ ಆಟ ಆಡುವ ಒತ್ತಡ ಎಲ್ಲರಿಗೂ. ಅಗತ್ಯವಾಗಿ ಐವತ್ತು ಓವರಿನ ಆಟದಂತೆ. ಯಾವ ಓಟದಲ್ಲಾದರೂ ಎಲ್ಲಾ ಸ್ಪರ್ಧಿಗಳು ಕೈಕೈ ಹಿಡಿದು ಒಟ್ಟಿಗೆ ಗುರಿ ತಲುಪಿದ ನಿದರ್ಶನ ಉಂಟೇ? ಸಮತಾವಾದಿಗಳು ಹಾಗನ್ನುತ್ತಾರೆ, ನಮ್ಮೊಡನೆ ಬನ್ನಿ, ಅಂತಹ ಸ್ಪರ್ಧೆ ಏರ್ಪಡಿಸುತ್ತೇವೆಂದು. ಸ್ಪರ್ಧಾವಾದಿಗಳನ್ನು ಕೇಳಿನೋಡಿ. ಅದೆಂತ ಸ್ಪರ್ಧೆ? ಯಾರೂ ಓಡೋದೋ ಇಲ್ಲ ಅವಾಗ, ಎಂದುಬಿಡುತ್ತಾರೆ.

"ಸೋಲ್ತೀನಿ ಅಂತ ಗೊತ್ತಿದ್ರೂ ಯಾಕೆ ಆಡ್ತಿದಿಯ?", ಪ್ರೆಪ್, ಅರ್ಥಾತ್ ಪ್ರಫುಲ್ಲಿಕಾ ಚಾಮಿಯ ಕಾಲೆಳೆದಳು. ಅಕಸ್ಮಾತ್ ಅವನು ಇದನ್ನು ಹಂಗಿಸುವ ಧನಿಯಲ್ಲಿ ಓದಿಕೊಂಡುಬಿಟ್ಟರೆ? ಆತಂಕ ಅವಳಲ್ಲಿ. ಆನ್ ಲೈನ್ ಚಾಟಿಂಗಿನ ಸಮಸ್ಯೆಯೆ ಇದು. ಸಂವಹನದ ಮುಕ್ಕಾಲು ಭಾಷೆಯನ್ನು ಕಣ್ಣು, ಹಣೆ, ಹುಬ್ಬು, ತುಟಿ, ಕೆನ್ನೆ ಮಾತಾಡುತ್ತವೆ. ಇಲ್ಲಿ ಅದೇ ಇಲ್ಲ. ಹಿಂದಗುಂಟಲೆ ಮೂರು ನಗುವಿನ ಸ್ಮೈಲಿಗಳು ಜೊತೆಗೊಂದು ಕಣ್ಣೊಡೆಯುವ ಸ್ಮೈಲಿ ಲಗತ್ತಿಸಿದಳು. ಡಿಜಿಟಲ್ ಸ್ಮೈಲಿಗಳೆಲ್ಲ ಜೈವಿಕ ಅಂಗಗಳ ಯಥಾವತ್ ಅನುಕರಣೆ ಮಾಡುವಂತಿದ್ದರೆ ಸೃಷ್ಟಿಯ ಕಲೆಗೆಲ್ಲಿ ಬೆಲೆ?

“ಗೆಲ್ಲೋಕಂತಲೇ ಆಡ್ತೀನಿ ಪ್ರೆಪ್. ಆದರೆ ಈ ಸೋಲು ನನಗಿಷ್ಟ”, ವಿಂಕಿಂಗ್ ಅಟ್ಯಾಚ್ಡ್.

ಆ ಕಡೆಯಿಂದ ಮುಯ್ಯಿಯಾಗಿ ಮುತ್ತು. ಪ್ರತಿ ಸಲವೂ ಆ ಮುತ್ತಿನ ಮೂತಿ ಅದೇ ದಿಕ್ಕಿನಲ್ಲಿ ತಿರುಗಿರುತ್ತದೆ. ಪ್ರೆಪ್ ಹೆಣ್ಣೆಂಬುದು ಖಚಿತ. ವಯಸ್ಸು, ರೂಪ, ಮದುವೆಯೋ, ಮಕ್ಕಳೋ, ಕುರುಡಿಯೋ ಕುಂಟಿಯೋ? ಊಹ್ಞೂ. ಬಂಗಾಳದವಳು ಅಂತಾಳೆ, ಎಷ್ಟು ನಿಜವೋ ಎಷ್ಟು ಸುಳ್ಳೋ. ಆದರೆ ಚೆಸ್ ಮಾತ್ರ ಚೆನ್ನಾಗಿ ಆಡ್ತಾಳೆ. ಸೋತರೆ ಬೆನ್ನತ್ತಿ ಇನ್ನೊಂದು ಆಟ ಆಡಿಸಿ ಇವನನ್ನ ಸೋಲಿಸೋವರೆಗೂ ನಿದ್ದೆ ಮಾಡಲು ಬಿಡಳು. ಇಸ್ಪೀಟಿನ ಬಗೆಯ ಚಟ. ಸಖತ್ತಾಗಿ ಆಡ್ತಾಳೆ ಎಂದಮಾತ್ರಕ್ಕೆ ಗ್ರಾಂಡ್ ಮಾಸ್ಟರ್ ಅಂತೇನು ಅಲ್ಲ, ಚಾಮಿಯ ಲೆವೆಲ್ಲಿಗೆ ಬಡಿದಾಡಲು ಸಮ ಇರುವಂತವಳು. ಒಂದೆಜ್ಜೆ ಮುಂದೆ. ಪರಿಣಾಮ, ಈ ಆಟ ಅವರ ಅದೆಷ್ಟೋ ಇರುಳುಗಳನ್ನು ನುಂಗಿಬಿಟ್ಟಿದೆ. ಚೆಸ್‌ನಲ್ಲೆಂಥ ರೊಮ್ಯಾನ್ಸ್ ಅಂತ ಚಾಮಿಯ ಹೆಂಡತಿಗೂ ತಾತ್ಸಾರ.

“ಯು ಮೀನ್, ನಾನು ಗೆಲ್ಲಲಿ ಅಂತ ಸೋಲ್ತೀಯಾ?”, ಹಂಗಂತಾಳೆ, ಆದರೆ, ಅದು ತಮಾಷೆಗೆ ಮಾತ್ರ. ರೊಮಾಂಟಿಕ್ ಸ್ಟೇಟ್‌ಮೆಂಟ್. ತನ್ನ ಶ್ರಮದಿಂದಲೇ ತಾನು ಗೆದ್ದಿರುವುದು ಎಂಬ ಆಂತರ್ಯದ ಹಠ ಇದ್ದೇ ಇದೆ.

“ನೋ ನೋ. ನಾನು ಸೋತಿದ್ದು ದಿಟವೇ. ಆದರೆ ಈ ಸೋಲು ನನ್ನ ಬದುಕಿನ ಮಹತ್ವದ ಆಟಗಳ ಗೆಲುವಿಗೆ ಸಹಾಯ ಮಾಡುತ್ತದೆ. ಬದುಕು ಸಂಕೀರ್ಣ ಅನ್ನೋದು ಎಲ್ಲರಿಗೂ ತಿಳಿದಿರುವಂತದ್ದೇ. ಆದರೆ ಅದಕ್ಕೊಂದು ಚೀಟ್‌ಶೀಟ್ ಉಂಟು. ನಾವು ಚೀಟ್‌ಶೀಟ್ ಅಂತೀವಿ, ನೀವೇನಂತಿರೋ ಗೊತ್ತಿಲ್ಲ. ಒಂತರ ಬದುಕಿಗೇನೆ ಚಳ್ಳೆಹಣ್ಣು ತಿನ್ನಿಸುವ ಸೂತ್ರಗಳು ಅಂತಿಟ್ಟುಕೋ. ಯಾರೂ ಯಾವತ್ತೂ ಎಲ್ಲಾನೂ ಗೆಲ್ಲೋಲ್ಲ ಅನ್ನೋದು ಸಾರ್ವತ್ರಿಕ ಸತ್ಯ ಅಲ್ವಾ? ಅಂತಹ ಮಹಾನ್ ಆಟಗಾರರೂ ಕೂಡ ಪ್ರತಿ ಮ್ಯಾಚಿನಲ್ಲು ಸೆಂಚುರಿ ಹೊಡಿಲಿಲ್ಲ. ಅಂತಂತ ಬಲಿಷ್ಠ ತಂಡಗಳೂ ಕೂಡ ಎಲ್ಲಾ ಮ್ಯಾಚ್ ಗೆಲ್ಲಲಾಗಲಿಲ್ಲ. ತುಂಬಾ ಜನಕ್ಕೆ ಗೊತ್ತಿರದ ಸತ್ಯ ಅಂದರೆ ಸೋಲು ಗೆಲುವು ಮನಸ್ಥಿತಿಗೆ ಸಂಬಂಧಪಟ್ಟಿದ್ದು. ಆಟಕ್ಕಲ್ಲ. ಅದಕ್ಕೇಂತ ನಾನು ಏಕಕಾಲಕ್ಕೆ ಎರಡು ಮೂರು ಆಟಗಳನ್ನ ಆಡ್ತಿರ್ತೀನಿ. ಅದರಲ್ಲಿ ಚೆಸ್ ಕೂಡ ಒಂದು. ಈ ಆಟದ ಸೋಲನ್ನ ಬೇರೊಂದು ಆಟದ ಲೆಕ್ಕಕ್ಕೆ ಸೇರಿಸ್ತೀನಿ. ಅಲ್ಲಿರೋ ನನ್ನ ಪಾಲಿನ ಗೆಲುವನ್ನ ನಾನು ದಕ್ಕಿಸಿಕೊಳ್ತೀನಿ.”

ಡಿಸ್‌ಲೈಕ್. ತಡರಾತ್ರಿ ಮೂರು ಗಂಟೆ. ಹಾಗೇ ರೊಮಾನ್ಸ್‌ನತ್ತ ಜಾರುವ ಹೊತ್ತಲ್ಲಿ ಗಂಭೀರ ವಿಷಯ ತಂದು ಮೂಡ್ ಹಾಳು ಮಾಡಿಬಿಡುತ್ತಾನೆ. ಸ್ಖಲನಕ್ಕೆ ಭಂಗ ತಂದಷ್ಟು ಕೋಪ. ಅನ್‌ರೊಮಾಂಟಿಕ್ ಬಾಸ್ಟರ್ಡ್. ಎಲ್ಲ ಹಾಳು ಮಾಡಿಬಿಟ್ಟ,

ಚೆಸ್ ಆಡಿ ಇವನನ್ನ ಸೋಲಿಸೋದೆ ನನ್ನ ಜೀವನದ ಮೂಲ ಉದ್ದೇಶ ಅಂತ ತಿಳಕೊಂಡಿದಾನೆ, ಗೂಬೆ. ಪಟ್ಟಾಗಿ ಕೂತರೆ ಸಾಲು ಸಾಲಾಗಿ ಮಣ್ಣು ಮುಕ್ಕಿಸಿ, ಇನ್ನೆಂದೂ ಇತ್ತ ತಿರುಗಿ ನೋಡಬಾರದು ಹಾಗೆ ಮಾಡ್ತೀನಿ.

ಮನಸ್ಸು ತಿಳಿಗೊಂಡಾಗ ಅನಿಸುತ್ತೆ, ಏನೋ ಹೇಳಿದನಲ್ಲ, ಚೀಟ್‌ಶೀಟ್ ಅಂತ. ಹಾಗನ್ನೋದೂ ಒಂದು ಇದೆಯಾ? ನಾನೂ ಬಳಸಬಹುದಾ? ಪ್ರಯೋಗ ಇವನ ಮೇಲೆಯೆ ಯಾಕಾಗಬಾರದು? ಸೋತು ಹಿಮ್ಮೆಟ್ಟುತ್ತಿರುವ ಕುದುರೆ ಹಿಂದೆ ಸರಿಯುತ್ತ ಕಡೆಗಳಿಗೆಯಲ್ಲಿ ವಿಸ್ಮೃತಿಗೊಳಿಸಿದಷ್ಟು ರೋಮಾಂಚನ. ಎಲ್‌ಓಎಲ್. ಲಾಟ್ಸ್ ಆಫ್ ಲೈಕ್ಸ್. ಅರ್ಥ ಕೆಡಿಸೋದರಲ್ಲು ಅರ್ಥವಿದೆ.

* * *

ಚಾಮರಾಜೇಂದ್ರ ಸುಮಾರು ವರ್ಷಗಳಿಂದ ಹೀಗೊಂದು ಆಲೋಚನೆಯನ್ನು ಮೆಲುಕುತ್ತಲೇ ಇದ್ದ. ಏನೂ ಬ್ಯಾಡಾ, ಕನಿಷ್ಠ ಮರವಳಿ ಮಾಡಿಸಿ ಬಿಟ್ಟುಬಿಡಾನ, ಊರಿಗೆಲ್ಲಾ ದೇಶೋದ್ಧಾರದ ಪುಂಗಿ ಊದ್ತೀನಿ, ಪೋಸ್ಟ್ ಹಾಕ್ತೀನಿ, ಕಮೆಂಟು ಮಾಡ್ತೀನಿ, ಫಾರ್ವರ್ಡ್ ಮಾಡ್ತೀನಿ, ನಂದೇ ಜಮೀನನ್ನ ಬರಡು ಬಿಟ್ಟಿದ್ದೀನಿ. ಒಂದು ಪುಟ್ಟ ತೋಟ ಅಂತಾದರೆ ಹೋಗಿ ಬತ್ತ ಒಳ್ಳೆ ಗಾಳಿ ನೆರಳು ತಂಪು, ಮನೆ ಮಕ್ಕಳಿಗೆಲ್ಲ ತಿನ್ನೋಕಂತ ಹಣ್ಣು, ಕಷ್ಟಕಾಲಕ್ಕೆ ಆಸರೆ. ನಡುವೆ ತೋಟದ ಮನೆ ಅಂತ ಇದ್ದರೆ ಅದು ಇನ್ನೂ ಚಂದ. ಮೈನೊಂದಾಗ ಮಣ್ಣಿನ ಕಾವು ಕೊಟ್ಟುಕೊಳ್ಳಬೋದು. ಮನ ನೊಂದಾಗ ಆಕಾಶಾನೆ ಹೊದ್ದುಕೊಂಡು ಮಲಗ ಬೋದು. ಹಾಗೆಲ್ಲ ಕನಸು ಕಾಣ್ತಿದ್ದೋನಿಗೆ ಗ್ಯಾನ ಕೂಡಿ ಬಂದದ್ದು ಈ ಮಳೆಗಾಲಕ್ಕೆ. ಇಪ್ಪತ್ತು ವರ್ಷಗಳಾಗಿದ್ದವು ಹೊಲದೊಳಗೆ ಕಾಲಿಕ್ಕಿ. ಯಾರಿಗಾದರೂ ತೋರಿಸಿದರೆ ಇಲ್ಲಿ ಹೊಲಾನೇ ಇಲ್ಲ ಎಂಬಷ್ಟು ಬಂಜರಾಗಿ ತಗ್ಗುದಿಬ್ಬಗಳ ಆಗರವಾಗಿತ್ತು ಭೂಮಿ.

"ಸಾಯೇಬ್ರೆ ಇಗ ಇಲ್ಲಿಂದ ಇಲ್ಲಿಗೆ. ಆಮ್ಯಾಕೆ ಇದುನ್ನ ನೋಡು, ನಿಮ್ಮ ತಾತನ ಕಾಲದಾಗೆ ಊಣಿರೋ ಕಲ್ಲು. ಯೋಸೊರ್ಸ ಆತೋ ಗೇದು. ನಿಮ್ಮಪ್ನು ಗೇಲಿಲ್ಲ. ನೀನು ಗೇಲಿಲ್ಲ. ಅದಿಕ್ಕೆ ಕಾಮಲ್ಲ. ಈ ಕಲ್ಲಿನ ನ್ಯಾರಕ್ಕೆ ನಿಮ್ಮೊಲ". ಯಾವ ಕಾಲಕ್ಕೋ ಬರೆಸಿದ್ದ ಚೆಕ್‌ಬಂದಿ ತರಿಸಿ ಅಕ್ಕ ಪಕ್ಕ ಯಾರಿದಾರೆ ಅಂತ ತಿಳಕೊಂಡು, ಅವರನ್ನು ಕರೆಸಿ ತನ್ನ ಹೊಲ ಹುಡುಕಿಕೊಂಡಿದ್ದ ಚಾಮಿ.

"ಇನ್ನು ಉಡುಗನ ವೈಸು. ಯೋಳದೋರ ಮಾತು ಕ್ಯೋಳಬಕು. ಯಂಗು ಬಂದಿದಿಯ ಸುಮ್ಕೆ ಉಣಸೆ ಸಸಿ ಊಣಿಸಿ ಯಾರ ಕೈಗಾನ ಒಂದೀಟು ಕಾಸು ಕೊಟ್ಟು ಒಂದೆಲ್ಡು ವರ್ಸ ನೀರೊಯ್ದು ಸಾಕಕೇಳು. ನಿನ್ ಕೈನಾಗೆ ಜಲದ ಗೆರೆ ಕಾಮಂಗಿಲ್ಲ. ದುಡ್ಡು ಕರ್ಸು ಮಾಡಕೆ ಉಪಾಯವ ಕ್ಯೋಳು ಬೇಕಾದ್ರೆ ಸಾವ್ರ

ಕೊಡ್ತೀವಿ". ಬರಗಾಲದ ಬಟ್ಟಲೆನಿಸಿರುವಂತ ಪ್ರದೇಶದಲ್ಲಿ ಅವನ ಗ್ರಹಚಾರ ಕೆಟ್ಟಿತ್ತೋ, ಹಳ್ಳಕ್ಕೆ ಬೀಳಿಸಲೆಂದೆ ಹಾಗಾಯಿತೋ, ಸುತ್ತ ಮುತ್ತಲಿನವರ ಕಣ್ಣಾಗುವಂತೆ ಅಂತರ್ಜಲವು ಉಕ್ಕಿ ಊರವರು ಕಣ್ಣು ಬಾಯಿ ಬಿಡುವಂತಾಯಿತು. ಇಲ್ಲದಿದ್ದರೆ ಈ ಕತೆಯೇ ಹುಟ್ಟುತ್ತಿರಲಿಲ್ಲ. ಹಂಗನ್ನಬಾರದು ರಾಜ, ಗಂಗೆ ಎಲ್ಲರಿಗೂ ಒಲಿಯಲ್ಲ ಅಂತಾರೆ ಜನ. ತರುವಾಯ ಜೇಸಿಬಿಯ ಪಾದಾರ್ಪಣೆಯಾಗಿ ಅದು ತನ್ನ ಕಾಲುಗಳನ್ನು ಊರಗಲ ಅಗಲಿಸಿ ನಿಂತು, ಜಾಲಿ, ಬೇಲಿ, ಕತ್ತಾಳೆ, ತಂಗಟೆ ಕುಲ-ನೆಲೆ ನೋಡದೆ ಸಕಲ ಗಿಡಗೆಂಟೆಗಳನ್ನು ತನ್ನ ಕೊಕ್ಕಿನಿಂದ ಒಂದೇಟಿಗೆ ತರದು ಬುಡಸಮೇತ ಎಬ್ಬಿಸಿ, ತದನಂತರ ಎರಡು ಸಾಲು ಟ್ರಾಕ್ಟರಿನಿಂದ ಗೆಯ್ಯಿಸಿ, ಹೆಂಟೆಗಳನ್ನು ಒಡೆಸಿ, ಅಕ್ಕಪಕ್ಕದ ಜಮೀನಿನೊಳಗೆ ಕರಗಿಹೋಗಿದ್ದ ಬದುಗಳನ್ನು ಪುನರ್‌ಸ್ಥಾಪಿಸಿ ಒಂದು ಮಟ್ಟಕ್ಕೆ ಸಮ ಮಾಡಿ ಮೋಟರು ಇಳಿಸಿ ಪೈಪುಗಳನ್ನು ಹೂಣಿಸಿ ನೀರೆತ್ತಿ ನೆತ್ತಿಗೆ ಸೋಕಿಸಿಕೊಳ್ಳುವುದರೊಳಗೆ ಚಾಮಿಯ ನೀರಿಳಿದಿತ್ತು. ಎಲಾ ಎಲಾ ಅದುಮ್ಕಂಡು ಬೆಂಗಳೂರ್ನಾಗೆ ಬಿದ್ದಿದ್ದರೆ ಚೆನ್ನಾಗಿತ್ತೇನೋ, ಎಂಜಿನಿಯರ್ ಕ್ಯಾಮೆಗೆ ತಾನು ಲಾಯಕ್ಕು, ಬೇಸಾಯ ಶೋಕಿಗಲ್ಲ ಎಂಬ ಬುದ್ಧೋದಯ ವಾಗುತ್ತಿದ್ದಂತೆ ಆಸಾಮಿ ನಾಪತ್ತೆ.

"ನಿಮಿಗ್ಯಾಕೆ ಬೇಕಿತ್ತು ಸಾ. ತಿಂಗಳ ತಿಂಗಳ ಸಂಬಳ ಎಣಿಷ್ಕಮದು ಬಿಟ್ಟು ಉರಿಯೋ ಬಿಸಿಲ್ನಾಗೆ".

"ಮಾಡೋರೇ ಮಾಡಾಕಾಗದೆ ಊರು ಬಿಟ್ಟವರೆ. ನೀವು ನೋಡಿದರೆ?".

"ಡ್ಯೂಟಿ ಎಲ್ಲಿ ಸಾ, ಪ್ರವೀಟೋ ಗೋರ್ಮೆಂಟೋ"

"ಸಿವಿಲ್ಲೋ?"

"ತಿಂಗಳಿಗೆ ಲಕ್ಸನೋ ಎರಡು ಲಕ್ಸಾನೋ?"

ಊರಿಗೆ ಚಾಮಿ ಮೇಲೆ ಒಂಥರ ಕುತೂಹಲ, ಇನ್ನೊಂಥರ ಅನುಕಂಪ. ದಪ್ಪನಾಗಿ ಮಾಡಿಕ್ಕಿರಬೇಕು. ಅಲ್ಲಿ ಖರ್ಚು ಮಾಡಿ ತುಳುಕಿದ್ದನ್ನ ಇಲ್ಲಿ ಸುರಿಯಾಕೆ ಬಂದಿರಬೇಕು. ಮಾಡಲಿ ಬಿಡಿ. ನಾಲ್ಕಾರು ಜನಕ್ಕೆ ಹಂಚಿಕೆಯಾದರೆ ಸಾಹೇಬರೇನು ಸಣ್ಣ ಆಗೋದಿಲ್ಲ ಅಂತಾರೆ.

"ಎಲ್ಲಿ ಸಾ, ನಿಮ್ಮ ಎಂಗುಸ್ರು ಬರ್ಲಿಲ್ವಾ".

ಒಬ್ಬೊಬ್ಬರೇ ಬತ್ತಾರೆ, ಹೋಗ್ತಾರೆ. ಹೆಂಡತಿ ಮಕ್ಕಳ ಸುದ್ದಿಯಿಲ್ಲ. ಕೇಳಿದರೆ ಏನೋ ಒಂದು ಹಾರಿಕೆ ಉತ್ತರ. ದೇಶಾಂತರ ಹೋದೋರಿಗೆ ಇದ್ಕಿದಂಗೆ ಊರಿನ ನೆನಪಾಗೈತೆ ಅಂದರೆ, ಏನೋ ಕೊರೆ ಇರಬೇಕು. ಬಿಟ್ಟರೂ ಬಿಟ್ಟಿರಬೋದೇನೋ ಯಾರಿಗ್ಗೊತ್ತು.

"ನೀವು ಈ ಕಡೆಕೆ ಬಂದಾಗ ಮೇಡಮ್ಮು ಮನ್ಯಾಗೆ ಒಬ್ರೆ ಇರ್ತಾರೋ". ಕಾಳಜಿ ಎಂತದು.

ಚಾಮಿಯ ಆಗಮನದಿಂದ ಕೆಲಕಾಲ ಸಂಚಲನ ಉಂಟಾಗಿದ್ದರೂ ನಾಪತ್ತೆಯಾದ ನಂತರ ಇನ್ನು ಸಾಹೇಬರು ಇತ್ತಕಡಿಕೆ ತಲೆ ಹಾಕಲ್ಲ ಅಂತ ನಸುನಕ್ಕ ಊರು ದವಡೆಯಲ್ಲಿದ್ದ ಹೊಗೆಸೊಪ್ಪಿನ ಉಂಡೆಯನ್ನು ಇನ್ನೊಂದು ಮಗ್ಗುಲಿಗೆ ವರ್ಗಾಯಿಸಿ ಬೆಳದಿಂಗಳನ್ನು ಮೇಲೆರಚಿಕೊಂಡು ಮೈನೀವಿ, "ಕಾಪಾಡು ರಂಗಾ" ಎನ್ನುತ್ತ ಅಂಗಳದಲ್ಲಿ ಮೈಚೆಲ್ಲಿತು.

* * *

"ಯಾಕೋ ಇಷ್ಟು ಕೋಪ? ಈ ಕೋಪನೆಲ್ಲ ನಿನ್ನ ಔಟ್‌ಡೋರ್ ಗೇಮ್ಸ್‌ನಲ್ಲಿ ಇಟ್ಕೊ. ನನ್ನತ್ರ ತರಬೇಡ...", ಪ್ರೆಪ್ ಟೈಪಿಸುತ್ತ ಮುಂದೆ ಯಾವ ನಡೆ ಇಡಲಿ ಎಂದು ಯೋಚಿಸುತ್ತಿದ್ದಳು. ಪೋಲಿಯೋದಿಂದ ವೀಲ್ ಚೇರಿಗೆ ಸೀಮಿತಗೊಂಡಿರುವವಳನ್ನು ಕಂಡರೆ ಸೋಲಿಸಬಾರದೆನ್ನುವಷ್ಟು ಮನ ಕರಗುತ್ತೆ. ಆದರೆ, ಆಟ ಅಂದಮೇಲೆ ಆಟ. ಚೆಕ್‌ಮೇಟ್.

"ಅಯ್ಯೋ ಮನೆಹಾಳ. ಸೋಲಿಸಿಬಿಟ್ಯ?"

"ಇಲ್ಲಿ ಗೆಲ್ತಿದಿಯ ಅಂತಂದರೆ ಔಟ್‌ಡೋರ್ ಗೇಮ್ಸ್‌ಗಳೆಲ್ಲ ಗೋತಾನಾ?", ಸೊಟ್ಟ ನಾಲಿಗೆಯ ಸ್ಮೈಲಿ. ಪ್ರತ್ಯುತ್ತರವಿಲ್ಲ. ಹಸಿರು ಬೊಟ್ಟಿನ ಡಿಜಿಟಲ್ ಚಾಮಿ ಕಂದುಬಣ್ಣಕ್ಕೆ ತಿರುಗಿದ. ಪ್ರಫುಲ್ಲಿಕಾ ಕಳಿಸಿದ ಢಬ್‌ಢಬ್ ಹೊಡೆದುಕೊಳ್ಳುವ ಕಡುಗೆಂಪು ಹೃದಯವು ಹಿಪ್ಪೀಯಂತೆ ಹೋಗಿ ಜೋಂಬಿಯಂತೆ ಮರಳಿತು. ಸಣ್ಣ ಸಣ್ಣ ಆಸೆಗಳಿಗೂ ತೊಡಕಾಗಬಾರದೆಂದು ಪ್ರೆಪ್ ಏನೆಲ್ಲ ಆಟಾಟೋಪ ನಡೆಸಿದರೂ ಚಾಮಿ ಸುಮ್ಮನಿರುತ್ತಾನೆ. ಅಕಸ್ಮಾತ್ ಆಕೆಗೆ ಪೋಲಿಯೋ ಇರದಿದ್ದರೆ ಇಷ್ಟೇ ಉದಾಸೀನ ತೋರಿಸುತ್ತಿದ್ದನೋ, ಹೇಳಲಾಗದು. ಮನುಷ್ಯನಿಗೆ ಸಹಜವಾಗಿ ಒಲಿಯೋದೆಂದರೆ ಸಣ್ಣ ಬುದ್ಧಿ. ದೊಡ್ಡ ಮನಸ್ಸು ಒಳ್ಳೆ ಗುಣಗಳನ್ನು ಕಷ್ಟಪಟ್ಟು ಬೆಳೆಸಿಕೊಳ್ಳಬೇಕಾಗುತ್ತದೆ.

ನಗರದೊಳಗೆ ಕಳೆದುಹೋಗುವುದು ತಂತಾನೆ ಆಗುವಂತದು. ಅದರಲ್ಲೂ ಎರಡು ಬಗೆಯುಂಟು. ಹೋದ ಸಲ ಅಲೆದಾಡಿದ್ದ ಬೀದಿಯಲ್ಲಿ ಈ ಸಲ ಪರಪಟ್ಟಾಗುವುದು ಒಂದು ಬಗೆ. ಮನೆಯಿಂದ ಹೊರಟು ಆಫೀಸು ತಲುಪಿದೊಡನೆ, ಇದೇನಿದು ಬಂದದ್ದು ಗೊತ್ತೇ ಆಗಲಿಲ್ಲವಲ್ಲ, ಯಾವ ದಾರಿ ಬಳಸಿ ಹೇಗೆ ಬಂದೆ, ಅದೂ ಕಿಕ್ಕಿರಿಯೊ ಟ್ರಾಫಿಕ್ಕಿನ ನಡುವೆ? ಎಂದೆಲ್ಲ ಸೋಜಿಗಪಡುವುದು ಇನ್ನೊಂದು ಬಗೆ. ಚಾಮಿಯದು ಇದ್ಯಾವುದೂ ಅಲ್ಲದ್ದು. ಇದೆಲ್ಲವು ಬೆರೆತದ್ದು. ಸಂತನು ಬಿರುಬಯಲಿನ ನಡುವೆ ಕಳೆದುಹೋಗುವಂತೆ. ಪ್ರತಿಯೊಂದೂ ಧ್ಯಾನ. ಇಲ್ಲೇ ಇದ್ದೂ ಇಲ್ಲವಾಗುತ್ತಾನೆ. ಎಲ್ಲೋ ಇದ್ದೂ ಇಲ್ಲೇ ಇರುತ್ತಾನೆ. ಪಕ್ಕಾ ವ್ಯಾಪಾರಿಯೂ ಲೋಭಿಯೂ ಕಾಮಿಯೂ ಧ್ಯಾನಿಯೂ, ಇದ್ಯಾವುದರೊಂದಿಗೂ ತನಗೆ ಸಂಬಂಧವೆ

ಇಲ್ಲವೆಂಬಂತೆ ಜೋಗಿಯೂ ಆಗಿರುತ್ತಾನೆ. ಸಹೋದ್ಯೋಗಿಗಳು ಅಚ್ಚರಿಪಡುವಂತೆ ಆಫೀಸಿನ ಕೆಲಸದೊಳಗೆ ಮುಳುಗಿರುತ್ತಾನೆ. ಇಂತಹ ಗೃಹಸ್ಥನನ್ನು ಮತ್ತೆಲ್ಲೂ ಕಂಡಿಲ್ಲವೆಂಬಂತೆ ಸಂಸಾರದೊಳಗೆ ಇಳಿದಿರುತ್ತಾನೆ. ಎಲ್ಲ ಜಂಜಡಗಳ ನಡುವೆ ಕೋಳಿ ಕುಕ್ಕಿದಂತೆ ಮೊಬೈಲನ್ನು ಕುಕ್ಕುತ್ತ ಆಗಾಗ್ಗೆ ಜೇಸಿಬಿ ಕಾಲಿಕ್ಕೋಕೂ ಮುಂಚಿನ ಆಮೇಲಿನ ಸೆರೆಹಿಡಿದ ಪಟಗಳನ್ನು ಎಡ ಬಲ ಸ್ವಾಯಿಪ್ ಮಾಡುತ್ತಿರುತ್ತಾನೆ. ಹಕ್ಕಿಪಿಕ್ಕಿನೋರ ಹುಡುಗನನ್ನು ಹಿಡಕೊಂಬಂದು ಕಟಿಂಗ್ ಮಾಡಿಸಿ ಸೋಪಚ್ಚಿ ಸ್ನಾನ ಮಾಡಿಸಿ ಒಗದಿರೋ ಅಂಗಿ ಚಡ್ಡಿ ಹಾಕಿಸಿ ಎಣ್ಣೆ ಹಚ್ಚಿ ತಲೆ ಬಾಚಿ ಕ್ರಾಪು ತೆಗೆದು ಕನ್ನಡಿ ಮುಂದೆ ನಿಲ್ಲಿಸಿದಂಗೆ ಶಿಸ್ತಾಗಿ ನಿಂತಿದೆ ಹೊಲ. ಮಾಡಿದ್ದ ಕಸುಬಿನಿಂದ ಸಾರ್ಥಕ ಮನೋಭಾವ. ಕಾಸು ಕೊಟ್ಟು ಗುಡ್ಡಗಾಡಿನ ಮ್ಯಾರಥಾನ್ ಓಟ ಮುಗಿಸಿದಾಗ ಉಂಟಾಗುವ ಸಿರಿಗಿಂತಲೂ ನೂರು ಪಟ್ಟು ಹೆಚ್ಚು. ಎಲ್ಲೋ ಮೂಲೇಲಿ ಇದು ನನ್ನ ಬದುಕಾಯಿತು ಎಂಬ ನೆಮ್ಮದಿ. ಮರಳಿ ಬಾ ಎನ್ನುತ್ತದೆ ಗಾಳಿ.

ಚಕ್ಕಲಮಕ್ಕಲ ಕೂತು ಕಾದು ಬರಿಸಿಕೊಳ್ಳುವ ನೆಮ್ಮದಿಗಿಂದ ಅಗೆದು ಬಗೆದು ದೊರಕಿಸಿಕೊಳ್ಳುವ ನೆಮ್ಮದಿ ಅತ್ಯಂತ ಹಿರಿದು, ಹಿತವಾದದ್ದು. ಬಹಳ ಕಾಲ ನಿಲ್ಲುವಂತದ್ದು. ಪಂಡಿತರು ಹೇಳಬಹುದು, ಮನಸ್ಸನ್ನ ದುಡಿಸಿಕೊಳ್ಳಬೇಕು ಅಂತ. ಅಲ್ಲಲ್ಲ, ನೆಮ್ಮದಿ ಬೇಕೆಂದರೆ ಮೈಯನ್ನು ದುಡಿಸಿಕೊಳ್ಳಬೇಕು. ತನ್ಮೂಲಕ ಮನಸ್ಸು. ಗಣ ಗಣ ಕಾಯುವ ಕಲ್ಲುಮಣ್ಣುಗಳ ಮೇಲೆ ಅಂಗಾಲು ಊರಿ ಸುಟ್ಟು ಬರೆ ಹಾಕುವ ಬಿಸಿಲಿಗೆ ಬೆತ್ತಲೆ ಬೆನ್ನೊಡ್ಡಿ ಸಲಿಕೆ ಹಿಡಿದು ಅಂಗೈಲಿ ಬಬ್ಬೆ ಒಡೆಯು ವವರೆಗೂ ಬದು ಕಟ್ಟಿ ನೋಡು. ಕಾರ್ಯವು ಯಕಃಶ್ಚಿತ್ ಮಂಕರಿ ಮಣ್ಣನ್ನು ಅತ್ತಿಂದ ಇತ್ತ ಎತ್ತಿ ಹಾಕುವುದು. ಯಾವ ಸಾಧನೆಗಾಗಿ? ಖಾಯಿಲೆಗೆ ಔಷಧಿ ಕಂಡುಹಿಡಿಯುವಂತದೇ? ಗ್ರಹಗಳು ಎಂಟೋ ಒಂಭತ್ತೋ ಶೋಧಿಸಿದಂತೆಯೇ? ಅಣೆಕಟ್ಟು ಕಟ್ಟಿದಂತೆಯೇ? ಹಸಿರುಕ್ರಾಂತಿಯೇ ಕ್ಷೀರಕ್ರಾಂತಿಯೇ? ಇದಾವುದೂ ಅಲ್ಲದ ಕ್ಷುಲ್ಲಕವೆಂಬಂತ ಇದು ನನ್ನದು ಅದು ನಿನ್ನದು ಎಂಬ ಗೆರೆ ಹೊಡೆಯುವ ಬದು ಕಟ್ಟು, ಅಧ್ಯಾತ್ಮವು ಗೋಚರಿಸುತ್ತದೆ. ಚಾಮಿ ಅಂಗೈ ನೋಡಿಕೊಂಡ. ಒಡೆದ ಬಬ್ಬೆಗಳು ಕೂಡಿಕೊಂಡು ಅಂಗೈ ನಯಸ್ಸಾಗಿದೆ. ನೆನೆಸಿಕೊಂಡರೆ ತೊಡೆ ಮೊಣಕಾಲು ಮೀನಖಂಡ ರೆಟ್ಟೆಗಳಲ್ಲಿ ಕರೆಂಟು ಹರಿದಂತಾಗು ತ್ತದೆ. ವಾಪಸ್ಸು ಬಂದಾಗಿಂದ ತನ್ನೊಳಗೆ ಸಾಕಷ್ಟು ಬದಲಾವಣೆ ಗಮನಿಸಿದ್ದಾನೆ. ಇದು ಹೀಗೆ, ಜಗತ್ತು ಇರೋದೆ ಹೀಗೆ. ಮೈ ಪರಚಿಕೊಂಡು ಪ್ರಯೋಜನವಿಲ್ಲ. ಹಾಗಂತ ನಿರಾಶಾವಾದಿಯಲ್ಲ. ಲೌಕಿಕದೊಳಗೆ ಬದುಕುತ್ತಲೇ ಅಲೌಕಿಕದ ಪ್ರಜ್ಞೆಯಿರುವುದು. ಸಮಯಕ್ಕೆ ಬೆಲೆಯುಂಟೇ ಎಂಬ ಜಿಜ್ಞಾಸೆಯಿರುವಾಗಲೆ ಇಷ್ಟವಾದ ವಾಚು ಕೊಂಡುಕೊಳ್ಳುವುದು. ಬಚ್ಚಲು ಬೆಡ್‌ರೂಮಿನಲ್ಲೂ ಬಿಚ್ಚಿಡದಷ್ಟು ಉತ್ಕಟ ಅನುಭವಿ

ಸುವುದು. ಯಾವುದೋ ದುಷ್ಟ ಗಳಿಗೆಯಲ್ಲಿ(ದುಷ್ಟ?) ಬಿದ್ದು ಒಡೆದು ವಿರೂಪ ಗೊಂಡಾಗ, ವಿರೂಪದ ಸ್ವರೂಪವನ್ನೆ ಬಿಡಿಸಿ ಬಿಡಿಸಿ ನೋಡುತ್ತ ಕಲಾತ್ಮಕ ವಿಜ್ಞಾನಿ ಯಂತೆ ಮಾರ್ಪಡುವುದು, ಕ್ಷೋಭೆಗೆ ಅವಕಾಶವೇ ಇಲ್ಲದಂತೆ. ಮನಸ್ಸು ಮಾಗಿದೆ. ಮೈಯಿಂದ ಮನಸ್ಸೋ. ಮನಸ್ಸಿಂದ ಮೈಯೋ. ಜಟಿಲವು. ಹೊಟ್ಟೆಪಾಡಿನ ತಪಸ್ಸಿನಿಂದ ಹೊರಬಂದೊಡನೆ ಫೋನಿನ ಮೂಲಕ, ಜೇಸಿಬಿ ಕರೆಸಿದ್ದೂ ತಡವಾಗಲಿಲ್ಲ. ಗುಂಡಿ ಹೊಡೆಸಿದ್ದೂ ತಡವಾಗಲಿಲ್ಲ. ರಾತ್ರೋರಾತ್ರಿ ಕಸಿ ಕಟ್ಟಿದ ಮಾವಿನ ಸಸಿಗಳು ಅಂಗಳದಲ್ಲಿ ಇಳಿಸಿದ್ದೂ ತಡವಾಗಲಿಲ್ಲ. ಎಂಜಿನಿಯರ್ ಸಾಹೇಬರ ಸ್ಪೀಡಿಗೆ ಊರಿಗೆ ಊರೇ ಕಕ್ಕಾಬಿಕ್ಕಿ. ಅಡ್ಡ ಮಳೆ ಜಡಿದಂತೆ ಅಂದುಕೊಂಡಿತು.

"ಅಲ್ಲಾ ಸಾ. ಆಗ ಬಂದ್ರಿ. ನೆಲ ಅಚ್‌ಕಟ್ ಮಾಡಿಸಿ ಹೋದ್ರಿ. ಆಮ್ಯಾಕೆ ಸುಳಿವೆ ಇಲ್ಲ. ಈಗ ಬಂದ್ರಿ. ಬತ್ತಾನೆ ಟ್ಯಾಕುಟ್ರ ತುಂಬ ಸಸಿ ಒತ್ಕಂಬಂದಿದೀರ. ರಾತ್ರಿಕೆ ಗಿಡ ಊಣನ ಅಂತ ಮಾಡಿದಿರೇನು?"

"ರಾತ್ರಿ ಬೇಡ. ನಾಳೆ ಆದರೂ ಪರವಾಗಿಲ್ಲ."

"ಒಂದಿನ ರಜ ಆಕಿ ಬಂದಿದಿರೋ."

"ಹೌದು."

"ಅರ್ಥವಾತು ಬುಡಿ" ಏನೋ ಎಡವಟ್ಟಾಗಿದೆ, ಅರ್ಥವಾಗುತ್ತಿಲ್ಲ.

"ರವೆಪ್ಪ, ನಿನ್ ಕ್ಲಾಸ್‌ಮೆಂಟು ಅಮ್ತೀಯ. ರವಷ್ಟು ಬಿಡಿಸಿ ಯೇಳಪ್ಪ. ಪಾರಂ ಸಸಿ ಅಮ್ತಾರೆ. ಸಾನೆ ದುಡ್ನವಿರಬಕು. ಅನ್ನೇಯವಾಗಿ ತಿಪ್ಪೆ ಪಾಲಾಗ್ತವೆ".

ರವಿ, ಪ್ರೈಮರಿ ಸ್ಕೂಲಿನ ಕ್ಲಾಸಮೇಟು. ಆಗಿನ ಕಾಲಕ್ಕೆ ತೋಟ ಗೀಟ, ಟ್ಯಾಕ್ಟರು, ಬುಲೆಟ್ಟು ಮಡಗಿದ್ದಂತ ಕುಟುಂಬ. 'ನಮ್ ತ್ವಾಟ ಪಾಟ ನೋಡ್ಕಮಕೆ ಮೂರಾಳು ಬೇಕು' ಎಂಬ ಹಿನ್ನೆಲೆಯಲ್ಲಿ ಓದಿಗೆ ತಿಲಾಂಜಲಿ ಹಾಡಿದ್ದವನಿಗೆ ಕಾಲಾನಂತರ ಮಳೆಯು ಮರೀಚಿಕೆಯಾಗಿ ಬೋರ್ ವೆಲ್ಲುಗಳು ಒಣಗಿ, ತೋಟ ಉಳಿಸಿಕೊಳ್ಳಲು ಜಮೀನಿನ ಉದ್ದಗಲ ತೂತಿಕ್ಕಿ ಉಳಿತಾಯವೆಲ್ಲ ಹರಣವಾಗಿ, ಈಗ ಮದುವೆ ಯಾಗಿದೆ, ಎರಡು ಮಕ್ಕಳು. ಮೆತ್ತಗಾಗಿದ್ದಾನೆ. ಅಂಗೈಯಗಲ ತೋಟ ಬದುಕುಳಿದಿದೆ.

"ಅಪ್ಪಿ, ಗಿಡ ಊಣಕು ಮುಂಚೆ ಗುಂಡಿಗೆ ಗೊಬ್ಬರ ಹೊಡಿಬೇಕು. ಮಣ್ಣು ಮುಚ್ಚಿಸಬೇಕು. ನೀರಿಕ್ಕಿ ನೆನಾಕಬೇಕು. ಆಮೇಕೆ ಸಸಿ ಊಣದು... ಇದುಕ್ಕೆಲ್ಲ ಆಳುಕಾಳು... ಸುಮ್ನೆನಾ".

"ಇದೆಲ್ಲ ನಾಳೆ ಮುಗಿಸಿ, ನಾಡಿದ್ದು ಊಣಬಹುದಲ್ಲ?"

"ಇದು ಕಂಪ್ಲೀಟ್ರು ಮೊಬೈಲು ಪಟಪಟ ಒತ್ತಿದಂಗಲ್ಲಪ್ಪಿ. ಕಷ್ಟ ಐತೆ."

ರವಿ ಕಷ್ಟದ ವಿವರಣೆ ಕೊಟ್ಟ. ತುರ್ತಾಗಿ ತಿಪ್ಪೆ ಗೊಬ್ಬರ ಬೇಕು. ನೋಡಿದರೆ ಊರಿಗೂರೆ ಬಣ ಬಣ ಅಂತಿದೆ. ತನ್ನ ಮನೆಯ ಹಿಂದೆಯೆ ಇದ್ದ ಸಣ್ಣೋನಿದ್ದಾಗ

ಕೂರುತ್ತಿದ್ದ ತಿಪ್ಪೆ ಹುಡುಕಿದ. ಅಲ್ಲೀಗ ಶಾಲೆ, ಪಕ್ಕ ದೇವರ ಗುಡಿ ಎದ್ದಿವೆ. ಪೈಪೋಟಿಗಳಿದು ಫಲವತ್ತಾಗಿ ಬೆಳೆಯುತ್ತಿವೆ. ಎದುರುಮನೆಯ ಹಜಾರದಲ್ಲಿ ಪ್ರವಾಹೋಪಾದಿಯಲ್ಲಿ ಇಳಿಯುತ್ತಿದ್ದ ಬೆವರಿಗೆ ಬೀಸಣಿಗೆ ಕೊಟ್ಟು ತಡೆಹಿಡಿಯುವ ವ್ಯರ್ಥ ಪ್ರಯತ್ನದಲ್ಲಿದ್ದ ಸುಗ್ಗಜ್ಜಿ –

"ದನ ಕರ ಯಾರು ಸಾಕ್ತಾರೆ ಮಗ ಈಗಿನ ಕಾಲದಾಗೆ. ಒಂದಿಂದರೊಂದು ಅಮ್ತ ಬರಗಾಲ ಬಂದು ಜನವೆಲ್ಲ ತಿಕ ಸುಡಿಷ್ಕಂಡು... ನಮ್ಮಪ್ಪ ಬ್ಯಾಡಾ ಬ್ಯಾಸಾಯದ ಗೋಳು. ದೇವ್ರು ಅಂಬೋನು ಇಗಾ ಈ ಪಾಪ್ರು ಕಣ್ಣುಗಳನ್ನ ಇನ್ನೂ ಯಾವ ಸುಕಕ್ಕೆ ಉಳಿಸೆವ್ನೋ. ನೀರು ನಿಡಿಯಿಲ್ದೆನಾ... ಉಲ್ಲು ಸೊಪ್ಪು ಇಲ್ದೆನಾ... ಉಳ ಉಳ ಒದ್ದಾಡದಂಗೆ ಒದ್ದಾಡ್ತನ ಸತೋದ್ವು".

"ಬಿಡು, ಪ್ಯಾಕೆಟ್ ಗೊಬ್ಬರನೆ ಹಾಕಿದರಾಯಿತು", ಎಂದ ಚಾಮಿ.

"ಇನ್ನು ಸಣ್ಣ ಸಸಿ ಕಣಪ. ಎಳೆ ಮಗಿನ ಬೆಳ್ಳುಗಳಿದ್ದಂಗೆ ಬೇರು... ಸುಟ್ಟೋಗ್ತವೆ, ಯಂಗು ನಿಮ್ಮೊಲದಾಕೆ ಮಡ್ಕೆ ಇಳಿಸಿ ಸ್ಯಾನೆ ವರ್ಸ ಆಗೆತೆ. ಗೊಬ್ಬರ ಆಕದಿದ್ದರು ನಡಿತೆತೆ ".

"ಸಾಯೇಬ್ರೆ, ಈವಜ್ಜಿ ಮಾತು ಕಟ್ಕ್ಯ. ಮುಣುಗೋಗ್ತಿಯ. ಯಂಗನ ಮಾಡಿ ಗೊಬ್ರ ಉಡುಕಬಕು, ಗಿಡ ಆಗ್ಲೆ ಬಾಡ್ಕಂಡೆವೆ, ಸೊಣಮಣ ಅಮ್ತ ಕೂಕಂಡ್ರೆ ದೇವ್ರೇ ಗತಿ".

ಚಾಮಿ ಸಸಿಗಳತ್ತ ಗಮನ ಹರಿಸಿರಲಿಲ್ಲ. ಜೀವ ತುಂಬಿಕೊಂಡಿದ್ದ ಹಚ್ಚ ಹಸಿರು ಎಲೆಗಳು ಸೊರಗಿ ನೆಲ ನೋಡುತ್ತಿವೆ. ಮನಸ್ಸು ಉದ್ವಿಗ್ನಗೊಂಡಿತು. ಇರುಳೊತ್ತಿನಲ್ಲಿ ಏನೂ ಮಾಡಲಾಗದು ಎಂದು ಹತಾಶನಾಗಿ ಮೊಬೈಲ್ ತೆಗೆದ. ಇಲ್ಲಿ ನೆಟ್ವರ್ಕಿಗೂ ಭಂಗ. ಮಹಡಿ ಮೇಲತ್ತಿ ನಾಲಕ್ಕೂ ಮೂಲೆ ನಿಂತು ತಡಕಾಡಿದ. ಕೊನೆಗೊಂಚೂರು ಕೊಂಡಿ ಸಿಕ್ಕಿತು. ಕೆರೆ ಕೋಡಿ ಒಡೆದಂತೆ ಮೆಸೇಜುಗಳು ಹರಿಯಲಾರಂಭಿಸಿದವು.

"ಯಾಕೆ ಆಫ್‌ಲೈನ್?"

"ಏನಾದರೂ ತಪ್ಪು ಮಾತಾಡಿದ್ನ."

"ತಲೆ ಸಿಡಿದೋಗ್ತಿದೆ. ಈ ಕೂಡಲೆ ಚೆಸ್ ಆಡಬೇಕು. ಆನ್‌ಲೈನ್ ಬಾ". ಸಣ್ಣ ಹುಡುಗಿಯಂತೆ ವರ್ತಿಸುತ್ತಾಳೆ.

* * *

"ಸಾಯೇಬ್ರೇ..."

"ಇಂಜಿರ್ ಸಾಯೇಬ್ರೇ..."

ಮಾಳಿಗೆ ಮೇಲೆ ಚಾಪೆ ಹಾಸಿಕೊಂಡು ಮಲಗಿದ್ದ ಚಾಮಿ ಧಿಗ್ಗನೆ ಎದ್ದು ಕುಳಿತ. ಮಬ್ಬು ಮಬ್ಬು ಬೆಳಕು. ಆಕಾಶದಲ್ಲಿ ಅಲ್ಲೊಂದು ಇಲ್ಲೊಂದು ಚುಕ್ಕಿ.

ಸುತ್ತ ಕೆರ ಪರ ಕೆರೆವ ಪೊರಕೆಗಳ ಸದ್ದು. ಹುಂಜ ಹ್ಯಾಟೆಗಳ ಪರದಾಟ. ಅಲ್ಲೊಂದು ಇಲ್ಲೊಂದು ಪಾತಾಳವನ್ನೆ ಬಗೆದುಬಿಡುವಂತ ಕೆಮ್ಮು ಕಫಗಳು. ರಸ್ತೆಯಲ್ಲಿ ನಿಂತು ಯಾರೋ ಕೂಗಿದಂತೆ. ಮಧ್ಯರಾತ್ರಿ ಎಬ್ಬಿಸಿದಂತಹ ಇರುಸುಮುರುಸು.

ರಸ್ತೆಯಲ್ಲಿ ಎಂದುಕೊಳ್ಳುತ್ತಿರುವಾಗಲೇ ಎದುರಿಗೆ ಪ್ರತ್ಯಕ್ಷನಾಗಿದ್ದ ಅನಿಲ. ತನ್ನ ಸಹೋದರ ಸಂಬಂಧಿ. ಹಳ್ಳಿಗರಿಗೆ ಪ್ರೈವಸಿಯ ಪರಿಜ್ಞಾನವಿರುವುದಿಲ್ಲ ಎಂಬುದು ಥಟ್ಟನೆ ಹೊಳೆದು ಬೆಡ್‌ಶೀಟಿನ ಮರೆಯಲ್ಲಿ ಚಡ್ಡಿಯ ಲಾಡಿಯನ್ನು ಗಂಟು ಬಿಗಿಯುತ್ತಿರಲು, “ಎಂಟ್ಗಂಟೆ ತಂಕ ಮನಿಕಮರಲ್ವ ನೀವ್ಯಲ್ಲ?” ನಸುಕಿನ ನಿಶ್ಯಬ್ದದಲಿ ಅನಿಲನ ಗಂಟಲು ಊರಿಗೆಲ್ಲ ಸಾರಿ ಪಿಚ್ಚೆನಿಸಿತು.

ಒತ್ತಾಯದಿಂದ ಕಣ್ಣ ರೆಪ್ಪೆಗಳನ್ನು ಬಿಡಿಸುತ್ತ “ಎಂಟಲ್ಲ, ಹತ್ತು...” ಅಂತ ಗೊಣಗಿದ್ದು ತನಗೆ ಮಾತ್ರ ಕೇಳಿಸಿತು.

“ಇಂಗಾದ್ರೆ ಬದ್ಕು ಸಾಗದೆಂಗೆ... ಯೋಳಬಕು ಯೋಳಬಕು. ಕಾಪಿ ಕುಡ್ದು ರೆಡಿಯಾಗು. ಎಲ್ಗೊ ಒಂತಕೆ ಕರ್ಕಂಡೋಗ್ತಿನಿ. ಮೆಟ್ಟು ಆಕ್ಯಂಡು ಬಾ. ಮಣ್ಣಗೆ ಓಡಾಡ ಸಿರಿ ಆಮೇಕೆ ತೀರಿಸ್ಕಮಿವಂತೆ”. ಅಶರೀರವಾಣಿ ನುಡಿದಷ್ಟು ವೇಗದಲ್ಲಿ ಅನಿಲ ಮಾಯವಾಗಿದ್ದ. ಬೇಜಾರಿಂದ ಮಲಗಿದ್ದವನಿಗೆ ಎಲ್ಲೋ ಕರಕೊಂಡು ಹೋಗ್ತೀನಿ ಎಂಬ ನಿಗೂಢಯುಕ್ತ ಆಮಂತ್ರಣ ಮುದ ನೀಡಿತಾದರೂ ತಕ್ಷಣ ಎದೆ ಒತ್ತಿದಂತಾಗಿ ಹಿತ್ತಲಿನಲ್ಲಿ ಇಳಿಸಿದ್ದ ಸಸಿಗಳತ್ತ ಧಾವಿಸಿದರೆ, ಸಸಿಗಳು ರಾತ್ರಿಗಿಂತ ಹೆಚ್ಚು ನಿತ್ರಾಣಗೊಂಡಿವೆ. ಹಾಲಿನ ಕ್ಯಾನು ಹಿಡಿದು ಸಾಗುತ್ತಿದ್ದ ‘ಅರುಣಪ್ಪ’, “ನೀಯೋನು ಯದರ್ಕಬ್ಯಾಡಣ. ಜೀವ ಯಲೆಯಾಗಲ್ಲ ಇರದು. ಬೇರ್ನಾಗೆ”, ಎಂದಾಗ ವೈದ್ಯನ ಭರವಸೆಯಂತೆ ಕೇಳಿಸಿತು. ಅರುಣ ತನಗಿಂತ ಎರಡು ಮೂರು ಕ್ಲಾಸು ಚಿಕ್ಕವನಿರಬೇಕು, ಒಂದೇ ಕ್ಲಾಸುರೂಮಿನಲ್ಲಿ ಕೂರುತ್ತಿದ್ದ ನೆನಪು. ಶಾಲೆ ಬಿಟ್ಟೊಡನೆ ಅಪ್ಪಯ್ಯನ ಮಗ್ಗುಲಿಗೆ ಅಂಟಿಕೊಂಡು ಲಟಲಟ ಮಡಕೆ ತಟ್ಟುವುದ ಕಲಿಯುತ್ತಿದ್ದ. ಜೇಡಿಮಣ್ಣಿಗೆ ನೀರೊಯ್ಯುತ್ತಿದ್ದ. ಸಣ್ಣ ಸಣ್ಣ ಹೂಜಿಯಂತವನ್ನು ತಟ್ಟುವುದು ಎಂತ ಮೋಜಿನ ಕೆಲಸ ಎಂದು ತಾನು ಕರುಬುತ್ತಿದ್ದುದುಂಟು. ಅಪ್ಪನ ವಿದ್ಯೆಯೇನೋ ಕಲಿತ, ಪ್ರಯೋಜನಕ್ಕೆ ಬರಲಿಲ್ಲ. ಈಗ ಸೀಮೆ ಹಸು ಕಟ್ಟಿದ್ದಾನಂತೆ. ಗೊಬ್ಬರ ಕೊಡು ಅಂದರೆ, “ಇದ್ಯಾತುಕೆ ಬತ್ತದೇಳಣ. ಇಂಡಿ ಇಕ್ಕದು ನಾವು” ಅಂತಾನೆ. ಹಸಿ ಹುಲ್ಲು ತಿಂದು ಕೊಡೋ ಹಾಲು ಉತ್ತಮ ಅಲ್ಲವೇನೋ ಅಂದರೆ, “ಅವುಕ್ಕೆ ಮೇವೆಲ್ಲಿ ಒಂದಿಸೋದೂ, ಆಪಾಟಿ ಮೇವು ತಿಂದರೂ ಅವು ಕೊಡೋ ಆಲೆಷ್ಟು...” ಎಂದು ರಾಗ ಎಳೆಯುತ್ತಾನೆ. ಹೈಬ್ರಿಡ್ ಸಸಿಗಳನ್ನು ತಂದಿರುವ ತಾನು, ರಸಗೊಬ್ಬರ ಹೊಡೆಸಲಿರುವ ತಾನು ಈ ಪ್ರಶ್ನೆ ಕೇಳಬಾರದಿತ್ತು ಅಂದುಕೊಂಡ ಚಾಮಿ.

* * *

"ಇದ್ಯಾವೂರ್ಲ ಅನೀಲ"

"ಇದುನ್ನ ಗೊಲ್ಲರಟ್ಟಿ ಅಮ್ತಾರೆ"

"ಈ ಹೆಸರಿನ ಊರುಗಳು ತುಂಬಾನೆ ಇದಾವಲ್ವ"

"ನೀನು ಸಣ್ಣೋನಿದ್ದಾಗ್ಲೆ ಊರು ಬಿಟ್ಟೆ ನೋಡು, ಅದಿಕ್ಕೆ ಈಪಾಟಿ ರಾಮಾಯ್ಣ". ಅಮೆರಿಕಾದಿಂದ ಬಂದಿರುವವರಿಗೆ ಹಳ್ಳಿ ತೋರಿಸಿದಂತೆನಿಸಿತು ಅನಿಲನಿಗೆ.

ಅಲ್ಲೊಂದು ಇಲ್ಲೊಂದು ಗುಡಿಸಲುಗಳು ಬಿಟ್ಟರೆ ಎಲ್ಲ ಆಧುನಿಕ ಸಿಮೆಂಟಿನ ಮನೆಗಳೆ. ಮನೆಗೊಂದು ಕುರಿದೊಡ್ಡಿ. ಮನೆಯೆದುರು ಹೆಂಗಸರು ಕಾಫಿ ಟೀ ಕುಡಿದ ಪಾತ್ರೆಗಳನ್ನು ರಾತ್ರಿಯ ಅಡಿಗೆ ಪಾತ್ರೆಗಳನ್ನು ತಟ್ಟೆ ಲೋಟಗಳನ್ನು ಗುಡ್ಡೆ ಹಾಕಿಕೊಂಡು ಬೆಳಗುವುದರಲ್ಲಿ ತೊಡಗಿಸಿಕೊಂಡಿದ್ದರು. ತೊಳೆದ ಮಸಿ ಮುಸುರೆಯ ಹೊಂಡು ನೇರ ರಸ್ತೆಗೆ ಇಳಿಯುತ್ತಿತ್ತು. ಹಟ್ಟಿಯ ತುಂಬ ಕುರಿಗಳೋ ಕುರಿಗಳು. ಮೇಕೆಗಳೋ ಮೇಕೆಗಳು. ದೊಡ್ಡವು ಸಣ್ಣವು. ಇನ್ನೂ ಕಾಲೂರಲು ತಟ್ಟಾಡುತ್ತಿರುವಂತವು. ಹಗ್ಗ ಕಟ್ಟಿ ನೇತಾಕಿರುವ ಶೆಡೆಸೊಪ್ಪಿನ ಬ್ರೇಕ್‌ಫಾಸ್ಟನ್ನು ಸವಿಯುತ್ತಿರುವ ಕುರಿಗಳು. ತೂಗುಯ್ಯಾಡುವ ಮೊಲೆಗಳಿಗೆ ಜೋತುಬಿದ್ದಿರುವ ಮರಿಗಳು. ಮ್ಯಾ ಬ್ಯಾ. ಬ್ಯಾ ಮ್ಯಾ ಎಂಬ ನಿರಂತರ ರಣ ಕಹಳೆ ಊರ ತುಂಬ. ಹೆಜ್ಜೆ ಇಟ್ಟಲ್ಲೆಲ್ಲ ಮೆತ್ತಿಕೊಳ್ಳುವ ಹಸಿ ಹಸಿ ಪಿಚಿಕೆ. ಆಘ್ರಾಣಿಸಲು ಸವಾಲೆಸೆಯುವಂತಹ ನಾತ. ಸರ್ವವೂ ಹಟ್ಟಿಯೊಳಗೆ ಬೆರೆತು ಸರ್ವೇಸಾಮಾನ್ಯ ದೃಶ್ಯದಂತೆ ಗೋಚರಿಸುತ್ತಿತ್ತು.

ಅವರು ದೊಡ್ಡ ಹಟ್ಟಿಯೊಂದರ ಎದುರು ನಿಂತರು.

"ನಿಂಗೋ", ಕೂಗಿದ ಅನಿಲ.

"ಯಾರೂ?",

"ಎಲಾ ಬಾರ್ಲ ಒರೀಕೆ ಎಂಗಸರ ಸೆರಗು ಬಿಟ್ಟು, ಒಳಗೆ ಕೂಕಂಡು ಯಾರು ಅಂದ್ರೆ?"

"ಓ, ನೀನ್ಯಾ, ಕಾಪಿ ಕುಡಿತಿದ್ದೆ. ಏನಣ ಸಮಚರ?"

"ನಿಂದು ತಿಪ್ಪೆ ರೇಟೇಳು",

"ಯಾರಿಗೆ?"

"ನಮ್ ಇಂಜಿನಿರ್ ಸಾಯೇಬ್ರಿಗೆ"

"ನೀನು ಕೇಳದೆಚ್ಚ ನಾ ಕೊಡದೆಚ್ಚ. ಕೊಡಸಣ ಎಷ್ಟೋ ಒಂದಿಷ್ಟ."

"ಬಾಯಿ ಬುಟ್ಟು ಒಂದು ರೇಟು ಯೋಲೋ."

"ಯಂಟು ಸಾವ್ರ ಕೊಡೋಗು."

"ಯಾಕೆ ಯಾರ್ದನ ಬುಲ್ಡೆ ಒಡ್ದು ತತ್ತರೇಳು. ಯಂಟು ಸಾವ್ರಂತೆ. ಏಳ ನಿಮ್ಮೈನ ತು*ಳ. ಯೇಳಕೊಂದು ಲೆಕ್ಕಾಚಾರ ಬ್ಯಾಡ್ವ, ಮೂರು ಸಾವ್ರ ತಕ. ನಮ್ದೆ ಟ್ಯಾಕ್ಟ್ರಿ ಬಂದು ತುಂಬಕಂಡೋಗ್ತೆತೆ".

"ಅಲ್ಲಲೆ, ಮೊದಲೇ ಗೊಬ್ಬರಕ್ಕೆ ಬಂಗ, ಅಂಗ ಗದುರ್ಕಮದು. ಅವನು ಕೊಡಲ್ಲ ಹೋಗು ಅಂದಿದ್ರೆ...?"

"ಯಾಕ ಕೊಡಲ್ಲ ಅಮ್ತನೆ?" ಅಬ್ಬರ ಕೇಳಿ ಚಾಮಿ ತೆಪ್ಪಗಾದ. ಎಲಾ ಇವನ, ಹೆಂಗಪ್ಪ ಅಂತ ತಲೆ ಮೇಲೆ ಕೈಹೊತ್ತು ಕುಳಿತಿದ್ದೆ, ಇವನು ಜೊತೆಗಿದ್ದರೆ ಕೆಲಸ ಇಷ್ಟು ಸಲೀಸ?

"ಹಂಗೆನ ಒಂದಷ್ಟು ಜನ ಆಳುಗಳನ್ನು ಹೊಂದಿಸ್ಕೊಡೋ, ಲೇಟಾದಷ್ಟು ಸಸಿ ಹಾಳಾಗ್ತವೆ."

"ಆಳಿಗೇನು ಬರವ್ವ, ಇಲ್ಲೇ ಮಾದಿಗರಟ್ಟೆಕೆ ಓಗು. ಯಾರಾನ ಕರುದ್ರೆ ಸಾಕು ಅಮ್ತ ಕಾಯ್ತಿರ್ತರೆ."

"ದೊಡ್ಡ ಮನುಸ್ನಂಗೆ ಪಸ್ಟೆ ದುಡ್ಡು ಬಿಚ್ಚಬುಟ್ಯ ಉಸಾರು. ಬ್ಯಳ ಬ್ಯಳಿಗ್ಗೆನೆ ಕುಡುದು ಮನಿಕಮ್ತರೆ ಸೂಳೆಮಕ್ಳು. ಅಮೇಕೆ ನೆಕ್ಕಬಕು."

* * *

ಊರುಗಳು, ಹಟ್ಟಿಗಳು, ಮನುಷ್ಯರು. ಸೌಲಭ್ಯಗಳು. ನಾಗರಿಕತೆ. ಸಂಪತ್ತು. ಎಲ್ಲ ಒಂದಕ್ಕೊಂದು ಹೇಗೆ ಸಂಕೀರ್ಣವಾಗಿ ನೇಯ್ದುಕೊಂಡಿವೆ. ಈಗ ಬಲವಂತ ದಿಂದ ಬೆರೆಸಲಾಗದಿದ್ದರೂ ಮುಖ್ಯ ಊರಿಂದ ಹಟ್ಟಿಗಳಿನ್ನೂ ದೂರ ದೂರ. ಊರೊಳಗೆ ಮಹಡಿ ಮನೆಗಳು ಏಳುತ್ತಿದ್ದರೆ ಇಲ್ಲಿನ್ನೂ ಗುಡಿಸಲುಗಳು ತಿಣುಕಿ ಪಣುಕಿ ಸಿಮೆಂಟಿನ ಗೋಡೆಗಳಾಗಿ ಮಾರ್ಪಡುತ್ತಿವೆ. ಅಲ್ಲಿ ಮನೆಮನೆಗೆ ನಲ್ಲಿಗಳು ಬರುವ ಕಾಲ. ಇಲ್ಲಿ ಮುಸುರೆ ತೊಳೆದ ನೀರು ರಸ್ತೆಮಧ್ಯದಲ್ಲಿ ಹರಿಯುತ್ತಿದೆ. ಚಾಮಿ ಹಿಂದೆಂದೂ ಆ ಹಟ್ಟಿಗೆ ಕಾಲಿಟ್ಟಿರಲಿಲ್ಲ. ಅಂತ ಪ್ರಮೇಯವೇ ಬಂದಿರಲಿಲ್ಲ ವೆಂಬುದು ಸೋಜಿಗವೆನಿಸಿತು. ಒಂದಷ್ಟು ಸರ್ಕಾರಿ ಗೋಡೆಗಳು. ಒಂದಷ್ಟು ಗುಡಿಸಲುಗಳು. ಹಟ್ಟಿ ನಡುವೆ ಬೆಳ್ಳಗೆ ಹೊಳೆಯುತ್ತಿರುವ ಸಿಮೆಂಟಿನ ರಸ್ತೆ. ಹಟ್ಟಿಯ ಹೆಬ್ಬಾಗಿಲಲ್ಲೆ ನೀರಿನ ಟ್ಯಾಂಕು. ಸುತ್ತ ನಲ್ಲಿಗಳು. ನೀರಿಡಿಯಲು ಹೆಂಗಸರು, ಮಕ್ಕಳು ಮರಿ ಅಲ್ಲೊಬ್ಬ ಒಂಟಿಕಾಲಿನ ಅಂಗವಿಕಲ. ಇವನನ್ನು ಎಲ್ಲೋ ನೋಡಿದ್ದೀನಲ್ಲ?

"ಏನು ಚಾಮಿ, ಅಪರೂಪ?" ಅಂದ ಅವನು. ಹ್ಞಾ, ನನ್ನ ಕ್ಲಾಸ್ ಮೇಟು. ಹೆಸರೂ...?

"ನಾನು ಉಮೇಶ"

"ಹೇ, ಸಾರಿ, ತಕ್ಷಣಕ್ಕೆ ಗುರುತು ಸಿಕ್ಕಲಿಲ್ಲ." ಎನ್ನುತ್ತ ಹಸ್ತಲಾಘವಕ್ಕೆಂದು ಕೈಚಾಚಿದ. ಉಮೇಶ ಒದ್ದೆ ಕೈಗಳನ್ನು ಒರೆಸಿಕೊಂಡು ಕೈ ನೀಡಿದ. ಉಭಯ ಕುಶಲೋಪರಿ ಜರುಗಿತು. ಅಷ್ಟರಲ್ಲಿ ಅವನ ಬಿಂದಿಗೆ ತುಂಬಿ, ಇವನು ಸಹಾಯ ಮಾಡಲೆಂದು ಮುಂದಾದರೂ ಉಮೇಶ ಒಪ್ಪದೆ, ಮಾಂತ್ರಿಕ ರೀತಿಯಲ್ಲಿ

ಬಿಂದಿಗೆಯನ್ನು ಎತ್ತಿ ಹೆಗಲ ಮೇಲಿಟ್ಟುಕೊಂಡು ಊರುಗೋಲನ್ನು ಊರಿಕೊಂಡು, "ಬಾ ಮನ್ತಕೋಗನ", ಎಂದು ಮುನ್ನಡೆದ. ಇದೇ ಊರುಗೋಲು ಹಿಡಿದು 'ಮಾನಿಟರ್‌ಗಿರಿ' ಮಾಡುತ್ತಿದ್ದವನು ಇವನೇ ಅಲ್ಲವೇ? ಎಷ್ಟು ಜಾಣನಿದ್ದ.

ಬಿಂದಿಗೆ ಇಳಿಸುತ್ತ "ಇವರು ನಮ್ಮ ಮಿಸ್ಸಸ್ಸು", ಅಂದ ಉಮೇಶ.

ಆಕೆ ಅಂಗಳದಲ್ಲಿ ಪಾತ್ರೆ ತೊಳೆಯುತ್ತಿದ್ದಳು. ಚಾಮಿ ಸೂಕ್ಷ್ಮವಾಗಿ ಅವಳ ಕೈ, ಕಾಲು, ಕಣ್ಣು? ಮುಖ್ಯವಾದುವೆಲ್ಲ ಸರಿಯಾಗಿವೆಯಾ ಗಮನಿಸಿ ತನ್ನ ಆಲೋಚನೆಗೆ ತಾನೆ ಹೇಸಿಗೆಪಟ್ಟುಕೊಂಡ. ಮನುಷ್ಯನ ಇತಿಮಿತಿಗಳು ಎಲ್ಲೆಲ್ಲಿ ಹೇಗೆಲ್ಲ ಪ್ರಕಟಗೊಳ್ಳುತ್ತವೆ! ಅವನ ಒಳನುಡಿಯನ್ನು ಆಲಿಸಿದನೋ ಅಥವಾ ಬಂದವರೆಲ್ಲರ ವರ್ತನೆಗಳಿಂದ ಕಂಡುಕೊಂಡಿದ್ದನೋ, "ನಮ್ಮ ಸಂಬಂಧದಾಗೆ ಮದುವೆ ಮಾಡಿ ಕೊಟ್ಟರು" ಎಂದ ಉಮೇಶ.

"ಯೋ ಬಾಣ, ಬಾರ್ಲ ಚಾಮಿ ಬಂದವ್ನೆ" ಅಗೋ ಮತ್ತೊಬ್ಬ ಕ್ಲಾಸ್‌ಮೇಟು. ಎಲ್ಲ ಎಷ್ಟು ದೊಡ್ಡವರಾಗಿಬಿಟ್ಟಿದ್ದಾರೆ? ವಾಟ್ ನಾನ್ಸೆನ್ಸ್. ನಾನೂ ಅದೇ ವಯಸ್ಸಿನೋನಲ್ಲವೆ. ಬಾಣನ ಹಿಂದೆ ಮೇಕೆ ಮರಿಯಂತೆ ಜಿಗಿದು ಬಂದವು ಎರಡು ಸಣ್ಣ ಹೆಣ್ಣುಮಕ್ಕಳು. "ನನ್ನ ಮಕ್ಕಳು." ಎಂದು ಕೆಂಪಾನೆ ಕೆಂಪು ಹಲ್ಲು ಬೀರಿದ ಬಾಣ. ಅವನು ಪಂಚೆ ಕಟ್ಟುವುದ ನೀವು ನೋಡಬೇಕು. ಬೆಂಗಳೂರಿನ ಹೆಂಗಸರು ಕೂಡ ಚಡ್ಡಿಯನ್ನು ಇನ್ನು ತುಸು ಕೆಳಕ್ಕೆ ಉಡುತ್ತಾರೆ. ಅವನು ಇತ್ತ ನಡೆದು ಬರುವಾಗ ಪಂಚೆಯ ನಟ್ಟನಡುವಿರುವ ಅವನ ಬಿದಿರು ಕಡ್ಡಿಯಂಥ ಕಾಲುಗಳು ದೇವಸ್ಥಾನದ ಗಂಟೆಯನ್ನು ನೆನಪಿಸಿದವು.

ಹೆಗಲ ಮೇಲಿದ್ದ ಟವೆಲ್ಲಿಂದ ಬಾಯಿ ಮುಚ್ಚಿಕೊಂಡು "ವೋ ಯೇನಣ ಸಮಚರ?" ಎಂದು ಆಶ್ಚರ್ಯ ಸೂಚಿಸಿದ ಬಾಣ.

"ಯಲ, ಗಿಡ ಊಣಕೆ ಒಂದ್ಯೆದಾರು ಆಳು ಬೇಕಂತೆ."

ಬಾಣ ತಲೆ ಕೆರೆದುಕೊಳ್ಳುತ್ತ "ನಮ್ಮ ಓನರನ್ನ ಬೆಂಗ್ಳೂರ್ಗೆ ಬಿಟ್ಟು ಬರ್ಬಕು. ಆಮ್ಯಾಕೆ ಬತ್ತೀನೇಳು."

"ಯಲ ಅರ್ಜೆಂಟಂತೆ ಕಣಲ."

"ನಾನು ಬಂದ್ರುನು ಇನ್ನಾರಾಳು ಎಲ್ಲಿ ಅಮ್ತು ಉಡುಕ್ಕಂಬತ್ತಿಯ. ಅ?" ಎಂದು ತಲೆ ಕೆರೆದುಕೊಂಡು "ಒಂದು ಕೆಲ್ಸ ಮಾಡಣ. ದಿನಗೂಲಿಗಿಂತ ಸುಮ್ಕೆ ಇಷ್ಟುಕ್ಕಮ್ತು ಒಪ್ಪರಿಸು. ನಾನೆ ಆಳು ಕರಕಬಂದು ನಾಳಿಕಿಂದ ಕೆಲ್ಸ ಸುರು ಮಾಡ್ತಿನಿ."

ಇದು ಮೂವರಿಗೂ ಒಪ್ಪಿಗೆಯಾಯಿತು. ಬೆಳಗ್ಗೆ ಮಾಳಿಗೆಯಿಂದ ಇಳಿದವನು ಲೋಟ ನೀರು ಕುಡಿಯದೆ ತಿಂಡಿ ತಿನ್ನದೆ ಹೊಟ್ಟೆ ಹಸಿದು ಒಬ್ರಾನ ಟೀಗೆ ಕರಿಲಿಲ್ಲ ಎಂದು ಮನಸ್ಸಿನಲ್ಲೆ ಬೈದುಕೊಂಡ ಚಾಮಿ.

* * *

ಬೆಳಗ್ಗೆ ಹನ್ನೊಂದರ ಸಮಯ. ಚಾಮಿ ಭರ್ತಿ ತಿಂಡಿ ತಿಂದು ಬಿಂದಿಗೆ ನೀರಿನೊಂದಿಗೆ ಹೊಲದೊಳಗೆ ಕಾಲಿಟ್ಟಿದ್ದ. ಬೆಳಗ್ಗೆ ಆರು ಗಂಟೆಯಿಂದಲೇ ಕೂಲೇರು ಕೆಲಸವನ್ನು ಶುರು ಮಾಡಿದ್ದಾರೆ ಎಂಬ ಸುದ್ದಿ ಮುಟ್ಟಿತ್ತು. ಕುಡಿಯಲು ನೀರು ತರಲು ಹೇಳಿದ್ದರು. ಪಕ್ಕದೂರಿನ ಕಾಯನ್ನು ಬೂತಿಗೆ ಹೊರಟಿದ್ದವನನ್ನು ನಿಲ್ಲಿಸಿ, "ಕೂಲೇರಿಗ್ಯಾಕೆ ಪಿಲ್ಟ್ರ ನೀರು" ಎಂದು ಉಗಿದು ವಾಪಸ್ಸು ಕಳಿಸಿದ್ದರು ಜನ. ಅದಾಗಲೇ ಸಾಕಷ್ಟು ವ್ಯತಿರಿಕ್ತ ನಡವಳಿಕೆಯಿಂದ ಹಳ್ಳಿಯ "ಎಕೋ ಸಿಸ್ಟಂ" ಅನ್ನು ಕೆಡಿಸುವವನಂತೆ ಅವರ ಕೆಂಗಣ್ಣಿಗೆ ಗುರಿಯಾಗಿದ್ದ ಚಾಮಿ ಇನ್ನೊಂದು ಎದುರು ಮಾತಾಡಲು ಹಿಂಜರಿದು ಟ್ಯಾಂಕಿನ ನೀರಿಗೆ ಶರಣಾಗಿದ್ದ. ರಸ್ತೆ ಬದಿಯ ತುಂಡದ ಕೆಲಸ ಮುಗಿದಿತ್ತು. ಬಾಣ, ಉಮೇಶನ ಮಿಸ್ಸೆಸ್ಸು, ನಾಗ, ಮತ್ತು ಇನ್ನೊಬ್ಬ ಅಜ್ಜ. ಉಳಿದಂತೆ ಮೂವರು ಸಣ್ಣ ಮಕ್ಕಳು. ಆರಾಳು ಅಂದಿದ್ದ, ಬರೇ ನಾಲ್ಕಾಳು ಬಂದಿದ್ದಾರೆ, ಇನ್ನಿಬ್ಬರು ಒದಗಲಿಲ್ಲವಾ ಅಥವಾ ಕುಡಿದು ಮಲಗಿಬಿಟ್ಟರಾ? ಇವರು ಇಷ್ಟೊಂದು ಗುಂಡಿಗಳನ್ನು ಬದ್ಧವಾಗಿ ಮುಚ್ಚಬಲ್ಲರೇ? ಚಾಮಿಗೆ ಊರಿನೋರು ಹೆದರಿಸಿದ್ದು ಭೂತವಾಗಿ ಪರಿಣಮಿಸಿತ್ತು. ಅದರಲ್ಲೂ ಕಟ್ಟುಮಸ್ತಾಗಿದ್ದುದು ಎರಡಾಳು ಮಾತ್ರ. ಉಳಿದಂತೆ ಮುದುಕ, ಹೆಂಗಸು. ಮಕ್ಕಳು. ಇವರನ್ನು ನೆಚ್ಚಿಕೊಂಡರೆ ಸಸಿಗಳನ್ನು ಒಣಗಿಸಿಬಿಡುತ್ತಾರೇನೋ ಎಂದು ದಿಗಿಲಾಯಿತು. ಬಾಣ, ನಾಗ ಜೆಸಿಬಿಯನ್ನು ನಾಚಿಸುವಂತೆ ಮಣ್ಣೆಳೆಯುತ್ತಿದ್ದರು. ಉಮೇಶನ ಮಿಸ್ಸೆಸ್ಸು ಸ್ವಲ್ಪ ನಿಧಾನ. ಆದರೆ ನಿರಂತರ.

ಇನ್ನು ಅಜ್ಜ. ಯಾಕಪ್ಪ ಬಾಣ ಇವನನ್ನು ಕರೆತಂದೆ ಎಂದು ಕೇಳಬೇಕೆನಿಸಿತು. ಬೆಳ್ಳನೆ ಎದೆಗೂದಲು. ಅಂಚಿಕಡ್ಡಿಯಂತ ಕೈಕಾಲು. ಬೆತ್ತಲೆ ಬೆನ್ನು ಬಿಸಿಲಿಗೆ ಪ್ರತಿಫಲಿಸುತ್ತಿತ್ತು. ಪುರಾತನ ಪಳಯುಳಿಕೆಯಂತಿದ್ದ ಅಜ್ಜ. ಬಿಲಿಸಿನ ಝಳದಲ್ಲಿ ಎದೆಯ ದಮ್ಮು ಕಟ್ಟಿ "ಹ್ರಾ... ಹ್ರಾ" ಎನ್ನುತ್ತ ಸಲಿಕೆ ಆಡಿಸುತ್ತಿದ್ದ. ಸಲಿಕೆಯೆ ಅವನಿಗಿಂದ ದೊಡ್ಡದಾಗಿ ಕಾಣಿಸುತ್ತಿತ್ತು. ಯಾವ ಕ್ಷಣದಲ್ಲಿ ಬೇಕಾದರೂ ಅಜ್ಜ ಮುಂದಕ್ಕುರುಳಿ ಗುಂಡಿಯಲ್ಲಿ ಬಿದ್ದು... ಹೋಗಿಬಿಡಬಹುದು ಎಂಬಷ್ಟು ಭಯ ವಾಯಿತು ಚಾಮಿಗೆ. ಅಕಸ್ಮಾತ್ ಈತ ಈ ಕ್ಷಣದಲ್ಲಿ ಇಲ್ಲಿ ಸತ್ತರೆ ಅದಕ್ಕೆ ಹೊಣೆ ಯಾರು? ಬಾಣನಾ ನಾನಾ? ಇವರಿಗೆಲ್ಲ ಇನ್ಶುರೆನ್ಸ್ ಇಲ್ಲ ಏನಿಲ್ಲ. ಕಲ್ಪನೆಯ ಪರಿಣಾಮ ನೆನೆಸಿಕೊಂಡು ಸಣ್ಣ ಭಯ ದೊಡ್ಡದಾಗಿ ಅಜ್ಜನನ್ನು ವಾಪಸ್ಸು ಕಳಿಸುವುದೇ ಒಳಿತು ಎನ್ನುವ ತೀರ್ಮಾನಕ್ಕೆ ಬಂದ. "ಅಜ್ಜ ನೀರು ಕುಡಿತ್ಯಾ?", ಎನ್ನಲು ಉಸಿರು ಹೊರಡದೆ ತಾ ಎನ್ನುವಂತೆ ತಲೆದೂಗಿದ ಅಜ್ಜ. ಚಾಮಿ ಲೋಟ ತರುವುದನ್ನೆ ಮರೆತಿದ್ದ. ಬೊಗಸೆಗೆ ಹೊಯ್ಯಲಾ? ಎಷ್ಟು ಅನಾಗರಿಕವಾಗಿ ಕಾಣಿಸುತ್ತೆ ಎಂದು ಚಿಂತಿಸುತ್ತಿರಲು ಅಜ್ಜ ಮರದ ಬುಡದಲ್ಲಿಟ್ಟಿದ್ದ ತನ್ನ ಚೊಂಬು ತಂದ. ಚೊಂಬು

ಬಹಳಷ್ಟು ನೊಂದಿರುವಂತೆ, ಅವನ ವೃತ್ತಿಯ ಒಂದು ಆಯುಧದಂತೆ ಕಂಡಿತು ಚಾಮಿಗೆ. "ಟ್ಯಾಂಕಿನ ನೀರು, ಪರವಾಗಿಲ್ವ?", ಹೇಳಬಾರದೆಂದುಕೊಂಡಿದ್ದರೂ ಬಾಯಿಗೆ ಬಂದುಬಿಟ್ಟಿತು. "ನಮಗೆಂತ ಕಾಯಿಲೆ ಕಸಾಲೆ. ತತ್ತ ತತ್ತ ಸೋಮೇ" ಎಂದು ನೀರೊಯ್ಯಲು ಒತ್ತಾಯಪಡಿಸಿದ ಅಜ್ಜ.

ಚಾಮಿ ಬಾಣನನ್ನು ಮರೆಗೆ ಕರೆದು ಮೊದಲು ಅಜ್ಜನನ್ನು ಮಕ್ಕಳನ್ನು ಕಳಿಸು ಮತ್ತು ಮಾತು ಕೊಟ್ಟಂತೆ ಆರಾಳು ಹೊಂದಿಸಿ ಕೆಲಸ ಮುಗಿಸು ಎಂದು ತಾಕೀತು ಮಾಡಿದ. ನೋಡೋಕೆ ಅಂಗಿದ್ರು ಅಜ್ಜ ಜಬರ್ದಸ್ತ್ ಆಳು. ಗಟ್ಟಿ ಕುಳ ಅದು. ಇಷ್ಟು ಸುಲಬನಾಗಿ ಪ್ರಾಣ ಬಿಡಲ್ಲ. ಮಕ್ಕಳು ಹೊಟ್ಟೆಪಾಡಿಗೆ ಬೆಂಗಳೂರು ಸೇರ್ಕಂಡವ್ರೆ. ಹೆಂಡತಿ ಟಿಬಿ ತಗುಲಿ ಸತ್ತೋಗೆತೆ. ವಾರಕ್ಕೊಂದೋ ಎಲ್ಡೋ ಕೂಲಿ ಸಿಕ್ಕದು. ಹೊಟ್ಟೆಗು ಬಟ್ಟೆಗು ನ್ಯಾರ. ಮಿಕ್ಕಿದ್ರೆ ಚೂರು ಯಂಡ. ಎಚ್ಚು ಕಮ್ಮಿ ಆದರೆ ನಾನಿದೀನಿ ಅಂದ ಬಾಣ. ಮತ್ತೆ ಮಕ್ಕಳು? ಸಣ್ಣೋರು ಅಮ್ತ ತಾಚ್ಚಾರ ಮಾಡಬ್ಯಾಡಿ. ನನ್ನ ವಯ್ಸು ಮುಟ್ಟವಷ್ಟತ್ತಿಗೆ ನನ್ನೆರಡರಷ್ಟು ಬದುಕು ಮಾಡ್ತವೆ ಅವು ಎಂದು ತುಸು ಜೋರಾಗೆ ಹೊಗಳಿ, ಮಕ್ಕಳು ಅದನ್ನು ಕೇಳಿಸಿಕೊಂಡು ಸಲಿಕೆಯನ್ನು ಇನ್ನಷ್ಟು ಬಿರುಸಾಗಿ ಆಡಿಸಿದವು. ಹೀಗೆಲ್ಲ ಹೇಳಿದರೆ ಮತ್ತೆಂತ ಮಾತು. ಚಾಮಿಗೆ ಇಕ್ಕಟ್ಟೆನಿಸಿತು. ದಸರಾ ರಜ ಇದ್ದಿರಬೇಕು. ಅಥವಾ ಶಾಲೆಯನ್ನೆ ಬಿಟ್ಟಿದ್ದಾರೋ ಏನೋ. ಏನು ಹೇಳಲೂ ಕೇಳಲೂ ಹಿಂಜರಿಕೆ. ಮೌಲ್ಯಗಳನ್ನು ಬಾಯಲ್ಲಿ ಆಡುವುದು ಸುಲಭ. ಕ್ರಿಯೆಯಲ್ಲಿ ಅಳವಡಿಸಿಕೊಳ್ಳುವುದು ಕಷ್ಟ. ಕ್ರಾಂತಿಗೆ ದನಿಗೂಡಿಸುವುದು ಸುಲಭ. ಮುಂದೆ ನಿಂತು ಶಕ್ತಿಯುತವಾಗಿ ದನಿಯೆತ್ತುವುದು ಕಷ್ಟ. ಸಾಮಾನ್ಯರಿಗೂ ಅಸಾಮಾನ್ಯರಿಗೂ ಇರೋ ವ್ಯತ್ಯಾಸವು ಇದೇ ಅನ್ನಿಸುತ್ತದೆ. ಜನರ ಬಾಯಿಗೆ ಹೆದರಿ ಶುದ್ಧ ಕುಡಿಯುವ ನೀರು ತರಲಾಗದವನು ಏನು ಮಾತಾಡಿ ಏನು ಪ್ರಯೋಜನ?

ಏನಾದರೂ ಮಾಡಿಕೊಳ್ಳಿ ಎನ್ನುತ್ತ ಚಾಮಿ ಕೂರಲು ನೆರಳಿಗಾಗಿ ಹುಡುಕಾಡಲು ಪಕ್ಕದ ಜಮೀನಲ್ಲಿ ಹುಣಸೆಕಾಯಿ ಆಯುತ್ತಿದ್ದ ಸೋಮಪ್ಪ ಕಂಡು ಅವರ ಜೊತೆ ಗೂಡಿದ. ಸ್ವಲ್ಪ ಮಾತಿಗೆ ಸಿಕ್ಕಿದರೆ ಸಾಕು ಎಲ್ಲರೂ ಏನಾದರೊಂದು ಹೇಳುವವರೇ ಎಂದು ನೆನಪಾಗಿ ಸುತ್ತ ಏಕಾಂತ ಸ್ಥಳ ಹುಡುಕುವಷ್ಟರಲ್ಲಿ–

"ಅಲ್ವಲ ಅಪಯ, ಆಟೋಂದು ದುಡ್ಡಿಗೆ ಒಪ್ಪರಿಸಿದಿಯಲ, ನಿನಿಗೇನು ಬುದ್ಧಿ ಐತಾ ಇಲ್ವಾ?" ಎಂದು ಬೈಯ್ಯುವ ಧ್ವನಿಯಲ್ಲಿ ಸೋಮಪ್ಪ ಪ್ರಶ್ನಿಸಿದ.

ಪಕ್ಕದಲ್ಲೇ ಮಣ್ಣೆಳೆಯುತ್ತಿದ್ದ ನಾಗ ಕೇಳಿಸಿಕೊಂಡು? "ಆಟೋಂದಂತೆ ಆಟೋಂದು. ಯೋಟೋಂದು ಕೊಟ್ಬುಟವ್ರೊ, ಸುಮ್ಮಿಕ ಕೂಕಳಪ ದೊಡ್ಡ ಮನ್ಸ ನೀನೇನು ಎತ್ತಿಕೊಡಬ್ಯಾಡ" ಎಂದು ಗದರಿದ.

"ಮುನ್ನೋಡಕಂಡು ಬದ್ಕು ಮಾಡೋ ಅಲಾಲಕೋರ ನನ ಮಗನೆ. ಗೊತ್ತೇನೋ ಅತ್ತು ಸಾವ್ರುಕ್ಕೆ ಎಷ್ಟು ಸೊನ್ನೆ ಅಮ್ತನ?".

"ಈಗೇನು ಬಾರಪ. ಆ ಸೊನ್ನುಗುಳನ್ನೆಲ್ಲ ನೀನೆ ಮಡಿಕ್ಯಂಡು ಗುಂಡಿ ಮುಚ್ಕೊಟ್ಹೋಗು?" ಎಂದು ನಾಗ ಪುನಃ ವಟ್ಗರಿಸಲು ಸೋಮಪ್ಪ ಇವನ ಹತ್ತಿರ ಮಾತೇನು ಎಂದು ಸುಮ್ಮನಾದ. ನಾಗ ಬಹಳ ಜೋರು. ಪ್ರತಿಯೊಂದಕ್ಕೂ ದಬಾಯಿಸುತ್ತಾನೆ ಎಂದು ಜನ ಎಚ್ಚರಿಸಿದ್ದು ನೆನಪಾಯಿತು ಚಾಮಿಗೆ.

"ನೀನು ಕೊಟ್ಟಿರದ್ರಾಗೆ ಅರ್ದ ಕೊಟ್ಟಿದ್ರು ಸಾಕಿತ್ತು ಈ ನನ ಮಗ ಒಬ್ನೆ ಬಂದು ಹಗ್ಲು ಇಳ್ಳು ಅಮ್ದಂಗೆ ಮುಚ್ಕೊಟ್ಹೋಗಿರೋನು", ಇದೇನು ಸೋಮಪ್ಪ ಇದ್ದಕಿದ್ದಂಗೆ ನಾಗನನ್ನು ಹೊಗಳಲಾರಂಭಿಸಿದ? ಅಥವಾ ಸೂಕ್ಷ್ಮವಾಗಿ ಅರ್ಧ ದುಡ್ಡಿನ ಕೆಲಸ ಅಂತ ಹೇಳುತ್ತಿದ್ದಾನಾ ತಿಳಿಯಲಿಲ್ಲ. "ಅಂಗ ಮಾಡಣ. ಮುಂದಿನ ಸತಿ ನಂಗೊಬ್ನಿಗೆ ಒಪ್ಪರಿಸು. ನೀನೇಳಿದ ಟೈಮಿಗೆ ಮುಗುಸಿಕೊಟ್ಹೋಗ್ತೀನಿ.". ನಾಗ ಮೆಲ್ಲಗೆ ಉಸುರಿದ. ನಾಲ್ಕು ಜನ ಒಟ್ಟು ಕೆಲಸ ಮುಗಿಸಲು ಮೂರು ದಿವಸ ಹಿಡಿದದ್ದು ನೆನೆಸಿಕೊಂಡರೆ ನಾಗ ಒಬ್ಬನೇ ದುಡಿಯುವ ಆಸೆಗೆ ಎಂತಹ ರಿಸ್ಕಿನ ಒಪ್ಪಂದದ ಮಾತಾಡಿದ್ದ ಎಂದು ಚಾಮಿಗೆ ಮೂರು ದಿನಗಳ ತರುವಾಯ ತಿಳಿಯಿತು. ಹಸಿವೆ ಬಡತನ ಅವುಗಳ ಮೇಲೆ ಬರೆ ಎಳೆದಂತೆ ಜಗತ್ತು ಒಡ್ಡುವ ಸ್ಪರ್ಧೆ. ಬಡತನ ಸರಿದೂಗಿಸುತ್ತ ಸ್ಪರ್ಧೆಗೆ ಎದುರಾಗುವುದೆಲ್ಲಿಂದ ಸಾಧ್ಯ? ಇವನು ಮಹಾತ್ವಾಕಾಂಕ್ಷಿಯಾಗಿದ್ದಾನೆ. ಉದ್ಯೋಗ ಕೂಲಿ. ತನ್ನ ವೃತ್ತಿಯಿಂದ ಅದೆಷ್ಟು ತಾನೆ ದುಡಿಯಬಲ್ಲ? ತನ್ನ ಪಾಡು ಬಿಡು, ತನ್ನ ಮಕ್ಕಳಿಗಾದರೂ ಉಳ್ಳವರ ಮಕ್ಕಳಷ್ಟೇ ಉತ್ತಮ ಶಿಕ್ಷಣ ಪೌಷ್ಟಿಕ ಆಹಾರ ಕೊಡಿಸಲು ಸಾಧ್ಯವೇ? ವೇದಿಕೆ ಮೇಲೆ ಪ್ರೈಜ್ ಹಿಡಿದು ಮೈಕಿನಲ್ಲಿ ಭಾಷಣ ಕುಟ್ಟುವ ಪ್ರತಿಯೊಂದು ಮಗುವೂ ಯೋಚಿಸಬೇಕು, ತಾನು ಎಲ್ಲರೊಂದಿಗೆ ಸ್ಪರ್ಧಿಸಿ ಜಯಿಸಿದೆನೋ ಅಥವಾ ಸೀಮಿತ ಮಂದಿಯೊಂದಿಗೆ ಮಾತ್ರ ಹೊರಾಡಿ ಗೆದ್ದೆನೋ ಎಂದು. ಯಾಕೆಂದರೆ ಅದೇ ಭಾಷಣ ಕುಟ್ಟುವ ಮಂದಿಯನ್ನು ಅವಕಾಶವೇ ಇಲ್ಲದ ಲಕ್ಷಾಂತರ ಮಂದಿ ಟಿವಿಯೆದುರು ಕುಳಿತು ಆಲಿಸುತ್ತ ಕನಸು ಕಾಣುತ್ತಿರುತ್ತಾರೆ ಅಥವಾ ಪರಿಸ್ಥಿತಿಯ ಅರಿವಾಗಿ ಕನಸೇ ಕಾಣದಷ್ಟು ಕುರುಡರಾಗುತ್ತಿರುತ್ತಾರೆ.

ಚಾಮಿ ನಾಗನ ಪಿಸಪಿಸಕ್ಕೆ ನಕ್ಕು ಸುಮ್ಮನಾದ.

* * *

ಮನುಷ್ಯ ಹುಟ್ಟಾ ಲಾಭಕೋರ ಮನಸ್ಥಿತಿಯವನು ಅನ್ನಿಸುತ್ತೆ. ಹುಟ್ಟಿಸೋ ಮಕ್ಕಳನ್ನೂ ಕೂಡ ಮುಂದೆ ನಮ್ಮನ್ನು ಸಾಕಲಿ ಎಂದೇ ಅವರ ದೇಹ ಬುದ್ಧಿ ಬೆಳವಣಿಗೆಗಳಲ್ಲಿ ಹೂಡಿಕೆ ಮಾಡುತ್ತಿರುತ್ತಾನೆ. ಹಾಗಲ್ಲದಿರುವವರು ಬಹಳ ವಿರಳ.

ಅಂತೂ ಇಂತೂ ಚಾಮಿ ಮಾವಿನ ಸಸಿ ನೆಡಿಸಿದ್ದ. ಒಂದಷ್ಟು ಸಸಿಗಳು ಮಣ್ಣಿನಲ್ಲಿ ಹೂತ ನಂತರ ಕೊನೆಯುಸಿರೆಳೆದಿದ್ದವು. 'ಪ್ರಯಾಸಕರ ಗೆಲುವು' ಎಂದು ನಿಟ್ಟುಸಿರು ಬಿಟ್ಟಿದ್ದನ್ನು ಪ್ರೆಪ್‌ಳಿಂದ ಮುಚ್ಚಿಟ್ಟಿದ್ದ. ಆನಂತರ ದಿಢೀರನೆ ಒಂದು ರಾತ್ರಿ ಕಾಡು ಹಂದಿಗಳು ಧಾಳಿಯಿಟ್ಟು ಹಸಿ ಮಣ್ಣನ್ನು ದೊಗೆದು ಬೇರನ್ನು ಗಾಯಗೊಳಿಸಿ ಮುಕ್ಕಾಲು ಭಾಗ ಸಸಿಗಳು ಒಣಗಿ ಪುನಃ ಅತ್ತ ತಿರುಗಲೂ ಆಗದಂತೆ ಆಫೀಸಿನಲ್ಲಿ ಸಿಕ್ಕಿಹಾಕಿಕೊಂಡು ನೆಲ ಚೆನ್ನಾಗಿ ಹದಗೊಂಡಿದ್ದರಿಂದ ಕಳೆಯು ಕಾಡಿನಂತೆ ದಟ್ಟವಾಗಿ ಬೆಳೆದು ನಾಗನ ನೆನಪನ್ನು ತರಿಸಿತ್ತು. ನಾಗನೊಂದಿಗೆ ಫೋನಿನಲ್ಲೆ ಜಮೀನಿನ ಸಂಪೂರ್ಣ ಜವಾಬ್ದಾರಿ ವಹಿಸಿ ಏನಾದರು ಬೆಳೆದುಕೋ ಬೆಳೆದಿದ್ದರಲ್ಲಿ ಒಂಚೂರು ನನಗೆ ಕೊಡು ಎಂಬಲ್ಲಿಗೆ ನಿಲ್ಲಿಸಿ ಮನುಷ್ಯನ ಇತಿಮಿತಿಗಳ ಪರಾಮರ್ಶೆಯಲ್ಲಿ ತೊಡಗಿದ ಚಾಮಿ.

ಕೆಂಡಸಂಪಿಗೆ, ೨೦೧೮

ಕಡಲ ತೀರದ ಬಿಸಿಗಾಳಿ

ಆ ದಿನ ಅವನಿಗೆ ಯಾವ ಕೆಲಸವನ್ನು ಮಾಡಲೂ ಮನಸ್ಸು ಒಗ್ಗೂಡುತ್ತಿರಲಿಲ್ಲ. ಮುಂಜಾವಿಂದ ತೆರೆದಿಟ್ಟ ಲ್ಯಾಪ್‌ಟಾಪಿನ ಒಂದು ಕೀ ಕೂಡ ಮಿಸುಕಾಡಿಸದೆ ಶೂನ್ಯಮನಸ್ಕನಾಗಿ ಕುಳಿತಿದ್ದ. ತಿಂಗಳಿಂದ ಉಸಿರುಗಟ್ಟಿ ಬರೆದ ರಾಶಿರಾಶಿ ಕೋಡು ವಿಮೋಚನೆಗೆಂದು ಕಾಯುತ್ತಿತ್ತು. ಐಸ್ಯಾಕ್ ಕೋಡ್ ಪರಿಶೀಲನೆಯನ್ನು ನಾಳೆಗೆ ಮುಂದೂಡಿದ್ದ. ಅದು ಡಿಸೆಂಬರ್‌ನ ಅಂತಿಮ ದಿನ, ಶುಕ್ರವಾರ. ತನ್ನ ಬಿಟ್ಟು ಆಫೀಸಿನಲ್ಲಿ ಒಂದು ನರಪಿಳ್ಳೆ ಇರಲಿಲ್ಲ. ತಲೆ ಕೆರೆದುಕೊಂಡ. ಕರಡಿ ತಲೆಯಾಗಿತ್ತು. ಬರುವಾಗ ಮಿಲಿಟರಿ ಕಟಿಂಗ್ ಮಾಡಿಸಿಕೊಂಡು ಬಂದಿದ್ದ. ವಿಮಾನ ಇಳಿದ ಕೂಡಲೆ ಚೌರ ದಂಗಡಿಗೆ ಧಾಳಿಯಿಡಬೇಕು. ತಲೆ ಮೇಲಿನ ವಝ್ಝನ್ನನ್ನು ಇಳಿಸಿ ಬಿಟ್ಟರೆ, ಕತ್ತು ಅತ್ತಿತ್ತ ಸುಲಭನಾಗಿ ಆಡುತ್ತೆ, ಮನಸ್ಸು ಹಗೂರ ಆಗುತ್ತೆ. ಸೂರ್ಯನ ದರ್ಶನ ಸಿಗತ್ತೆ. ಬಿಸಿಲು ಬೀಳತ್ತೆ. ಚರ್ಮ ಚುರ್ ಅನ್ನುತ್ತೆ. ದೊಂಬಿ ದೊಂಬಿ ಮಂದಿ ಸಿಗ್ತಾರೆ. ಕಿವಿಗಡಚಿಕ್ಕುವ ಗಲಾಟೆ ಗದ್ದಲ. ಹಾರನ್ನು. ಮಂದಿ. ಸಿಟ್ಟು ಸೆಡವು. ಜಗಳ. ಉಪ್ಪು ಖಾರ. ಆ ಸುದಿನಕ್ಕೆ ಇನ್ನೊಂದು ವಾರ ಬಾಕಿ. ಯಾವಾಗ ಹೊರಡುವೆನೋ ಎಂದು ಚಿಟ್ಟು ಹಿಡಿದು ದಿನಗಣನೆ ಆರಂಭಿಸಿದ್ದ.

ಗಡಿಯಾರದ ಮುಳ್ಳುಗಳು ನಾಟ್ಯಮಯೂರಿಯ ಭಂಗಿಯಲ್ಲಿ ನಿಂತು ಗಂಟೆ ಐದೆಂದು ಸಾರುತ್ತಿದ್ದವು. ತನ್ನ ಸೀಟಿನಿಂದ ಎದ್ದವನು ಕೈಗಳನ್ನು ಜೇಬಿಗೆ ತೂರಿಸಿ ವಿಶಾಲವಾದ ಗಾಜಿನ ಗೋಡೆಯತ್ತ ನಡೆದು ಪರದೆ ಸರಿಸಿದ. ಹೊರಗೆ ಕತ್ತಲೆಯು ಬಾವಲಿಯಂತೆ ಆಕಾಶಕ್ಕಂಟಿಕೊಂಡು ಜೋತಾಡುತ್ತಿತ್ತು. ತೌಡು ತೌಡಾಗಿ ಉದುರು ತ್ತಿದ್ದ ಗೂಡರಕ್ಕೆ ಬೀದಿದೀಪಗಳು ಬೂತಗನ್ನಡಿ ಹಿಡಿದಿದ್ದವು. ಸಿಗ್ನಲ್

ಲೈಟುಗಳು ನಿಂತಲ್ಲೆ ನಿಂತು ಕಾಲು ಸೋತಂತೆ ಬೇಯುತ್ತಿದ್ದವು. ನಿರ್ಜನ. ನಿರ್ವಾಹನ. ಒಂದೇ ಒಂದು 'ಟ್ರಕ್' ಕಾರು ಸಿಗ್ನಲ್ಲಿನಲ್ಲಿ ತನ್ನ ಸರತಿಗಾಗಿ ಕಾಯುತ್ತ ನಿಂತಿತ್ತು. ಇಪ್ಪತ್ತು. ಹತ್ತೊಂಭತ್ತು. ಹದಿನೆಂಟು? ಹನ್ನೆರಡು? ಮೂರು... ಎರಡು. ಒಂದು. ಕೆಂಪು ಹಳದಿಯಾಗಿ ಹಳದಿ ಹಸಿರಾಗಿ ಮಾರ್ಪಡುತ್ತಿದ್ದಂತೆ ಡುಗಡುಗನೆ ತೆವಳುತ್ತ ಸಿಗ್ನಲ್ ದಾಟಿ ಭುರ್‍ರೆಂದು ಹಾರಿ ಹೋಯಿತು. ವೃತ್ತವು ಮತ್ತೊಮ್ಮೆ ಏಕಾಂಗಿ.

ಬಿಸಿಗಾಳಿಯ ಏಸಿಯಲ್ಲಿದ್ದವನಿಗೆ ಒಳಗೆ ಧರಿಸಿದ್ದ ಥರ್ಮಲ್ಸ್ ಕಾವು ಹೆಚ್ಚಿಸಿತ್ತು. ಹೊರಗೆ ಚಳಿಯೆಷ್ಟಿರಬಹುದೆಂದು ಅಂದಾಜಿಸುತ್ತ ಕಿಟಕಿಯನ್ನು ಚೂರು ಮೇಲೆತ್ತಿದ. ಥಂಡಿ ಗಾಳಿ ಶಿಳ್ಳೆ ಹಾಕಿಕೊಂಡು ಒಳತೂರಲು ಥಟ್ಟನೆ ಕಿಟಕಿಯ ಕೈಬಿಟ್ಟ. ಕಿಟಕಿ ಧೊಪ್ಪೆಂದು ಬಿದ್ದು ಆಫೀಸು ಗಪ್‌ಚುಪ್ ಎನಿಸಿತು. ಕಿಟಕಿಯ ಹೊರಮೈಯ ಲೋಹ ಮುಟ್ಟಿದ್ದರಿಂದ ಕೈಬೆರಳುಗಳು ಒದ್ದೆಯಾಗಿ ಕೊರೆಯಲಾರಂಭಿಸಿದವು. ಅಂಗೈಗಳನ್ನು ವಾರ್ಮರ್ ಎದುರು ಉಜ್ಜಿಕೊಂಡು ಪುನಃ ತನ್ನ ಕ್ಯೂಬಿಕಲ್ಲಿಗೆ ಮರಳಿದ. ಅಪರಾಹ್ನದ ಘಟನೆಯೂ ಮನಸ್ಸಿಗೆ ಮರಳಿತು.

ಅದೇನು ಅವಮಾನವೋ, ದುಃಖವೋ, ಪಾಪಪ್ರಜ್ಞೆಯೋ ಯಾವುದೆಂದು ತಿಳಿಯುತ್ತಿಲ್ಲ, ಗಾರಾಗಿದ್ದ ಮನಸ್ಸು ಬಾಧಿಸುತ್ತಿತ್ತು. ನಾನೇಕೆ ಈ ಕ್ಷಣದಲ್ಲಿ ಈ ಸ್ಥಳದಲ್ಲಿ ಕೂತಿರುವೆ? ಈ ಭಾವನೆಗಳ ತೊಳಲಾಟಕ್ಕೆ ಸಿಕ್ಕಿರುವೆ? ಇದರಲ್ಲಿ ನನ್ನ ಪಾತ್ರವೆಷ್ಟು? ನಮ್ಮ ಬದುಕಿನ ಸಕಲ ಆಗುಹೋಗುಗಳಿಗೂ ನಾವೇ ಹೊಣೆಗಾರರಾ? ಅಥವಾ ಪ್ರತಿಯೊಬ್ಬರ ಬದುಕಿನ ಪ್ರತಿಯೊಂದು ವಿದ್ಯಮಾನಕ್ಕೂ ನಾವೆಲ್ಲ ಹೆದರುವ ಆ ಅಲೌಕಿಕ ಗುಮ್ಮವೇ ಕಾರಣವಾ? ಬೋರಿಂಗ್ ವಿಷಯ. ಭಾರ ಎನಿಸಿ, ಯೋಚಿಸುವುದನ್ನೆ ಕೈಬಿಟ್ಟ. ನಾಳೆ ಸಂಭ್ರಮಕ್ಕೆಂದು ಸೂಚಿತವಾದ ದಿನ. ಎದ್ದೇಳು. ಗೆಟ್‌ಅಪ್. ಬಕ್‌ಅಪ್. ಐಸ್ಯಾಕ್ ಕರೆದಾಗಲೇ ಹೊರಟಿದ್ದರೆ ಚೆನ್ನಾಗಿತ್ತು. ಮತ್ತೊಬ್ಬರ ಸಾಂಗತ್ಯ ಖೇದವನ್ನು ಮರೆಸುತ್ತಿತ್ತು. ವೃಥಾ ಬಾಧಿಸುತ್ತ ಕೂತರೇನು ಪ್ರಯೋಜನ ಕಾಲ ದೇಶ ನಮಗಾಗಿ ಕಾಯುವುದಿಲ್ಲ. ಮರುಗುವುದೂ ಇಲ್ಲ. ಯಾವ ಸ್ಥಳವದು? "ವು-ಮೇನಿಯಾ ಜಂಟಲ್‌ಮನ್ ಕ್ಲಬ್", ಗೂಗಲ್ ಮ್ಯಾಪನ್ನು ಲ್ಯಾಪ್‌ಟಾಪಿನ ಮೇಲೆ ಹರಡಿ ಸದರಿ ವಿಳಾಸವನ್ನು ಹುಡುಕಿದ. ಡೌನ್ ಟೌನಿನಲ್ಲಿದೆ. ಇಲ್ಲಿಂದ ಹದಿನಾರು ಕಿಲೋಮೀಟರ್. ಅಷ್ಟು ದೂರ. ಥತ್, ಆಲಸ್ಯ. ತನ್ನೂರಲ್ಲು ಹಾಗೆ. ಗೆಳೆಯ "ಮಗಾ ಹೊಸ ಸೊಪ್ಪು" ಎಂದಾಗ, ಗರ್ಲ್ ಫ್ರೆಂಡು "ಮನೇಲಿ ಒಬ್ಬಳೇ" ಎನ್ನುವಾಗ, ರಿಂಗ್ ರೋಡು. ಟ್ರಾಫಿಕ್ಕು. ನಗರ ಸೀಳಿ ದಾಟುವುದಂತೂ ಅಬ್ಬಬ್ಬ. ಆ ಕಡೆ ಹೋಗಿ ಈ ಕಡೆ ಬರುವಷ್ಟರಲ್ಲಿ ಮುದುಕನಾಗಿಬಿಡುವೆ ಎಂಬಷ್ಟು ಆತಂಕ. ಹಾಗೆ ಬೆಚ್ಚಗೆ ಹೊದ್ದುಕೊಂಡು ಮಲಗಿಬಿಡುವಂಥ ಆಲಸ್ಯದ ಸುಖ. ಸಂಭ್ರಮಾಚರಣೆಗಳು ಶೋಕಾಚರಣೆಗಳು ಸಮಾಜದ ಒತ್ತಡಗಳಾಗಿಬಿಟ್ಟಿವೆ ಎನ್ನುವಂಥ ಸಾಂತ್ವನ.

ಪಕ್ಕದ ಕ್ಯೂಬಿಕಲ್ಲಿನಿಂದ ಚೇರನ್ನು ಎಳಕೊಂಡವನು ಅದರ ಮೇಲೆ ಕಾಲು ನೀಸಿ ಹಾಗೆ ಹಿಂದಕ್ಕೊರಗಿದ. ಜಡ್ಡುಗಟ್ಟಿದ್ದ ದೇಹಕ್ಕೆ ಸಮ್ಮೋಹನೋಪಾದಿಯಲ್ಲಿ ಜೋಂಪು ಹತ್ತಿತ್ತು.

* * *

ಟಿಮ್ ಆಫೀಸಿಗೆ ಕಾಲಿಕ್ಕಿ ಎರಡು ಸಂವತ್ಸರಗಳು ಉರುಳಿದ್ದವು. ಈ ಎರಡೂ ವರ್ಷ ಆತ ವರ್ಕ್ ಫ್ರಮ್ ಹೋಮ್ ಸವಲತ್ತಿನ ಬಳಕೆಯಲ್ಲಿದ್ದ. ತನ್ನ ಅಪಾರ ಪರಿಣಿತಿ, ಕಾರ್ಯಬದ್ಧತೆಗಳಿಂದ ಪ್ರಶ್ನಾತೀತ ವ್ಯಕ್ತಿಯಾಗಿದ್ದಂತವನು. ಅವತ್ತು ಅವನ ಕಡೆಯ ದಿನವಾದ್ದರಿಂದ ಆಫೀಸಿಗೆ ಬರಲೇಬೇಕಾಗಿತ್ತು. ನೋಡೋದಕ್ಕೆ ಘಟೋತ್ಕಜ. ಏಳಡಿ ಎತ್ತರ, ನೂರಿಪ್ಪತ್ತು ಕೇಜಿ ತೂಕದ ಪರ್ವತ. ಒಂದು ತಿಂಗಳ ಮಟ್ಟಿಗೆ ಇಂಡಿಯಾಕ್ಕೆ ಹೋಗಬೇಕೆಂಬ ಬೇಡಿಕೆಯನ್ನು ವಿಮಾನದ ಸೀಟುಗಳು ತನಗೆ ತೀರ ಚಿಕ್ಕವೆಂದು ನಿರಾಕರಿಸಿದ್ದ. ಹಿಂದಿನ ವಿಮಾನ ಪ್ರಯಾಣಗಳಲ್ಲಿ ತನಗೆ ಮಂಡಿ ಮೊಣಕೈಗಳೆಲ್ಲ ತರಚಿ ಗಾಯಗಳಾಗಿವೆ, ನೋಡಿ ಎಂದು ಮಚ್ಚೆಗಳನ್ನು ಸಹೋದ್ಯೋಗಿಗಳಿಗೆ ತೋರಿಸುತ್ತಿದ್ದ.

ಕೊನೆಯ ದಿವಸ ಯಾರು ಮಾತಿಗೆ ಸಿಕ್ಕರೂ, "ಯೂ ಕುಡ್ ಬಿ ನೆಕ್ಸ್ಟ್" ಎಂದು ಪುಕ್ಕಲೆಬ್ಬಿಸುತ್ತಿದ್ದ. ಅವನ ಧಾಟಿಯು ಕಲ್ಪನೆಗಿಂತ ವಾಸ್ತವಕ್ಕೆ ಹೆಚ್ಚು ಸಮೀಪವಿರುವಂತೆ ಧ್ವನಿಸಿ ದಿಗಿಲು ಹುಟ್ಟಿಸುತ್ತಿತ್ತು. ಆಫೀಸಿನಲ್ಲಿ ಒಂದು ರೀತಿಯ ಅರಾಜಕತೆ ಸೃಷ್ಟಿಯಾಗಿತ್ತು. ಯಾರಿಗೂ ಕೆಲಸ ಮಾಡುವ ಹುಮ್ಮಸ್ಸಿರಲಿಲ್ಲ. ಕಾಲವು ತನ್ನ ಸಲುವಾಗಿ ಸಂಭ್ರಮಿಸಲು ಹೊರಟಿದ್ದವರ ಸಂತೋಷವನ್ನು ಕಸಿದುಕೊಂಡಿದ್ದಂತಹ ವಿಪರ್ಯಾಸ. ಈ ಅದೃಶ್ಯ ಗಲಭೆಯ ನಡುವೆ ದೂರದೇಶದಿಂದ ಆಗಮಿಸಿದ್ದ ಸಹೋದ್ಯೋಗಿಯು ಮುಖಹೇಡಿಯಂತೆ ತನ್ನ ಕ್ಯೂಬಿಕಲ್ಲು ಬಿಟ್ಟು ಕದಲದೆ ಪಟ್ಟಾಗಿ ಕೂತುಬಿಟ್ಟಿದ್ದ. ಹಸಿವು ದಾವರಗಳನ್ನು ನುಂಗಿಕೊಂಡು ದೇಹ ಮನಸ್ಸುಗಳ ಹಿಂಸಿಸುವುದರಲ್ಲಿ ತೊಡಗಿಸಿಕೊಂಡಿದ್ದ.

ಎಂದಿಗಿಂತ ಮುಂಚೆಯೆ ಅವತ್ತು ಆಫೀಸು ಖಾಲಿಯಾಗಿತ್ತು. ಶಂಕರ್ ಒಬ್ಬ ಮಾತ್ರ ಟಿಮ್‌ನ ಜೊತೆ ಸ್ಮೋಕಿಂಗ್ ಝೋನಿನಲ್ಲಿ ಸುದೀರ್ಘ ಸಂಭಾಷಣೆಯಲ್ಲಿ ಮುಳುಗಿದ್ದ. ಆತ ಬಹಳ ಆತಂಕ ಅನಿಶ್ಚಿತತೆಯಿಂದಿರುವಂತೆ ಕಾಣುತ್ತಿತ್ತು. ತನ್ನ ದೇಶದಿಂದ ಉನ್ನತ ಶಿಕ್ಷಣಕ್ಕೆಂದು ಬಂದು ಹಿಂದಿರುಗದೆ ಉಳಿದುಕೊಂಡ ಅಸಂಖ್ಯಾತರಲ್ಲಿ ಒಬ್ಬನು ಅವನು. ಮದುವೆ ಮಕ್ಕಳು, ಉದ್ಯೋಗ ನಾಗರಿಕತ್ವ ಎಲ್ಲವನ್ನು ಈ ದೇಶ ಒದಗಿಸಿಕೊಟ್ಟಿತ್ತು. ಭಾರತೀಯರಿಗೆ ಬಿಳಿಯನಂತೆ, ಅಮೇರಿಕನ್ನರಿಗೆ ಕರಿಯನಂತೆ, ಅಮೆರಿಕನ್ನರಿಗೆ ಹೊರಗಿನವನಂತೆ, ಹೊರಗಿನವರಿಗೆ ಅಮೆರಿಕನ್ನಿನಂತೆ, ತುಂಬ ವಿಚಿತ್ರವಾಗಿ ಕಾಣುತ್ತಿದ್ದ. ಮೊಣಕಾಲಿನವರೆಗಿನ ಚಡ್ಡಿ ಧರಿಸಿ ಟೀ ಶರ್ಟನ್ನು

ಇನ್‌ಶರ್ಟ್ ಮಾಡಿ ಬೆಲ್ಟ್ ಹಾಕಿಕೊಂಡಿದ್ದ. ತಲೆ ಅರ್ಧಕರ್ಧ ಬೆಳ್ಳಗಾಗಿತ್ತು. ಕುಟುಂಬವು ಕ್ಯಾಲಿಫೋರ್ನಿಯಾದಲ್ಲಿದ್ದ ಕಾರಣ ಸಿಯಾಟಲ್ ಕ್ಯಾಲಿಫೋರ್ನಿಯಾ ನಡುವೆ ವಾರಾಂತ್ಯದಲ್ಲಿ ಮಾಗೊಯ್ಯುತ್ತಿದ್ದ. ಟಿಮ್ ನ ಮುಂದಿನ ಯೋಜನೆ, ಕಂಪನಿಯ ಯೋಜನೆ, ಮಾರುಕಟ್ಟೆಯ ಸ್ಥಿತಿಗತಿ, ವಿಚಾರವು ಎಲ್ಲಾ ದಿಕ್ಕಿನಲ್ಲು ಹರಿದಿತ್ತು.

"ಈ ಫಕ್ಕರ್‌ಗಳು ಮೊದಲು ಬಂದರು. ಇಲ್ಲೆ ತಿಕಾ ಊರಿ ಕುಂತರು. ರಾತ್ರಿ ಹನ್ನೊಂದರತನಕ ಕತ್ತೆ ಕೆಲಸ ಮಾಡಿಕೊಂತ ನಮ್ಮ ಸಂಸ್ಕೃತಿಯನ್ನೆ ಹಾಳುಗೆಡ ವಿದರು"

"ಈಗ ಸ್ಕ್ರೂ ಟೈಟ್ ಮಾಡಿದ್ದೀವಿ ಅಂತ ಇಲ್ಲಿಂದ ಜಾಬ್‌ಗಳನ್ನೆ ಹೈಜ್ಯಾಕ್ ಮಾಡ್ತಿದ್ದಾರೆ."

ಟಿಮ್ ತನ್ನ ಸಿಟ್ಟನ್ನು ಕಕ್ಕುತ್ತಿದ್ದ. ಅರ್ಥವಾಗುವಂತದ್ದೆ. ಶಂಕರ್ ಮಿಕಮಿಕ ನೋಡುತ್ತ ಒಂದೆ ಸಮನೆ ಯಾಂತ್ರಿಕವಾಗಿ ತಲೆ ಗುಣುಕು ಹಾಕುತ್ತಿದ್ದ. ಪ್ರಸ್ತುತ ಸನ್ನಿವೇಶದಲ್ಲಿ ತಾನು ಆರೋಪಿಯೋ ಫಿರ್ಯಾದಿಯೋ ತನಗೇ ಸ್ಪಷ್ಟತೆ ಇರದೆ ಒದ್ದಾಡುತ್ತಿರುವಂತಿತ್ತು. ಅಂತಹ ಸಂದಿಗ್ಧ ಕ್ಷಣದಲ್ಲಿ ಇಂಡಿಯಾದ ಸಹೋದ್ಯೋಗಿಯ ಅಸಂಬದ್ಧ ಪಾದಾರ್ಪಣೆಯಿಂದ ತಮ್ಮ ಸಂಭಾಷಣೆಗೆ ಕೊಕ್ಕೆ ಬಿದ್ದು ಇಬ್ಬರಿಗೂ ಇರುಸುಮುರುಸು. ಅತಿಥಿಗೆ ಆಡಿಯೋ ಕಾನ್ಫರೆನ್ಸ್ ಮೂಲಕ 'ಕೇಟಿ'(ಜ್ಞಾನ ಹಸ್ತಾಂತರ) ತಗೊಳ್ಳುವಾಗ ಟಿಮ್‌ನ ಪರಿಚಯ ಮೊದಲೇ ಆಗಿತ್ತಾದರೂ ಮುಖತಃ ಇದೇ ಮೊದಲ ಭೆಟ್ಟಿ.

"ಹೈ, ಐ ಯಾಮ್ ಮಧುಕರ್."

"ಹೆಲೋ ಮದರ್ ಫಕರ್."

ತಬ್ಬಿಬ್ಬಾದ ಅತಿಥಿ. ತನ್ನ ಕಿವಿಯೇ ಸರಿಯಿಲ್ಲವೇನೋ ಎಂದು ಸಂಶಯಿಸಿ, ಚೇತರಿಸಿಕೊಂಡು, "ಅದು, ಮ-ಧು-ಕ-ರ" ಎಂದು ಉಚ್ಚರಣೆಯನ್ನು ತಿದ್ದಿ ಯಾವುದಕ್ಕೂ ಮ್ಯಾನೇಜರ್ ಕಿವಿಗೆ ಹಾಕುವುದು ಒಳಿತೆನ್ನಿಸಿತಾದರೂ ಹಾಗೆ ಮಾಡಿದರೂ ಏನು ಪ್ರಯೋಜನ ಹೇಗಿದ್ದರೂ ಕಂಪನಿ ಬಿಡುತ್ತಿರುವನಲ್ಲವ ಎಂಬ ನಿರಾಸೆಯಾಗಿ ಪಾಪ ಅಂತಲೂ ಕನಿಕರ ಹುಟ್ಟಿ ಎಂಥ ಹೇತ್ಲಾಂಡಿ ಉತ್ತರ ಕೊಟ್ಟೆ ನಾನು ಎಂಬಲ್ಲಿಗೆ ಯೋಚನೆ ನಿಂತಿತು. ಆಸರೆಗೆಂದು ಶಂಕರ್‌ನತ್ತ ತಿರುಗಿದಾಗ ಮೊದಲೇ ಕಸರುಗಟ್ಟಿದ್ದ ಶಂಕರನಿಂದ ಯಾರಿಗೂ ಸಲ್ಲದ ವಕ್ರ ಕಿರುನಗೆ ಹರಿದು ಅತಿಥಿಗೆ ಹೇಸಿಗೆ ಮೇಲೆ ನಿಂತಂಥ ಅನುಭವ. ಎಷ್ಟು ಬೇಗ ಇಲ್ಲಿಂದ ಓಡಿ ಬಿಡುವೆನೋ ಎಂಬ ಆತುರ.

"ನೋಡು, ಇದರಲ್ಲಿ ನನ್ನದೇನೂ ಇಲ್ಲ. ನಾನೂ ಕೂಡ ನಿನ್ನಂತೆಯೆ ಉದ್ಯೋಗಿ. ಒಂದು ಸಾಮಾನ್ಯ ಕಣ."

"ನಿನಗಾಗಿರುವುದಕ್ಕೆ ನನ್ನನ್ನು ಕ್ಷಮಿಸು."

"ಇದೆಲ್ಲ ಸರ್ವೇಸಾಮಾನ್ಯ. ಇವತ್ತು ನೀನು. ನಾಳೆ ನಾನು."

"ಅರೆ, ಫ್ರೀಮಾರ್ಕೆಟ್ ಅಂದರೆ ಹೀಗೆ ತಾನೆ. ನಾಳೆ ನೀನು ಕಂಪನಿ ತೆರೆದು ಅದು ಲಾಸಾದರೆ ನೀನೂ ಹೀಗೆ ಮಾಡ್ತೀಯ ತಾನೆ."

"ಫಕ್ ಯೂ, ನೀನೂ ಹೊರಗಿನೋನೆ. ನನಗಿಂತ ಸ್ವಲ್ಪ ಮುಂಚೆ ಬಂದಿದಿಯ ಅಷ್ಟೆ."

ಅತಿಥಿ ಟಿಮ್‌ಗೆ ಹೇಗೆಲ್ಲ ಸಮಝಾಯಿಷಿ ಕೊಡಬಹುದೆಂದು ಮನಸ್ಸಿನಲ್ಲೆ ಥರಾವರಿ ಕಲ್ಪನೆಗಿಳಿದ. ಯಾರಿಗೂ ಮಾತು ಮುಂದುವರೆಸಲಾಗದಂತಹ ಸ್ಥಿತಿ ಅಲ್ಲಿತ್ತು. ಟಿಮ್ ಸಿಗರೇಟು ಎಸೆದು ಹೊರನಡೆದ. ಉದ್ಯಾನದ ತುಂಬ ತುಂಬು ಜೀವವಿದ್ದೂ ಬೋಳುಬೋಳಾಗಿ ಮೂಳೆ ರಾಶಿಯಂತಿದ್ದ ಮರಗಳು ಯುದ್ಧಖೈದಿಗಳಂತೆ ಬೆತ್ತಲೆ ನಿಂತು ಸಾಕ್ಷಿಯಾಗಿದ್ದವು. ಟಿಮ್ ಎಸೆದು ಹೋದ ಸಿಗರೇಟಿನ್ನೂ ಏದುಸಿರು ಬಿಡುತ್ತ ಕಿಡಿ ಕಾರುತ್ತಿತ್ತು. ಇವರಿಬ್ಬರಿಗೂ ಅದನ್ನು ಹೊಸಕುವ ಮನಸ್ಸು. ಹೊಸಕದೆ ಕಿಡಿಯನ್ನೆ ದಿಟ್ಟಿಸುತ್ತ ನಿಂತರು. ಮನುಷ್ಯನ ಸ್ವಭಾವಗಳೆ ಹೀಗೆ.

* * *

ಈಗೀಗ ಸಂವಾದಗಳು ಆರಂಭವಾಗುವುದೇ ದುಸ್ತರ. ಉದ್ದೇಶವೇ ಇರದ ಸಂವಾದ ಬಲು ಕಷ್ಟ. ಉದ್ದೇಶವಿದ್ದೂ ಆಂತರ್ಯದಲ್ಲಿ ತಿಕ್ಕಾಟಗಳಿದ್ದರೆ, ಅದು ಇನ್ನೂ ಕಷ್ಟ. ಶಂಕರ್‌ಗೆ ತನ್ನ ವರ್ತನೆಯ ಬಗ್ಗೆ ತೀವ್ರ ಅಪಮಾನವಾಗಿತ್ತು. ಈತನೆದುರು ಹೇಗೆ ವಿಷಾದ ವ್ಯಕ್ತಪಡಿಸುವುದೆಂದು ತಿಳಿಯದೆ ಒದ್ದಾಡುತ್ತಿದ್ದ. ಎಲ್ಲಿಂದ ಆರಂಭಿಸಲಿ? ಹೇಗೆ ಆರಂಭಿಸಲಿ? ಅನ್ಯರೊಂದಿಗಿನ ಸಂವಹನವು ಸರಾಗ. ಅಲ್ಲಿ ಸರಳುಗಳಿರುವುದಿಲ್ಲ. ಇಷ್ಟವಾಗದಿದ್ದರೆ ಸಲೀಸಾಗಿ ಬಿಡಿಸಿಕೊಂಡು ಹೊರಬರಬಹುದು. ನಮ್ಮವರೊಡನೆ ಕಷ್ಟ.

"ನಿಮ್ದು ಯಾವೂರು? ಯಾವ ರಾಜ್ಯ?" ಅತಿಥಿಯೆ ವಿಚಾರಿಸಿದ. ಇಂಡಿಯನ್ ಟಾಕ್.

"ನಾನು ಬಂದಿದ್ದು ಅನಂತಪುರದಿಂದ. ಆದರೆ ಈಗ ಸಂಪೂರ್ಣ ಅಮೆರಿಕನ್" ಎಂದ ಶಂಕರ್, ಅಮೆರಿಕನ್ ಉಚ್ಚಾರಣೆಯಲ್ಲಿ. ಸಮರ್ಥನೆಗಿಳಿದುಬಿಟ್ಟೆನಾ ಎಂಬ ಸಂದೇಹವು ಉದ್ಭವಿಸಿ ಪಿಚ್ಚೆನಿಸಿತು. ಆದರೆ ಮಾತು ಇಂತಹ ಟಿಪಿಕಲ್ ಪ್ರಶ್ನೆಗಳಿಂದ ಶುರುವಾದರೆ ಅದು ಎಲ್ಲೆಲ್ಲಿಗೆಲ್ಲ ಎಳೆದೊಯ್ಯುವುದೆಂದು ಅವನಿಗೆ ಅರಿವಿತ್ತು. ಈ ಪ್ರಶ್ನೆಗಳು, ತನ್ನ ಉತ್ತರಗಳು–ಈಗಾಗಲೆ ಸುಮಾರು ಸರ್ತಿ ಘಟಿಸಿರುವಂತವು.

ಪೂರ್ವಾನುಭವದ ಪ್ರಕಾರ ಈ ಪ್ರಶ್ನೆಗಳು ಒಂದಕ್ಕೊಂದು ಜಂಟಿ ಬಿದ್ದು ತನ್ನ ಪೂರ್ವಾಪರದ ಕರುಳನ್ನೆಲ್ಲ ಬಗೆದುಬಿಡುತ್ತವೆ. ಇಂಡಿಯನ್ ಮನಸ್ಥಿತಿಯಿಂದ ಕೇಳುವ ಪ್ರಶ್ನೆಗಳಿಗೆ ಅಮೆರಿಕನ್ನಾಗಿ ಉತ್ತರಿಸುವುದು ಹಿಂಸೆಯ ಕ್ರಿಯೆ. ದಶಕಗಳೆ ಉರುಳಿವೆ, ಹುಟ್ಟೂರು ಬಿಟ್ಟು, ನೆನಪುಗಳೆಲ್ಲ ಮಾಸಲಾಗಿವೆ. ಅಪ್ಪಿತಪ್ಪಿ ಚಡ್ಡಿ ದೋಸ್ತ ಎದುರಾದರೂ ತಬ್ಬಿಕೊಳ್ಳುವಷ್ಟು ಬಳ್ಳಿ ಸಂಬಂಧ ಉಳಿದಿಲ್ಲ. ತನ್ನ ಹೆತ್ತವರು ತೀರಿಕೊಂಡಾಗಲೆ ಕೊನೆಯ ಕೊಂಡಿ ಕಳಚಿತು.

ಮೊನ್ನೆ ಕುತೂಹಲದಿಂದ ಚುನಾವಣಾ ಪ್ರಚಾರಕ್ಕೆಂದು ಬಂದಿದ್ದ ಕ್ಯಾಂಡಿಡೇಟಿನ ಸಮಾವೇಶಕ್ಕೆ ಹೋಗಿ ಅಲ್ಲಿ ನೆರೆದಿದ್ದ ನೂರಾರು ಇಂಡಿಯನ್ನನ್ನ ಎದುರುಗೊಂಡು, ಅವರೊಂದಿಗಿನ ಮಾತುಕತೆ– ಅಬ್ಬ, ಅದು ಹಿಂದೆಂದೂ ಅನುಭವಿಸಿರದ ಮುಜುಗರ ತಂದಿತ್ತು. ತನಗಿಂತ ಹಿರಿಯರು ಕಿರಿಯರು ಸಮಕಾಲೀನರು. ಮಕ್ಕಳು. ಯಾರು ಯಾವ ಹಂತದ ಅಮೆರಿಕನ್ ಅನ್ನೋದು ಬಾಯಿ ಬಿಟ್ಟಾಗಲೇ ಗೊತ್ತಾಗುತ್ತಿದ್ದುದು. ಸಮಾವೇಶದಲ್ಲಿ ಎಲ್ಲರಂತೆ ತಾನೂ ಭಾವಾವೇಶಕ್ಕೊಳಗಾಗಿ, ಒಮ್ಮೆಯಂತೂ ಬಾಯಿ ತೆರೆದು ಘೋಷಣೆ ಕೂಗಿ, ಎಂದೂ ಚಳುವಳಿಗಳಲ್ಲಿ ಪಾಲ್ಗೊಳ್ಳದವನು ಏಕ್ದಂ ಬೀದಿಗಿಳಿದು ಜೈಕಾರಗಳನ್ನು ಕೂಗಿದಾಗಾಗುವಂತಹ ಲಜ್ಜೆ. ಏನೇನೋ ಸಂಭವಿಸುತ್ತಿರುವ ಹಾಗಿತ್ತು ಅವತ್ತು. ಸಮಾವೇಶದಿಂದ ಹಿಂದಿರುಗುವಾಗ ವಾಪಸ್ಸು ಇಂಡಿಯಾಕ್ಕೆ ಮರಳುವ ದೂರ ಕಲ್ಪನೆಯೊಂದು ಮನಸ್ಸಿನಲ್ಲಿ ಸುಳಿದಿತ್ತು. ಮನೆಗೆ ಬಂದೊಡನೆ, ತನ್ನ ಮಡದಿ ಮಕ್ಕಳ ಕಂಡೊಡನೆ, ಇಲ್ಲ ಇಲ್ಲ, ಇದು ಅಸಂಭವವೆಂಬ ವಾಸ್ತವ ಕಣ್ಣಿಗೆ ಕಟ್ಟಿ ಶೂನ್ಯನಾಗಿದ್ದ. ಈಗ ಅದೆಲ್ಲ ನೆನೆಸಿಕೊಂಡರೆ ತನ್ನ ಬಾಲಿಶತನದ ಬಗ್ಗೆ ತನಗೇ ಮರುಕ ಹುಟ್ಟುತ್ತದೆ. ರಾಜಕೀಯೇತರ ಮಹಾನರು ಹೋರಾಟ ಧರಣಿಯೆಂದು ಕುಳಿತರೂ ಸಂಶಯ ಹುಟ್ಟುತ್ತದೆ. ಈ ಜಗತ್ತಿನಲ್ಲಿ ಮತ್ತೆಂದೂ ಗಾಂಧಿ ಅಂಬೇಡ್ಕರ್ ಮಂಡೇಲಾ, ಭಗತ್‌ನಂತಹ ಪ್ರಾಮಾಣಿಕರು ಹುಟ್ಟಲಾರರು. ಆ ಕಾಲಕ್ಕೆ ತಾವೆಂದೂ ಮರಳಲಾರೆವು. ದಿನೇದಿನೇ ಕುಸಿಯುತ್ತಿರುವ ಜಗತ್ತಿನ ನೈತಿಕತೆಯಲ್ಲಿ ನಾವು ಇತಿಹಾಸದ ಪುಸ್ತಕಗಳಲ್ಲಿ ಕಂಡಂತಹ ಮಹಾನುಭಾವರನ್ನು ಬಯಸುವುದು ತಪ್ಪು. ಈಗಿನವರನ್ನೆಲ್ಲ ಮುಂದೆ ನಮ್ಮ ಮರಿಮಕ್ಕಳು ಸಮಾಜ ಸುಧಾರಕರೆಂದು ಓದುವ ಕಲ್ಪನೆಯೇ ಶಂಕರನನ್ನು ದಿಗಿಲುಗೊಳಿಸಿತು. ಇತಿಹಾಸ ಬರೆಯುವವರೆಲ್ಲ ನರಮಾನವರಾಗಿದ್ದು, ಸಾಮಾನ್ಯನ ಸಕಲ ದೌರ್ಬಲ್ಯಗಳನ್ನು ಹೊಂದಿದ್ದು ಯಾರು ತಾನೆ ನಿಷ್ಪಕ್ಷಪಾತವಾಗಿ ಬರೆಯಲು ಸಾಧ್ಯ? ಅನಾದಿಕಾಲ ದಿಂದಲೂ ಮನುಷ್ಯನು ಖಚಿತವಾಗಿ ಮೀರಲಾರದ ದೇವರೆಂಬುವನೇ ಖುದ್ದು ಪಕ್ಷಪಾತಿಯಾಗಿರುವಾಗ. ಈ ಕ್ಷಣ, ಈ ಗಳಿಗೆ, ನಾನು ಕಂಡದ್ದು, ಸಾಕ್ಷೀಕರಿಸುದಷ್ಟೆ ನನ್ನ ಸತ್ಯ. ಮಿಕ್ಕಿದ್ದೆಲ್ಲ ಅವರವರ ಸತ್ಯ.

ಯೋಚನೆಗಳು ಒಂದಕ್ಕೊಂದು ಬೆಳೆಯುತ್ತ ಬಗೆದುಕೊಳ್ಳುತ್ತ ಹೋದಂತೆ ಸದ್ಯಕ್ಕೆ ತನ್ನದೇ ಹಾಸಿ ಹೊದ್ದುಕೊಳ್ಳುವಷ್ಟಿದೆ ಎಂಬುದು ನೆನಪಾಗಿ ನಾನೀಗ ಅಮೇರಿಕನ್. ನನಗ್ಯಾಕೆ ಇವರ ಉಸಾಬರಿ, ಟು ಹೆಲ್ ಎಂದು ಸಂತೈಸಿಕೊಂಡ ಶಂಕರ್. ಬಿಳಿತ ಮರಗಳಲ್ಲೆ ಮುಳುಗಿಹೋಗಿದ್ದ ಅತಿಥಿಯನ್ನು ಗಮನಿಸುತ್ತ– ಇನ್ನೂ ಸಣ್ಣ ಹುಡುಗ. ಕ್ಯಾಂಪಸ್ ರೆಕರೂಟಂತೆ. ಮೀಸೆ ಕೂಡ ಚಿಗುರಿಲ್ಲ. ಈತ ನನ್ನು ದ್ವೇಷಿಸಿ ಏನು ಸಾಧಿಸಲಿ? ವಾಸ್ತವದಲ್ಲಿ ನನ್ನ ಉದ್ಯೋಗಕ್ಕೆ ಮುಳ್ಳಾಗಲಿರು ವವನು. ಭಾವಣಿಕೆಯಲ್ಲಿ ರಿಯಾಯಿತಿ ತೋರಿಸೆಂದರೆ ಹೇಗೆ? ಆಗಲೇ ಇವನ ಬಗ್ಗೆ ಮನಸ್ಸಿನಲ್ಲಿ ಕಹಿ ಹುಟ್ಟಿತ್ತಲ್ಲ, ಈಗೇಕೆ ತಣ್ಣಗಾಗುತ್ತಿರುವೆ? ನನಗೆ ಅನ್ಯರೆಂದರೆ ಯಾರು, ನಮ್ಮವರೆಂದರೆ ಯಾರು?. ಎಲ್ಲರೂ ಭಾವಿಸುವ ಹಾಗೆ, ನನ್ನ ಮಕ್ಕಳು ಮೊಮ್ಮಕ್ಕಳು ಮಾತ್ರ ಸಂಪೂರ್ಣ ಅಮೆರಿಕನ್ನರೆನಿಸಿಕೊಳ್ಳಲು ಯೋಗ್ಯರಾ?.

ಯಾರನ್ನಾದರೂ ಸುಲಭವಾಗಿ ಕೆರಳಿಸಬಹುದೆಂದರೆ, ಅದು ರಾಜಕೀಯ ಘಟ್ ಲಾಯಿರಿಯ ಮೂಲಕ ಮಾತ್ರ. ಏನಾದರು ಪಾಲಿಟಿಕ್ಸ್ ಬಗ್ಗೆ ತೆಗೆಯೋಣ, ಆವಾಗಲಾದರೂ ಇವನೊಂದಿಗೆ ಸಲುಗೆ ಭಾವ ಹುಟ್ಟಬಹುದು ಎಂದು ಶಂಕರ್ ಯೋಚಿಸಿದ. ಹಿಂದಗುಂಟಲೆ, ಎಲ್ಲಾದರೂ ಉಂಟೆ? ಇವನು ಏನೋ ಎಂತೋ ಎಂಬ ಅನುಮಾನ ಮೂಡಿತು. ತನ್ನ ಅಭಿಪ್ರಾಯ ಒಪ್ಪದವನು ಅಂತ ಗೊತ್ತಾದರೆ ಮುಖ ಕೊಟ್ಟು ಮಾತನಾಡಿಸಲಾಗದಂಥ ಕಾಲ ಇದು. ಸಮಾವೇಶದಿಂದ ಹಿಂದಿರು ಗಿದ ನಂತರ ಸಾಕಷ್ಟು ಅನುಭವ ಆಗಿದೆ. ಹೋಗಲಿ, ಸಿನಿಮಾ, ಸ್ಪೋರ್ಟ್ಸ್, ಹೋಟೆಲು, ಖಾದ್ಯ, ಸಂಗೀತ, ನೂರೆಂಟು ಸಂಗತಿಗಳ ಬಗ್ಗೆ ಯೋಚಿಸಿದ. ಮನಸ್ಸು ಕೂಡಲಿಲ್ಲ. ಒಳಗೊಳಗೆ ಹಿಂಡಿಕೊಂಡಂತಹ ಅನುಭವ. ಪಶ್ಚಾತ್ತಾಪವನ್ನು ವ್ಯಕ್ತಪಡಿಸಲಾಗದ ಹತಾಶೆ. ಸಂದರ್ಭಗಳು ಕೈಕೊಡುವುದೇ ಹೀಗೆ. ಅಪಾರ್ಥಗಳು ಸೃಷ್ಟಿಯಾಗುವುದೇ ಹೀಗೆ. ವಿಚಾರ ವಿನಿಮಯದ ಮೂಲಕ ಬಗೆಹರಿಸಿಕೊಳ್ಳಬೇಕಾದ ಜಾಗದಲ್ಲಿ ಇಂದು ಅವೇ ಸಂಬಂಧಗಳನ್ನು ವಿಷಯುಕ್ತಗೊಳಿಸುತ್ತಿರುವ ದುಃಸ್ಥಿತಿ. ಇರಲಿ, ಇದು ಹೀಗೆಯೆ ಇರಲಿ, ಈ ಸಂದಿಗ್ಧತೆಯೆ ಹೆಚ್ಚು ಪ್ರಾಮಾಣಿಕ ಎಂದುಕೊಂಡು ಸಿಗರೇಟನ್ನು ಪ್ಯಾಕಿನಿಂದ ಎಳೆದು ತುಟಿಗಳ ನಡುವೆ ಸಿಕ್ಕಿಸಿ ಲೈಟರ್‌ಗಾಗಿ ತಡಕಾಡುತ್ತಿರಲು ಅತಿಥಿ ಸಾವಿರಾರು ಮೈಲಿ ದೂರದಿಂದ ತಂದಿದ್ದ ಕೋಳಿ ಹುಂಜ ಮಾರ್ಕಿನ ಪುಟ್ಟ ಬೆಂಕಿ ಪೊಟ್ಟಣದಿಂದ ಕಡ್ಡಿಯನ್ನು ಗೀರಿ ಶಂಕರನಿಗೆ ಸಹಾಯ ಮಾಡಿದ. ಎರಡು ಮೂರು ಪಫ್ ನಂತರ ಸಿಗರೇಟು ಕೈ ಬದಲಾಯಿಸಿತು. ಟಿಮ್ ಎಸೆದು ಹೋದ ಸಿಗರೇಟಿನ ತುಂಡು ತಂತಾನೆ ಸುಟ್ಟು ಆರಿಹೋಗಿತ್ತು.

* * *

"ಮ್ಯಾಥೂ, ಮ್ಯಾಥೂ."

ಚೇರುಗಳನ್ನು ಕೂಡಿಸಿ ನಿದ್ದೆಗೆ ಜಾರಿದ್ದವನು ಧಡಗ್ಗನೆ ಎದ್ದು ಕುಳಿತು ಕನ್ನಡಕ ಸರಿ ಮಾಡಿಕೊಂಡು ಕಟಬಾಯಿ ಒರೆಸಿಕೊಂಡ. ಎದುರಿಗೆ ಲ್ಯಾಬ್ ಅಡ್ಮಿನಿಸ್ಟ್ರೇಟರ್ ಸರ್ಗೇ. ಐವತ್ತು ದಾಟಿರುವ ಮುದುಕ. ಸುಕ್ಕುಗಳಿಂದ ಗುಳಿಬಿದ್ದ ಕೆಂಪಾನೆ ಕೆಂಪು ಮುಖ. ಬಿಳಿ ಹುಬ್ಬು, ನುಣ್ಣಗೆ ಬೋಳಿಸಿದ ಕೆನ್ನೆ. ತುಸುವೇ ಬಾಗಿದ ಬೆನ್ನು. ಲ್ಯಾಬಿನ ಅತಿ ಶೀತಲ ಏಸಿಯಿಂದ ರಕ್ಷಿಸಿಕೊಳ್ಳಲು ಧರಿಸಿದ್ದ ದಪ್ಪನೆಯ ಜಾಕೆಟ್ ಸೋಲುತ್ತಿರುವ ದೇಹಕ್ಕೆ ಹೊರೆಯಂತೆ ಕಂಡಿತು. ಕೊರಳಲ್ಲಿ ನೀಲಿ ಹಳದಿ ಬಣ್ಣದ ಲ್ಯಾನ್ ಕೇಬಲ್‌ಗಳು ಉರುಳಿನಂತೆ ನೇತಾಡುತ್ತಿದ್ದವು. ವಿದ್ಯುತ್ ನಿರೋಧಕ ಚಪ್ಪಲಿಗಳಿಗಿನ್ನೂ ಬಿಡುಗಡೆ ದೊರೆತಿರಲಿಲ್ಲ. ಕೆಲವೇ ವರ್ಷಗಳಲ್ಲಿ ರಿಟಾಯರ್ ಆಗುವ ವ್ಯಕ್ತಿ, ತಾನು ಪ್ರತ್ಯಕ್ಷವಾಗಿ ಕಂಡ ಪೂರ್ಣಾವಧಿ ಮುಗಿಸಿ ನಿವೃತ್ತಿಯಾಗಲಿರುವ ಮೊದಲ ಐಟಿ ಉದ್ಯೋಗಿ. ಅಂದಹಾಗೆ, ಇಷ್ಟು ಸುಕ್ಕು ಇರುವ ಮುಖ ಹೊತ್ತವರು ಅಷ್ಟು ನುಣ್ಣಗೆ ಹೇಗೆ ಬೋಳಿಸಿಕೊಳ್ಳುತ್ತಾರೆ? ತರಲೆ. ತರಲೆ.

ಔಪಚಾರಿಕವಾಗಿ, "ಹೇ ಸರ್ಗೇ, ನಾಳೆ ಹೊಸ ವರ್ಷ, ಆಗಲೇ ಮರೆವಾ?", ಛೇಡಿಸಿದಂತೆ ನಟಿಸಿದ.

"ಯು ನೋ ಮೈ ಸನ್, ಈಗೀಗ ಹೊಸ ವರ್ಷಗಳೆಂದರೆ ನನಗೆ ಸಂತೋಷ ತರೋವಂತವಲ್ಲ" ಎಂದವನು ತಾನೇ ಮುಂದುವರೆಸಿ?"ಸುಮ್ನೆ ತಮಾಷೆಗಂದೆ" ಎನ್ನುತ್ತ ತೆಳುನಗೆ ಬೀರಿದ ಸರ್ಗೇ. ಅದರ ಮೂಲಕ ತಾನು ನಿವೃತ್ತಿಗೆ ಹತ್ತಿರವಾಗುತ್ತಿರುವ ಬಗ್ಗೆ ಬೇಸರ ವ್ಯಕ್ತಪಡಿಸುತ್ತಿರುವನೋ ಅಥವಾ ಮುದುಕನಾಗುವ ಬಗ್ಗೆ ಬೇಜಾರಾಗಿರುವನೋ, ಇವನಿಗೆ ಅರ್ಥವಾಗಲಿಲ್ಲ. ಎರಡೂ ಇರಬಹುದು. ಇರುವುದೊಂದೇ ಬದುಕು. ನಷ್ಟವೋ ಲಾಭವೋ ಕಣ್ಣೆದುರಿಗೆ ಕೈಜಾರಿ ಹೋಗುವುದು ದುರಂತಮಯ. ಅವರವರು ಅನುಭವಿಸಿದ್ದರ ಮೇಲೆ ನಿರ್ಧರಿತವಾಗಿರುತ್ತದೆ ಅನಿಸುತ್ತೆ ದುರಂತ ಹೌದೋ ಅಲ್ಲವೋ ಅಂತ. ಇಲ್ಲಾಂದರೆ ಕೆಲವರೇಕೆ ಮಾರ್ಗಮಧ್ಯ ಸ್ವತಃ ತಾವೇ ಪೂರ್ಣವಿರಾಮ ಇಟ್ಟುಕೊಳ್ಳುತ್ತಾರೆ?

ವಯೋಸಹಜ ಮಾಗಿದ್ದ ಸರ್ಗೇ ಸಲ್ಲದ ವಿಚಾರಣೆಯನ್ನೇನು ನಡೆಸಲಿಲ್ಲ. "ಕಮ್, ಲೆಟ್ಸ್ ಹ್ಯಾವ್ ಎ ಡ್ರಿಂಕ್" ಎನ್ನುತ್ತ ಹಿರಿತನದ ಅಧಿಕಾರವಾಣಿಯಿಂದ ಎಬ್ಬಿಸಿದ. ಎಳೆಯರು, ವೃದ್ಧರು, ಬದುಕಿನ ದಿಗಂತಗಳು. ಹುಟ್ಟು ಸಾವುಗಳಿಗೆ ಅತ್ಯಂತ ಸಮೀಪವಿರುವವರು. ಇವರ ಸಂಗಡ ಕಾಲ ಕಳೆಯುವುದು ಇವನಿಗೆ ಬಲು ಪ್ರಿಯವಾದುದು. ಸುಲಭ, ಸದರಗಳ ಸಾಧ್ಯತೆಯಿಂದಿರಬಹುದು. ಇವರೊಂದಿಗೆ ಬುರುಡೆ ಬಿಡುವಾಗ ಚಿಂತನೆಗೆ ಯಾವುದೇ ಅಡೆತಡೆಗಳಿರುವುದಿಲ್ಲ. ಫಕ್ಕನೆ ನಿಲ್ಲಿಸಿ ಲಾಯರು ಪಾಯಿಂಟು ಹಾಕಿ ಗುದ್ದಾಡುವುದಿಲ್ಲ. ತನಗೆ ಎಂದಿಗೂ ಬಾರದ,

ಹಿಂಸೆಯೆನಿಸುವ ಸಂವಹನ ಕ್ರಿಯೆ ಇಲ್ಲಿ ಲಯ ತಪ್ಪಿದರೂ ಅಡ್ಡಿಯಿಲ್ಲ. ಬಾಲ್ಯ ಸ್ನೇಹಿತರು ಸಂಬಂಧಿಕರು ಬಿಟ್ಟರೆ ಬೇರಾರೊಂದಿಗೂ ಶಿಷ್ಟಾಚಾರದ ಗೆರೆಯಿಲ್ಲದೆ ಮನಸೋಇಚ್ಛೆ ಹರಟೆ ಹೊಡೆಯಲು ಹಿಂಜರಿಯುವಂಥ ಪರಿಸ್ಥಿತಿಯಲ್ಲಿ ಸರ್ಗೇ ಸಂಗಡ ಆ ಸ್ವಾತಂತ್ರ್ಯ ಅನುಭವಕ್ಕೆ ಬಂದಿದ್ದು ಅವನಿಗೆ ಮುದವೆನಿಸಿತು.

ಕನ್ನಡಪ್ರಭ, ೨೦೧೮

ಕನಸು

ಅವನು ಮಲಗಿದ್ದಲ್ಲೇ ಕೊಳೆಯುತ್ತಿದ್ದ. ಅವನ ಸುತ್ತ ಹುತ್ತ ಬೆಳೆಯುವುದೊಂದು ಬಾಕಿ ಇತ್ತು.

"ಎದ್ದೇಳೋ ಲೋಫರ್"

"ಅ್ಞ? ಎದ್ದೆ? ಉ್ಞ ಎದ್ದೆ? "

ರೂಮೇಟು ಒಂದು ಸಲ ಝಾಡಿಸಿ ಅವನ ತಿಕಕ್ಕೆ ಒದ್ದ.

"ಥೋ ಇವನವ್ವನ, ಸುಮ್ಕಿರಲೋ... ಎದ್ದೇ"

ಕಣ್ಣುಜ್ಜಿಕೊಂಡು ಹಳಸಿದ್ದ ಮಾಸಲು ಹೊದಿಕೆಯನ್ನು ಸರಿಸಿ ಅವನು ಚಾಪೆಯಿಂದ ಮೇಲೆದ್ದ. ರೂಮೇಟು, "ನಾ ಊರಿಗೆ ಹೊಂಟೀನಿ" ಅಂತಂದು ಬಾಗಿಲೆಳೆದುಕೊಂಡು ಕಣ್ಮರೆಯಾದ. ಎದ್ದವನು ಅರ್ಧಂಬರ್ಧ ಕಣ್ಣು ಬಿಟ್ಟು ಚಾಪೆ ಮೇಲೆ ಹಾಗೆ ಕುಳಿತ. ಅವನ ಅಂಡು ಉಡದಂತೆ ಚಾಪೆಗೆ ಅಂಟಿಕೊಂಡಿತ್ತು. ಮೇಲೆತ್ತಲೂ ಕೂಡ ಸಾಧ್ಯವಾಗಲಿಲ್ಲ. ಎದುರಿಗೆ ಹರಡಿದ್ದ ಅಂದಿನ ದಿನ ಪತ್ರಿಕೆಯನ್ನು ಬಗ್ಗಿ ಕೈಗೆತ್ತಿಕೊಂಡ. ಮೊದಲ ಪುಟದ ತುಂಬ "ಐಪಿಎಲ್ ಧಮಾಕಾ" ಜಾಹೀರಾತು. ಪತ್ರಿಕೆಯ ಮೂಲಧರ್ಮ ಮೂಲೆ ಸೇರಿತ್ತು. ಜೂಗುಡಿಸುತ್ತಿದ್ದವನು ಅತ್ತಿಂದಿತ್ತ ವಾಲಾಡಿ ಮತ್ತೆ ಮಲಗಿದ. ನಿದ್ರಾದೇವಿ ಪುನಃ ಅವನ ಮೈಮೇಲೆ ಸವಾರಿ ಮಾಡಲು ಅಣಿಯಾದಳು. ಸೆಕೆಂಡ್ ಇನ್ನಿಂಗ್ಸ್ ನಿದ್ದೆಯೆಂದರೆ ಹೀಗೆ, ಏನೇನೋ ಯೋಚನೆಗಳು. ಇತ್ತಲಾಗೆ ನಿದ್ದೆ ಮಾಡಿದಂಗೂ ಅಲ್ಲ, ಅತ್ತಲಾಗೆ ಎದ್ದು ಬದುಕು ನೋಡಿದಂಗೂ ಅಲ್ಲ. ನಿಜಕ್ಕೂ ಅವನು ಐಪಿಎಲ್ ಧಮಾಕಾವೆಂಬ ಪೂರ್ಣ ವಾಕ್ಯವನ್ನೂ ಓದಿರ ಲಿಲ್ಲ. ಅವನಿಗೆ ಕಂಡದ್ದು, ತಲೆಗೆ ಏರಿದ್ದು ಧಮಾಕಾದ ಅಡಿಯಲ್ಲಿ ಅಚ್ಚೊತ್ತಿದ್ದ ಪ್ರಾಯೋಜಕರದ್ದು. ಸಹನಿ ಸ್ಪೋರ್ಟ್ಸ್, ಸಹನಿ ಸಿಕ್ಸ್,

ಸಹನಿ ಮ್ಯಾಕ್ಸ್, ಸಹನಿ ಎಕ್ಸ್, ಸಹನಿ ಮಿಕ್ಸ್, ಸಹನಿ ಕಿಕ್ಸ್. ಪ್ರಾಯೋಜಕರ ಪಟ್ಟಿ ಅರ್ಧ ಪೇಜು ಹರಡಿತ್ತು.

ಕಳ್ ನನ ಮಕ್ಕಳು. ಮೊನೋಪಲಿ. ಎಲ್ಲಿ ನೋಡಿದರೂ ಮೊನೋಪಲಿ. ಏಕಸ್ವಾಮ್ಯತೆ. ಐ ಹೇಟ್ ದಿಸ್ ಮೊನೋಪಲಿ. ಇದಕ್ಕೆ ಒಂದು ಗತಿ ಕಾಣಿಸಬೇಕು. ನಾನೇದಾದರೂ ಪ್ರಧಾನಿಯಾಗಿದ್ದಿದ್ದರೆ? ಆಗೋಲ್ಲ. ಪ್ರಧಾನಿಯಾದರೂ ಈ ಕೆಲಸವಾಗೋಲ್ಲ. ರಾಜಕಾರಣಿಗಳಿಗೂ ಬಿಸಿನೆಸ್ ಮ್ಯಾನ್ಗಳಿಗೂ ಇಟ್ಟುಕೊಂಡವರ ಸಂಬಂಧ. ಒಬ್ಬರನ್ನೊಬ್ಬರು ಬಿಟ್ಟುಕೊಡೋಲ್ಲ. ಹೌದು, ಹೀಗೆ ಮಾಡ್ತೀನಿ. ಒಂದಷ್ಟು ದುಡ್ಡು ಕೈಗೆ ಸಿಕ್ಕರೆ, ಈಗಿಂದೀಗಲೇ ಮುಂಬೈಗೆ ಹೋಗ್ತೀನಿ. ಬಿಜಿನೆಸ್ ಮ್ಯಾನ್ ತರಹ. ಹಂಗೂ ಹಿಂಗೂ ಮಾಡಿ ಸಹನಿ ಒಡೆಯನ ಆಫೀಸಿನಲ್ಲಿ ಕೆಲಸಕ್ಕೆ ಸೇರಕ್ಕೋತ್ತೀನಿ. ಆಮೇಲೆ ಅದೂ ಇದೂ ಪೂಸಿ ಹೊಡೆದು ಅವರಿಗೆ ಹತ್ತಿರದೋನಾಗ್ತೀನಿ. ಒಂದಿನ ಟೈಮ್ ನೋಡಿಕೊಂಡು,

ಸಾರ್, ಯಾವ ಚಾನೆಲ್ಲು ಚೇಂಜು ಮಾಡಿದರೂ ಸಹನಿ ಸಹನಿ ಅಂತನೇ ಕಾಣಿಸ್ತದೆ. ಒಂದಲ್ಲಾ ಒಂದಿನ ಅದು ಯಾವಂದಾದರೂ ಕೆಕ್ಕರಿಸುವ ಕಣ್ಣಿಗೆ ಬಿದ್ದು, ಅವನ ಹೊಟ್ಟೆ ಛಳುಕ್ ಅಂದು, ಮಾರನೇ ದಿನವೇ ನಂದೂ ಒಂದು ಇರಲಿ ಅಂತ ಚಾನೆಲ್ಲು ಶುರುವಚ್ಚಿ ಕುಂತರೆ? ಈಗಿನ ಕಾಲದಾಗೆ ಜನಕ್ಕಂತು ಗಳಿಗ್ಗಳಿಗ್ಗೆಗು ಚೇಂಜು ಬೇಕು, ಅವರೂ ನೋಡಿದ್ದೇ ನೋಡೀ ನೋಡೀ ರೋಸಿ ಹೋಗಿ ಹೊಸಾ ಚಾನೆಲ್ಲಿಗೂ ಮುಗಿಬಿದ್ದು, ನಿಮ್ಮ ಬಿಸಿನೆಸ್‌ನ ಅರ್ಧ ಭಾಗ ಗುಳುಂ ಅಷ್ಟೇ! ಅದಿಕ್ಕೆ, ನಿಮ್ಮ ಮನೆ ಆಳಾಗಿ ನಾನೊಂದು ಐಡಿಯಾ ಮಾಡಿದೀನಿ, ನೀವು ಸಮಾಧಾನದಿಂದ ಕೇಳಿಸ್ಕಬೇಕು. ನಿಮ್ಮದೇ ದುಡ್ಡಿನಲ್ಲಿ ಬೇರೊಬ್ಬರ ಹೆಸರಿನಲ್ಲಿ, ಬೇರೊಬ್ಬರು ಎಂದರೆ ಸದ್ಯಕ್ಕೆ ನಾನೇ ಅಂತಿಟ್ಟುಕೊಳ್ಳಿ, ತಪ್ಪು ತಿಳೀಬೇಡಿ, ಈ ಸೇವಕ ಅಂಜನೇಯನನ್ನು ಮೀರಿಸೋನು. ನನ್ನ ಹೆಸರಿನಲ್ಲಿ ಸುಮ್ ಸುಮ್ಮನೆ ಇನ್ನೊಂದು ಮೀಡಿಯ ಕಂಪನಿ ತೆರೆಯಿರಿ. ಅವಾಗ ನಿಮಗೆ ಕಾಂಪಿಟೇಟರ್ ಅಂಥ ಒಂದು ಹೆಸರಿಗೆ ಕಂಪನಿ ಇರುತ್ತೆ. ಬೇರೆಯೋರ ಕಣ್ಣೂ ಇತ್ತ ತಾಗಲ್ಲ. ಜನ ಯಾವ ಚಾನೆಲ್ಲು ನೋಡಿದರೂ ನಿಮಗೇ ಲಾಭ. ಕಾಲ ಕೆಟ್ಟೋಗಿದೆ ಸಾರ್, ಒಬ್ಬನೇ ಎಲ್ಲಾ ನುಂಗದುನ್ನ ಜನ ಸಹಿಸಲ್ಲ. ಈಗಲೇ ನೋಡಿ, ಬೀದಿಗೆ ಎರಡು ಮೂರು ದಿನಸಿ ಅಂಗಡಿ ಇರ್ತವೆ. ರಿಟೈರಾಗಿರೊ ಮುದುಕರೆಲ್ಲ ಪಿಎಫ್ ದುಡ್ಡಲ್ಲಿ ಅಂಗಡಿ ಹಾಕ್ಕೊಂಡು ಬಂದಷ್ಟು ಬರಲಿ ಅಂತ ನೊಣ ಹೊಡಕಂಡು ಕುಂತಿರ್ತಾರೆ. ಹಿಂಗಾದ್ರೆ ಯಾರಿಗೆ ಆಗಲಿ ನ್ಯಾಯವಾಗಿ ವ್ಯಾಪಾರ ದಕ್ಕೋದು ಸಾಧ್ಯವಾ ನೀವೇ ಹೇಳಿ?

ನಾನು ಬಿಟ್ಟ ಹುಳ ಅವರ ತಲೆ ತಿರುಗಾ ಮುರುಗಾ ಮಾಡುವುದು ಗ್ಯಾರಂಟಿ. ಆಗ ಶುರುವಾಗುತ್ತೆ, ಬಿನಾ ಬಂಡವಾಳ, ನನ್ನದೇ ಒಂದು ಮೀಡಿಯಾ ಕಂಪನಿ.

ಸಮಯ ನೋಡಿ ದುಡ್ಡು ಕೊಟ್ಟು ಒಬ್ಬ ವಿಜಲ್ ಬ್ಲೋವರ್‌ನ ಹುಟ್ಟು ಹಾಕಿದ ರಾಯಿತು. ಪಬ್ಲಿಕ್ಕಲ್ಲಿ ಅವನು ಬಾಯಿ ಬಿಡಂಗಿರಲ್ಲ, ಖುರ್ಚಿಯನ್ನ ನಾನು ಖಾಲಿ ಮಾಡುವಂಗಿರಲ್ಲ. ಅವನು ಒಂದು ಸಲ ವಜ್ರಮುನಿ ನಕ್ಕಂತೆ ತಾನೂ ನಗುವುದನ್ನು ಕಲ್ಪಿಸಿಕೊಂಡ.

ಐ ವಿಲ್ ಇನ್ಸೆಪ್ಟ್ ದಿಸ್ ಐಡಿಯ ಇಂಟೂ ಹಿಸ್ ಮೈಂಡ್, ಐ ಕ್ಯಾನ್. ಐ ಯಾಮ್ ಸ್ಮಾರ್ಟ್ ಥೀಫ್.

ಬೆಳಗಿನ ಕನಸು ಅವನ ನಿದ್ದೆ ಕೆಡಿಸಿತ್ತು. ವಾಸ್ತವಕ್ಕೆ ಮರಳಿದಾಗ ಎಷ್ಟು ಹೊರಳಾಡಿದರೂ ನಿದ್ದೆ ಹತ್ತಲಿಲ್ಲ. ಗೋಡೆ ಮೇಲಿನ ಗಡಿಯಾರ ನೋಡಿದ. ಮಧ್ಯಾಹ್ನ ಹನ್ನೆರಡು ವರೆ. ಎಲಾ ಇವನಾ? ನಾನೆಲ್ಲೋ ಒಂಭತ್ತೋ ಹತ್ತೋ ಅಂದುಕೊಂಡಿದ್ದೆ. ಹೊಟ್ಟೆ ಹಸೀತಿದೆ. ಪಕ್ಕದಲ್ಲಿದ್ದ ವಾಟರು ಬಾಟಲಿನಿಂದ ಅರ್ಧ ಬಾಟಲು ನೀರನ್ನು ಗಟಗಟ ಕುಡಿದ. ಮೇಲೇಳಲೂ ಆಗದಷ್ಟು ಸುಸ್ತಾಗುತ್ತಿತ್ತು. ಕಣ್ಣು ಮಂಜಾದಂತೆ. ಬಾತುರೂಮಿಗೆ ಹೋಗಿ ಬಾಯಿ ಮುಕ್ಕಳಿಸಿ, ಕೈಗೆ ನೀರು ಸೋಕಿಸಿ ಮುಖವೊರೆಸಿಕೊಂಡು ಕನ್ನಡಿ ಮುಂದೆ ನಿಂತು ತನ್ನ ತಾನೆ ನೋಡಿ ಕೆದರಿದ್ದ ತಲೆಯನ್ನು ಕೈನಲ್ಲೇ ಬಾಚಿಕೊಂಡ. ಹ್ಞ! ಕೆಟ್ಟ ಕನಸು. ಕೆಟ್ಟ ಯೋಚನೆ. ಅಪ್ಪ ಮೈಮುರಿದು ಗದ್ದೆ ಗೆಯ್ದು ಓದಿಸ್ತಾವ್ನೆ. ಚೆನ್ನಾಗಿ ಓದಿ ಒಳ್ಳೆ ಸಂಬಳ ಸಿಗೋ ಕೆಲಸ ಹುಡಿಕ್ಕಂಡೇ ಕಡೂರಿಗೆ ಕಾಲಿಡಬೇಕು. ಇಡೀ ಶಿವೊಗ್ಗದಾಗೆ ಹುಚ್ಚಪ್ಪನ ಮಗಾ ಅಂದರೆ ಇಂಥೋನು ಅಂತ ಗುರುತು ಹಿಡೀಬೇಕು. ಚಿತ್ತಶುದ್ಧಿ ಮಾಡಿಕೊಂಡ.

ನೆಗಡಿ ಹತ್ತಿದ್ದ ಮೂಗನ್ನು ಒಮ್ಮೆ ಸೀಟಿಕೊಂಡು ಕಿಸೆ ತಡಕಿದಾಗ ಹತ್ತು ರೂಪಾಯಿ ನೋಟು ಐದು ರೂಪಾಯಿ ನಾಣ್ಯ ಸಿಕ್ಕಿದವು. ಎರಡು ಇಡ್ಲಿ ಬತ್ತವೆ. ಇನ್ನೂ ಬೇಕು ಅಂದ್ರೆ ಚಟ್ನೀನು ಸಾಂಬರ್ರೂ ತೋಡಿ ತಿಂದರಾಯಿತು, ಸಂತೈಸಿಕೊಂಡು ರೂಮಿನ ಚಿಲಕ ಹಾಕಿ ಬೀಗ ಜಡಿದು ಬೀದಿಗಿಳಿದ. ಎದುರಿಗೆ ಕಾಂಪೋಂಡು. ಕಾಂಪೋಂಡಿನೊಳಗೆ ದೇವಸ್ಥಾನ. ಇಲ್ಲಿಂದ ಕಾಣುವುದು ದೇವಸ್ಥಾನದ ಗೋಪುರ ಮಾತ್ರ. ಅಷ್ಟು ದೊಡ್ಡ ಕಾಂಪೋಂಡು. ದೇವರಿಗೂ ಸೆಕ್ಯುರಿಟಿ. ಗೋಪುರದ ತುದಿಯಲ್ಲಿ ಹನುಮಂತನ ವಿಗ್ರಹ. ಹ್ಞೆ ಹ್ಞೆ? ಅಂಜನೇಯ ನಂಥ ಸೇವಕ. ನನ್ನ ಬುದ್ಧಿಗಿಷ್ಟು, ತನ್ನನ್ನು ತಾನೇ ಹಳಿಯುತ್ತ ಬೀದಿಗುಂಟ ನಡೆದು ರಸ್ತೆ ದಾಟಿ ಹೋಟೆಲಿನತ್ತ ಹೆಜ್ಜೆ ಹಾಕಿದ. ಹೋಟೆಲಿನ ಎದುರಿಗೆ ತನ್ನ ರೂಮಿನ ಬೆನ್ನಿಗೆ ಅಂಟಿಕೊಂಡಂತೆ ಎಸ್‌ಬಿಐ ಬ್ಯಾಂಕು, ಶನಿವಾರವಾದುದರಿಂದ ಜಾತ್ರೆಯಂತೆ ತುಂಬಿ ತುಳುಕುತ್ತಿತ್ತು. ಕೈಗಿಲ್ಲಾ ಬಾಯಿಗಿಲ್ಲಾ ನೋಡೋಕಷ್ಟೇ ಹಬ್ಬ ಎಂಬಂತೆ, ಮಿರಿಮಿರಿ ಮಿನುಗುವ ಶುದ್ಧ ಬಿಳುಪಿನ ವಸ್ತ್ರಧಾರಿಗಳು ತಂತಮ್ಮ ಉಂಗುರ ಚೈನುಗಳನ್ನು ಝುಳಪಿಸುತ್ತ ಕೈನಲ್ಲಿ ಚರ್ಮದ ಚೀಲವಿಡಿದು ಹೊರಗೆ

ಒಳಗೆ ಹೋಗಿ ಬರುವುದು ಮಾಡುತ್ತಿದ್ದರು. ಇವರನ್ನು ನೋಡಿದರೆ ಅವನ ಮನಸ್ಸಿನಲ್ಲಿ ಒಂಥರಾ ಹಸಿವು ಉಲ್ಬಣಗೊಳ್ಳುತ್ತಿತ್ತು.

ಚಿಕ್ಕ ಹೋಟೆಲ್. ಪಕ್ಕದಲ್ಲಿ ಚಹಾ-ಸಿಗರೇಟಿನ ಅಂಗಡಿ. ಅಂಗಡಿಯ ಪಕ್ಕ ಮತ್ತು ಅಂಗಡಿಯ ಹಿಂದೆ ಖಾಲಿ ಸೈಟಿದ್ದು ಕಸದ ತಿಪ್ಪೆ ಬೆಳೆದಿತ್ತು. ಬಹುಶಃ ಅಂದು ಹಬ್ಬದ ದಿನ. ದೇವರ ಪ್ರಸಾದ ತಿಂದು ಎಸೆದ ಬಾಳೆ ಎಲೆಯ ರಾಶಿಯಿಂದ ತಿಪ್ಪೆ ಹಸಿರುಮಯ. ಒಂದೆರಡು ನಾಯಿಗಳು ಸುಖಭೋಜನದಲ್ಲಿ ತೊಡಗಿದ್ದವು. ಅಗಾಗ್ಗೆ ತೊಂದರೆ ಕೊಡುತ್ತಿದ್ದ ಭಿಕ್ಷುಕನನ್ನು ಕವ್ವ್ ಎಂದು ಗದರಿಸಿ ಓಡಿಸುತ್ತಿದ್ದವು. ಅವನಿಗೆ ಇದನ್ನು ನೋಡಿ ಸಿಟ್ಟು ಬಂದು ಒಂದೆರಡು ಕಲ್ಲುಗಳನ್ನು ಆಯ್ದು ನಾಯಿಗಳ ತಲೆಗೆ ಗುರಿಯಿಟ್ಟು ಹೊಡೆಯಲು ಒಂದು ಕಲ್ಲು ನಾಯಿಗೆ ತಗುಲಿ ಕಯ್ಯಯ್ಯೋ ಎಂದು ಚೀರುತ್ತಾ ಉಳಿದೆಲ್ಲಾ ನಾಯಿಗಳು ಚೆಲ್ಲಾಪಿಲ್ಲಿಯಾಗಿ ಓಡಿದವು. ಭಿಕ್ಷುಕನು ನಿರಾಳ. ಈ ಬೀದಿ ನಾಟಕವನ್ನು ಅಲ್ಲಿದ್ದ ಜನ ಕಣ್ಣು ಬಾಯಿ ತೆರೆದುಕೊಂಡು ನೋಡುತ್ತಿದ್ದರು.

ಅತ್ತ ನಾಯಿಗಳಿಗೆ ಕಲ್ಲೆಸೆದು ಇತ್ತ ತಿರುಗಿ ಮುನ್ನಡೆಯಲನುವಾದಾಗ ಅವನಿಗೆ ತನ್ನ ಪಕ್ಕ ರಸ್ತೆಯಲ್ಲಿ ಕಂದು ಬಣ್ಣದ ಸೆಡಾನ್ ಕಾರೊಂದು ನಿಂತಿದ್ದು ಕಂಡು ಬಂದು, ಕಾರಿನ ಹಿಂಬದಿಯ ಕಿಟಕಿ ಅರ್ಧ ಮಾತ್ರ ತೆರೆದುಕೊಂಡಿದ್ದು, ಕಾರಿನೊಳಗೆ ಚರ್ಮದ ಚೀಲವೊಂದು ಕಾಣಿಸಿ ಫಕ್ಕನೆ ಕೈತೂರಿಸಿ ಚೀಲವೆತ್ತಿಕೊಂಡು ಅದೃಶ್ಯನಾದ. ಎಲ್ಲವೂ ಮಿಂಚಿನಂತೆ ನಡೆದ್ಹೋಯಿತು! ಒಮ್ಮೊಮ್ಮೆ ಹಾಗೇ, ಇಡೀ ವಿಶ್ವಕ್ಕೇ ಜೋಮು ಹಿಡಿದಂತೆ. ಕಾಲಚಕ್ರ ನಿಸ್ತೇಜನಗೊಂಡಂತೆ. ಇಂಥ ಕ್ಷಣಗಳಲ್ಲಿ ಬಹುಶಃ ವಿಶ್ವದ ಯಾವುದೇ ಮೂಲೆಯಲ್ಲಾದರೂ, ಯಾರು ಯಾರನ್ನಾದರೂ ಯಾಮಾರಿಸಿ ಏನನ್ನಾದರೂ ಎಗರಿಸಲು ಸಾಧ್ಯವೇನೋ. ಬಹುಶಃ ಇಂತಹ ನಿಸ್ತೇಜಿತ ಕ್ಷಣಗಳು ನಮ್ಮ ದೈನಂದಿನ ಜೀವನದಲ್ಲಿ ಆಗಾಗ್ಗೆ ಮರುಕಳಿಸುತ್ತಲೇ ಇರುತ್ತವೇನೋ. ಅಂಥಾ ಸಮಯದಲ್ಲೇ ಅನಿರ್ವಚನೀಯ ಪ್ರಸಂಗಗಳು ಜರುಗುತ್ತವೇನೋ. ಹಿಂದೆ ದೇವರುಗಳು ಇಡೀ ವಿಶ್ವಕ್ಕೆ "ಸ್ಟ್ಯಾಚೂ" ಕೊಟ್ಟು ತಾನು ಸಾವಾಕಾಶವಾಗಿ ನಡೆದು ದಾರಿ ಮಧ್ಯ ಹೊಟ್ಟೆ ತುಂಬ ಉಂಡು ನೀರು ಕುಡಿದು ನಿದ್ದೆ ಮಾಡಿ ನಮ್ಮೆದುರು ಬಂದು ನಿಂತು ಕಾಲಚಕ್ರವನ್ನು ಮತ್ತೆ ತಿರುಗಿಸಿದಾಗ ದಿಢೀರನೆ ನಾವು ದೇವರನ್ನು ಕಂಡು 'ಪ್ರತ್ಯಕ್ಷನಾದ!' ಎನ್ನುತ್ತಿದ್ದೆವು ಅನಿಸುತ್ತದೆ.

ಇತ್ತ ಅದೃಶ್ಯನಾದ 'ಅವನೂ' ಕೂಡ ಸಿಗರೇಟಿನ ಅಂಗಡಿಯ ಹಿಂದೆ ಪ್ರತ್ಯಕ್ಷನಾದ. ಆಗೋದೆಲ್ಲಾ ಆಗಿಹೋದ ನಂತರ ಅವನ ಕೈ ಕಾಲುಗಳು ಥರಥರನೆ ನಡುಗ ಲಾರಂಭಿಸಿದವು! ಎದೆ ಢವಢವ ಕಂಪಿಸುತ್ತಿತ್ತು. ಏನು ಮಾಡುವುದು ತೋಚದೆ ಕಕ್ಕಾಬಿಕ್ಕಿಯಾದ. ಯಾಕೆ ಕದ್ದೆ? ಇದನ್ನು ತಗೊಂಡು ಏನು ಮಾಡುವುದು?

ಯಾರಾದರು ಬಂದರೆ? ಸಿಕ್ಕಿಹಾಕಿಕೊಂಡರೆ? ಸಾಯೋತನಕ ಚಚ್ಚುತ್ತಾರೆ. ನನ್ನ ತಲೆಯಲ್ಲಿ ಏನು ಹೊಕ್ಕಿ ಈ ಕೆಲಸ ಮಾಡಿಸಿತು? ಅಯ್ಯೋ ಎಂಥಾ ಕೆಲಸ ಮಾಡಿಬಿಟ್ಟೆ! ಈಗೇನು ಮಾಡಲಿ? ಆತಂಕ ಉದ್ವೇಗ ಪಶ್ಚಾತ್ತಾಪಗಳಿಂದ ತಳಮಳ ಗೊಂಡು ಹಳಹಳಿಸಲಾರಂಭಿಸಿದ. ಆಕಸ್ಮಿಕವಾಗಿ ಕೊಲೆ ಮಾಡಿದವನಂತೆ.

ಚೀಲ ತೆರೆದು ನೋಡಿದ, ಇಟ್ಟಿಗೆಗಳಂತಿವೆ. ನ್ಯೂಸ್ ಪೇಪರಿನಿಂದ ಸುತ್ತಲ್ಪಟ್ಟಿವೆ. ಮೆಲ್ಲನೆ ಒಂದು ಇಟ್ಟಿಗೆಯ ಪೇಪರ್ ಸರಿಸಿದ. ಹಣಾ. ಕಂತೆ ಕಂತೆ ಹಣಾ. ದೇವರೇ ಎಷ್ಟೊಂದು ದುಡ್ಡು! ಎರಡೆರಡು ಸಾವಿರದ ಗರಿ ಗರಿಯಾದ ಪಿಂಕು ನೋಟುಗಳು!. ಪವ್ಡರು ಘಮ್ಮೆನ್ನುತ್ತಿದೆ. ಒಂದೊಂದು ಕಂತೆಯನ್ನೂ ರಬ್ಬರಿಂದ ಟೈಟಾಗಿ ಕಟ್ಟಲಾಗಿದೆ. ಎಷ್ಟಿರಬೋದು? ಒಂದು ಲಕ್ಷ? ಇಲ್ಲ ಇಲ್ಲಾ. ಒಂದೊಂದು ಕಂತೆಯೇ ಲಕ್ಷವಿರಬೋದು. ಅಂದರೆ ಸುಮಾರು ಮೂವತ್ತು ನಲವತ್ತು ಲಕ್ಷವಿರ ಬೋದು. ಹ್ಹ ಹ್ಹಾ. ಅಂಜನೇಯ ಇವತ್ತು ನೀನು ನಿಜವಾಗಿಯೂ ಇದ್ದೀಯ ಅಂತ ಪ್ರೂವ್ ಮಾಡಿಬಿಟ್ಟೆ ನೋಡು!

ಕಂತೆ ಕಂತೆ ಹಣ ಅವನ ಭಯೋದ್ವೇಗಳನ್ನು ಕ್ಷಣಕಾಲ ಕಾಲಡಿಯಲ್ಲಿ ಅದುಮಿಟ್ಟು ಅವನಿಗೆ ಗಾಳಿಯಲ್ಲಿ ತೇಲಾಡಿದ ಅನುಭವ ನೀಡಿದವು.

ಕಸದ ರಾಶಿಯ ಮೇಲೆ ಯಾರೋ ಬಂದಂತೆ ಹೆಜ್ಜೆಯ ಸಪ್ಪಳವಾಗಿ ಅವನಿಗೆ ಅಂಗಾಲಿನ ಕೆಳಗೆ ಮಣ್ಣು ಕುಸಿದಂತೆನಿಸಿತು. ಯಾರಾದರೂ ನನ್ನನ್ನು ನೋಡಿದರೇ? ಪೊಲೀಸ್ಗೆ ಹಿಡುಕೊಡುವರೆ? ಪಾಲು ಕೇಳತಾರ? ಕೇಳಿದರೆ ಒಂದು ಕಂತೆ ಕೊಟ್ಟರಾಯಿತು. ನನಗೇ ಒಂದು ಕಂತೆ ಮಿಗಿಸಿ ಮಿಕ್ಕಿದ್ದೆಲ್ಲ ಕಿತ್ತುಕೊಂಡರೆ? ಕೆಮ್ಮುವ ಹಂಗಿಲ್ಲ. ಕೂಡಲೇ ಚೀಲ ಇಳಿಸಿ ಕಾಲಿನಿಂದ ತಿಪ್ಪೆ ಕಸವನ್ನು ಬಗೆದು ಗುಂಡಿ ತೋಡಿ ಚೀಲವನ್ನು ಮುಚ್ಚಿದ. ಛಪ್ ಛಪ್ ಛಪ್? ಹೆಜ್ಜೆಗಳು ಬಂದೇಬಿಟ್ಟವು. ಬಂದವನು ಜಿಪ್ಪು ತೆಗೆದು ಮೂತ್ರ ಸುರಿಸುತ್ತ ಇವನತ್ತ ತಿರುಗಿ "ಏನು ಕಾಲ ಬಂತು ನೋಡಿ ಸಾ. ಇಂತ ಹಾಡು ಹಗಲ್ನಾಗೆ ಸುತ್ತ ಜನವಿರುವಾಗ್ಲೇ ಮೂವತ್ತೈದು ಲಕ್ಸ ಕಳ್ಳತನ ಮಾಡವ್ರೆ. ಕಣ್ಣು ಮುಚ್ಚಿ ಕಣ್ಣ ಬಿಡೋದ್ರೊಳಗೆ ಮಾಯ."

"ಓ ಹೌದಾ. ಹಂಗಾಯ್ತಾ, ಯಾವಾಗ?" ಅವನೂ ಜಿಪ್ಪು ಬಿಚ್ಚಿ ನಿಂತಿದ್ದ. ಒಳಗೊಳಗೆ ತನ್ನ ಆಶ್ಚರ್ಯ ಎಷ್ಟು ನೈಜವಾಗಿತ್ತು, ಇಷ್ಟು ಸಾಕಾ ಇನ್ನೂ ಜಾಸ್ತಿ ತೋರಿಸಬೇಕಾ, ತಾಳೆ ಹಾಕುತ್ತಿದ್ದ.

"ಇವಾಗ್ಲೆಯಾ ಸಾ. ನೀವಿತ್ತಕಡಿಕೆ ವಂದ ಮಾಡಾಕೆ ಬಂದಾಗ್ಲೇ ಇರ್ಬಕು. ಇನ್ನೆಂಥಾ ಚಾಲಾಕಿ ಕಳ್ಳ ಅ್ಲ್ಲ... ಯಾವನೋ ಆಂಧ್ರದೋನೋ ತಮಿಳ್ನಾಡೊನೋ ಇರ್ಬೇಕು, ಅವುರ್ದು ಬಲೆ ಆಪ್ಳಿ ಆಗ್ಯೈತೆ."

"ಅಯ್ಯಯ್ಯೋ. ಪೊಲೀಸ್ ಬಂದರಾ?" ಕೇಳಿದವನೆ, ನಾಲಿಗೆ ಕಚ್ಚಿಕೊಂಡ. ಥೋ ಇಷ್ಟು ಬೇಗ ಕೇಳಬಾರದಿತ್ತು.

"ಅ್ಞಾ ಯೇನಂದ್ರೀ?"

"ಯೇನಿಲ್ಲಾ. ದೊಡ್ಡ ಪುಂಡರೇ ಇರಬೇಕು ಅಂದೆ."

"ಹ್ಞೂ ಅಂತೀನಿ! ಪೊಲೀಸು ಬಂದವ್ರೆ. ಸುತ್ತ ಮುತ್ತ ಇಚಾರುಸ್ತಾವ್ರೆ. ನಾನು ಅಲ್ಲೇ ಇದ್ದೆ. ನಾನವ್ನ ನೋಡಿದ್ದೀನಿ. ಪಕ್ಕದಗೆ ನಿಂತಿದ್ದ. ಪಂಗನಂಗೆ ಮಾಯ ಆಗ್ಬುಟ್ಟ. ನಂಗೇನಾರ ಪೊಲೀಸು ಇಡಕಬಂದು ತೋರ್ಸುದ್ರೆ ಇವನೆಯ ಅಂತ ಕೊಳ್ಳ ಪಟ್ಟಿ ಹಿಡ್ದು ಯೇಳ್ತೀನಿ. ಬನ್ನಿ ವೋಗಿ ನೋಡುವ."

ಉಚ್ಚೆ ಹುಯ್ಯಲು ಬಂದವನು ಜಿಪ್ ಮೇಲೆಳೆದುಕೊಂಡು ಸಿನೆಮಾ ಇಂಟರ್ವಲ್ ನಲ್ಲಿ ಹೊರಬಂದಿದ್ದವನಂತೆ ದ್ವಿತೀಯಾರ್ಧದ ಬಗ್ಗೆ ಭಾರೀ ಕುತೂಹಲ ಉಳಿಸಿಕೊಂಡವನಂತೆ ಬಹು ಉತ್ಸುಕನಾಗಿ ಭುಜ ಕುಣಿಸಿಕೊಂಡು ಹೊರಟ. ಕಸವೆಲ್ಲಾ ಪ್ಲಾಸ್ಟಿಕ್ ಕವರುಗಳಿಂದಲೇ ತುಂಬಿರುವಾಗ ಈ ಚೀಲವೂ ಅದರಲ್ಲೊಂದಾಗಿ ಅವನಿಗೆ ವಿಶೇಷವಾಗಿಯೇನೂ ಕಂಡುಬಂದಿರಲಿಲ್ಲ. ಇವನು 'ಬುರುಡೆ ನನ ಮಗ' ಅಂತ ಒಳಗೇ ನಸುನಕ್ಕ.

ಅಯ್ಯಯ್ಯೋ ಪೊಲೀಸ್ ಬಂದಿದಾರೆ. ಹೊರಗೋದರೆ ಖಂಡಿತ ನನ್ನನ್ನೂ ವಿಚಾರುಸ್ತಾರೆ, ಮೊದಲೇ ನಾನು ಗಾಬರಿ ಬಿದ್ದಿದ್ದೀನಿ. ಒಂದು ವೇಳೆ ಇವನ ಹಿಂದೆಯೇ ಅಡಗಿ ಹೋದರೆ? ನಾನೂ ಇವನ ಸ್ನೇಹಿತನಂತೆಯೇ ಬಿಂಬಿಸಿಕೊಂಡರೆ, ತನ್ನ ಮೇಲೆ ಬೀರಬಹುದಾದ ಅನುಮಾನದ ದೃಷ್ಟಿಯ ಪ್ರಮಾಣ ಕುಗ್ಗುವುದು ಎಂದು ಲೆಕ್ಕ ಹಾಕಿ ಅವಸರವಸರವಾಗಿ ಅಂಗಡಿಯ ಎಡ ಭಾಗದಿಂದ ಹೊರಬಂದು ಜಿಪ್ಪು ಮೇಲೆಳೆದುಕೊಂಡಂತೆ ನಟಿಸುತ್ತ ಸುತ್ತಲೂ ಪರಿಶೀಲಿಸುತ್ತ ತನ್ನನ್ನು ಯಾರೂ ಗಮನಿಸುತ್ತಿಲ್ಲವೆಂದು ಖಚಿತಪಡಿಸಿಕೊಂಡು ಸಮಾಧಾನದಿಂದ ನೆರೆದಿದ್ದ ಗುಂಪಿನೊಳಗೆ ಸೇರಿಕೊಂಡ.

ಕಾರಿನ ಬಳಿ ಪೊಲೀಸು ಜೀಪು ನಿಂತಿತ್ತು. ಒಬ್ಬ ಇನ್‌ಸ್ಪೆಕ್ಟರ್, ಒಬ್ಬ ಸಬ್ ಇನ್‌ಸ್ಪೆಕ್ಟರ್ ಇಬ್ಬರು ಕಾನ್ಸ್ಟೇಬಲ್ ನಿಂತಿದ್ದರು. ಕಾರಿನ ಮಾಲೀಕ "ಯಾವನ್ನೂ ಬಿಡಬೇಡಿ ಸರ್, ಎಲ್ಲಾ ನನ ಮಕ್ಕಳನ್ನು ಚಚ್ಚಿ ಬಾಯಿ ಬಿಡಿಸಿ" ಎಂದು ಮಾನಸಿಕ ಸ್ಥಿಮಿತ ಕಳೆದುಕೊಂಡಂತೆ ಚೀರುತ್ತಿದ್ದ.

ಇನ್‌ಸ್ಪೆಕ್ಟರ್ ಸಿರಿವಂತನನ್ನು ಶಾಂತಗೊಳಿಸಲು ಹೆಣಗುತ್ತಿದ್ದ. ಜನ ಕುರಿಮಂದೆಯಂತೆ ನೆರೆದಿದ್ದರು. ಏತನ್ಮಧ್ಯೆ ಪೇದೆಗಳು ಭಿಕ್ಷುಕನನ್ನು ಹಿಡಿದು ದನಕ್ಕೆ ಗಟ್ಟಿಸಿದಂತೆ ಹಿಗ್ಗಾ ಮುಗ್ಗಾ ಥಳಿಸುತ್ತಿದ್ದರು. ಭಿಕ್ಷುಕನ ಭಾಷೆಯೇ ಅರ್ಥವಾಗದು, ಏನೇನನ್ನೋ ಒದರುತ್ತಾ ಏಟು ತಿನ್ನುತ್ತಿದ್ದ. ಇನ್‌ಸ್ಪೆಕ್ಟರ್ ದೃಷ್ಟಿ ಇವನತ್ತ ಹೊರಳಿ, "ಯೇ

ಬಾರೋ ಇಲ್ಲಿ", ಕರೆದ. ಇವನ ಲಿಂಗದಿಂದ ಮೂತ್ರ ಜಿನುಗಿತು. ಜಿಪ್ಪನ್ನು ಕೆಳಕ್ಕೆ ಮೇಲಕ್ಕೆ ಎಳೆಯುವ ನಟನೆಯ ಭರದಲ್ಲಿ ಕೈ ನಡುಗುತ್ತಿದ್ದುದರಿಂದ ಜಿಪ್ಪು ಪೂರ್ಣವಾಗಿ ಮೇಲೇರಿ ಲಾಕಾಗದಿರಲು ತನಗೇ ಅರಿವಿಲ್ಲದಂತೆ ಇನ್ನೂ ಜಿಪ್ಪನ್ನು ಮೇಲೆ ಕೆಳಗೆ ಆಡಿಸುತ್ತ ತಡವರಿಸುತ್ತಿದ್ದ. ಬಹುಶಃ ಅದನ್ನು ನೋಡಿಯೇ ಪೋಲೀಸು ಕರೆದಿರಬೇಕು.

"ಬೋಳಿಮಗನೆ ನಿಜಾ ಹೇಳು, ದುಡ್ಡು ಎತ್ತಿದ್ದು ನೀನಾ?"

"ಸಾ ದೇವರಾಣೆಗೂ ಇಲ್ಲಾ ಸಾ." ಕಿವುಚಿದ ಅಳುಮೋರೆಯೊಂದಿಗೆ ಗದ್ಗದಿತ ಕಂಠದಿಂದ ನಿರಾಕರಿಸಿದ.

"ಸುಳ್ಳು ಬೊಗಳಬೇಡಾ ಮಗನೆ, ಚರ್ಮ ಸುಲಿದು ಏರೋಪ್ಲೇನು ಹತ್ತಿಸ್ತೀನಿ."

ಇವನಿಗೆ ಮತ್ತೊಮ್ಮೆ ಮೂತ್ರ ಜಿನುಗಿತು.

"ಸಾ ನಿಮ್ ಬಾಯಲ್ಲಿ ಹೇಲು ತಿಂದು ಮಕ್ಕುಗೀರಿ ಸಾ ನಾ ಸುಳ್ಳೇಳಿದ್ರೆ." ಎಲ್ಲಿಂದ ಬಂತೋ ಗೊತ್ತಿಲ್ಲ ಸಂಸ್ಕೃತ, ಆದರೂ ಇಂಥ ಆಕಸ್ಮಿಕ ಅನಿರೀಕ್ಷಿತ ಹೊಲಸಿನ ತಿರುಮಂತ್ರದಿಂದ ಪೋಲೀಸನಿಗೆ ಎಲ್ಲರ ಮುಂದೆ ಪಿಚ್ಚೆನಿಸಿ "ಯೇ ಥೂ!! ಹೋಗೋ ಆಚೆ. ಹಲ್ಕಾ ನನ ಮಗನೆ. ಷರ್ಟಿನ ಗುಂಡಿ ಹಾಕ್ಕೋಳೋ ಸರಿಯಾಗಿ" ನೆಪವೊಡ್ಡಿ ಉಗಿದು ಕಳುಹಿಸಿದ.

ಭಿಕ್ಷುಕನಿಗೆ ಬೀಳುತ್ತಿದ್ದ ಲಾತಾಗಳು ಮತ್ತು ತನ್ನೆಡೆಗೆ ತೋರಿದ ಪೋಲೀಸಿನ ಅನುಮಾನದಿಂದ ಇವನ ತೊಡೆಸಂಧಿಯಲ್ಲಿ ಒದ್ದೆಯಾಗಿದ್ದು ಅಕ್ಷರಶಃ ಸತ್ಯ. ದುಡ್ಡು ಹೋದರೂ ಚಿಂತೆಯಿಲ್ಲ ಬಚಾವಾದೆನು, ಇನ್ನೊಂದು ಸಲ ಚೀಲದ ಕಡಿಕೆ ತಲೆ ಹಾಕೋದೇ ಬೇಡ ಅಂದುಕೊಂಡ.

ಪೋಲೀಸಿನವರು ಜನರನ್ನು ಚದುರಿಸಿ ಭಿಕ್ಷುಕನನ್ನು ಜೀಪಿಗೆ ಹತ್ತಿಸಿ ಸ್ಟೇಷನ್ನಿಗೆ ಹೊರಟರು. ತುಸು ವೇಳೆ ಕಳೆದ ನಂತರ ಆ ಜಾಗ ಮಾಮೂಲಿನಂತೆ ಪರಿವರ್ತನೆ ಗೊಂಡಿತು. ಅಂಗಡಿಮುಂಗಟ್ಟಿನವರು ಅವರ ಪಾಡಿಗೆ ಅವರು ತಮ್ಮ ತಮ್ಮ ಕೆಲಸಗಳಲ್ಲಿ ಮಗ್ನರಾದರು. ಮತ್ತೆ ಇವನಿಗೆ ದುಡ್ಡಿನಾಸೆ ಚಿಗುರಿತು. ಸಂಗತಿ ಇಷ್ಟು ಚಿಕ್ಕದಾ ಅಂತ ಒಳಗೊಳಗೇ ಖುಷಿಯಾಗಿ, ಗ್ಯಾರಂಟಿ ಅದು ನಾನೇ ಅಂತಂದು ಯಾರಿಗೂ ಗೊತ್ತಾಗಿಲ್ಲ ಗೊತ್ತಾಗದೂ ಇಲ್ಲ ಎಂಬುದು ಖಾತ್ರಿಯಾಗಿ ರೋಮಾಂಚನಗೊಂಡ. ಹಸಿವು ನೆನಪಾಯಿತು. ಗಂಟೆ ಎರಡರ ಗಡಿ ದಾಟಿತ್ತು.

"ಯೇನಾರ ಆಗ್ಲಿ ಇದನ್ನ ಜೋಪಾನ ಮಾಡಬೇಕು. ಸದ್ಯಕ್ಕೆ ಏನಾರ ತಿನ್ನಣ" ಅಂದುಕೊಂಡ. ಮತ್ತೆ ಹಣದ ಚೀಲ ಹೂತಿಟ್ಟಿದ್ದ ಕಸದ ತಿಪ್ಪೆಯ ಬಳಿ ನಡೆದ. ಎಷ್ಟು ದುಡ್ಡು ತಗೊಳ್ಳಬೇಕು ಎಂಬುದು ತಿಳಿಯದೆ ಯಾರಾದರೂ ಮತ್ತೆ ಬಂದಾರು ಎಂಬ ಹಿಂಜರಿಕೆಯಿಂದಲೇ ರಬ್ಬರು ಹಾಕಿದ್ದ ಒಂದು ಕಂತೆಯನ್ನು ಎತ್ತಿ ಬರ್ಮುಡ

ಜೇಬಿಗಿಳಿಸಿ, ಕಂತೆ ಹೊರಗೆ ಇಣುಕುತ್ತಿರುವಂತೆ ಭಾಸವಾಗಿ ಅದನ್ನು ತೆಗೆದು ಸೊಂಟಕ್ಕೆ ಸಿಕ್ಕಿಸಿ ಷರಟಿನಿಂದ ಮರೆಮಾಚಿ ಹೊರಬಂದ.

ಷರಟಿನ ಗುಂಡಿ ಹರಿದಿತ್ತು. ಕಿತ್ತೋದ ಗುಂಡಿಯನ್ನ ಹಾಕಿಕೊ ಅಂದರೆ ಹೇಗೆ ಹಾಕುವುದು, ಪೋಲೀಸು ತರ್ಲೆ. ಜೇಬಲ್ಲಿ ದುಡ್ಡಿರುವುದು ನೆನಪಾಗಿ ಬಟ್ಟೆ ಅಂಗಡಿಗೆ ನುಗ್ಗಿದ. ಅಂಗಡಿಯವನು ಇವನನ್ನು ಒಮ್ಮೆ ಮೇಲಿಂದ ಕೆಳಗೆ ಅವಲೋಕಿಸಿದ. ಇವನ ಮೈಯೆಲ್ಲಾ ಉರಿಯಿತು. ಅಂಗಡಿಯವ ಚಿಕ್ಕ ಸೈಜಿನ ಷರಟನ್ನೇ ಆರಿಸಿ ತೋರಿಸಿದ. ಈತನಿಗೆ ಅದೂ ದೊಗಲ. ಅಷ್ಟು ತೆಳುವಾದ ಮೈ. ಸುಟ್ಟ ಮರದ ಕಾಂಡದಂತಿದ್ದ.

"ಇದಕ್ಕಿಂತ ಚಿಕ್ಕುದು ಇಲ್ವಾ?"

"ಇಲ್ಲಾ ಸರ್. ಇದೇ ಚಿಕ್ಕದು."

ಬೇರೆ ದಾರಿಯಿಲ್ಲದೆ ಅದನ್ನೇ ಕೊಂಡುಕೊಂಡ. ಬಿಲ್ಲು ಪಾವತಿಸುವಾಗ ಅಂಗಡಿ ಯವನ ಉಪದೇಶ, 'ಸೊಲ್ಪ ಚೆನ್ನಾಗಿ ತಿನ್ನಿ ಸರ್, ಮೈ ಬೆಳೆಸಿಕೊಳ್ಳಿ."

ಪುಗಸಟ್ಟೆ ಸಲಹೆಗಳು, ಮನಸ್ಸಲ್ಲೇ ಜರಿದು ಅಂಗಡಿಯಿಂದ ಹೊರಕ್ಕೆ ಬಂದ.

ಎದುರಿಗೆ ಬ್ಯಾಂಕಿನ ಮೇಲ್ಮಹಡಿಯಲ್ಲಿ "ವೀಕೆಂಡ್ ಮೀಲ್ಸ್, ಜಸ್ಟ್ ಅಟ್ ೬೪೯ ರುಪೀ" ಎಂಬ ದೊಡ್ಡ ಫಲಕ ರಾರಾಜಿಸುತ್ತಿದ್ದುದು ಕಂಡು ಒಂದು ಕೈ ನೋಡೇ ಬಿಡೋಣ ಅನಿಸಿತು. ಬಟ್ಟೆ ಅಂಗಡಿಯೋನು ಹೇಳಿದ್ದರಲ್ಲಿ ತಪ್ಪೇನಿಲ್ಲ ಚೆನ್ನಾಗಿ ತಿಂದು ದಪ್ಪನಾಗಬೇಕು. ಸೊಂಟದಿಂದ ಒಂದು ನೋಟನ್ನು ಇರಿದು ಷರಟಿನ ಜೇಬಿಗೆ ಇಳಿಸಿ ಮೇಲ್ಮಹಡಿಗೆ ಲಗ್ಗೆಯಿಟ್ಟ.

ಊಟವಾದ ಮೇಲೆ ಚೀಲವನ್ನು ಏನು ಮಾಡೋದು? ಇಷ್ಟು ದುಡ್ಡಿದ್ದರೆ ಏನೇನೆಲ್ಲಾ ಮಾಡಬೋದು ಎಂದು ಪ್ರತಿದಿನ ಎಷ್ಟೆಷ್ಟೋ ಲೆಕ್ಕಾಚಾರ ಹಾಕ್ತಿದ್ದೆ. ಈಗ ತಲೆ ಒಡೆದರೂ ಒಂದು ಐಡಿಯಾ ಹೋಳೀತಿಲ್ಲವಲ್ಲಾ. ಚೀಲ ತಗಂಡು ಊರಿಗೆ ಹೋಗಿಬಿಡಲೇ? ಕೈತುಂಬ ದುಡ್ಡು ಹೊತ್ತು ಬರೋದ ನೋಡಿ ನಮ್ಮನೇಲಿ ನನ್ನನ್ನ ಹ್ಯಾಗೆ ಬರಮಾಡಿಕೊಳ್ಳಬಹುದು? ಆಶ್ಚರ್ಯಚಕಿತರಾಗಬಹುದು, ಹುಚ್ಚೆದ್ದು ಸಂತೋಷಪಡಬಹುದು. ಆಮೇಲೆ, ಎಲ್ಲಿಂದ ತಂದೆ ಅಂತ ಕೇಳುತ್ತಾರೆ. ಏನಂತ ಹೇಳಲಿ? ದಾರೀಲಿ ಸಿಕ್ಕಿತು ಅಂತ ಸುಳ್ಳು ಹೇಳಲೇ? ಯಾರಾದರೂ ನಂಬೋ ಮಾತಾ? ಲಪಟಾಯಿಸಿದೆ ಅಂತ ಜಂಭ ಕೊಚ್ಚಲಾ? ನಮ್ಮಪ್ಪ ಮೆಟ್ಟಿನಲ್ಲಿ ಗಟ್ಟಿಸಿ ಓಡುಸ್ತಾನೆ ಅಷ್ಟೆ. ಬೇಡಪ್ಪಾ. ಏನಾದರೂ ಐಡಿಯಾ ಬರೋಗಂಟ ಬ್ಯಾಂಕಲ್ಲಿ ಇಡಲೇ? ಬ್ಯಾಂಕೋರು ನೋಟಿನ ನಂಬರು ಗುರುತಿಟ್ಟುಕೊಂಡಿರುತಾರೆ. ಪ್ಯಾನ್ ನಂಬರ್‍ರು ಕೇಳ್ತಾರೆ. ಆಧಾರ್ ಬೇರೆ ಮಾಡಿಸಿಲ್ಲ. ಪೋಲೀಸರು ಈಗಾಗಲೇ ಬ್ಯಾಂಕೋರಿಗೆ ಅಲರ್ಟ್ ಮಾಡಿರ್ತಾರೆ. ಅಲ್ಲೂ ಬ್ಯಾಡಾ. ರೂಮಿನಲ್ಲಿಡುವುದಂತೂ

ಸಾಧ್ಯವೇ ಇಲ್ಲ, ಇರೋದು ನಾಲ್ಕೇ ಗೋಡೆ. ಇರಲಿ, ಹೊಟ್ಟೆ ಖಾಲಿಯಿರೋದರಿಂದ ತಲೆ ಮಂಕಾಗಿರಬಹುದು. ಆಮೇಲೆ ಯೋಚನೆ ಮಾಡೋಣ.

"ಸರ್ ಮೇ ಐ ಹೆಲ್ಪ್ ಯು?" ಸೂಟುದಾರಿ ವೇಟರ್ ಕೆಣಕಿದಾಗ ವಾಸ್ತವಕ್ಕೆ ಮರಳಿ, "ಏನಿದೆ" ಕೇಳಿದ. ವೇಟರ್ ಗೋಡೆಯುದ್ದಕ್ಕೂ ಜೋಡಿಸಿದ್ದ ಬಗೆಬಗೆಯ ಭಕ್ಷ್ಯಗಳನ್ನು ತೋರಿಸಿ ಯಾವುದೋ ಬೇಕೋ ಅದನ್ನು ಆರಿಸಿ ತಿನ್ನಬಹುದು ಎಂದಾಗ ಓಹ್ ಬಫೆ ಸಿಸ್ಟಮ್ಮಾ? ಬಿಲ್ಲನ್ನು ಮೀರಿಸುವಂತೆ ಜಡಿಯಬೇಕು, ಶಪಥ ಹಾಕಿಕೊಂಡ.

ಊಟವಾದ ನಂತರ ವೇಟರಿಗೆ ಬಿಲ್ಲು ಪಾವತಿಸುವಾಗ ಏನೋ ಹೊಳೆದಂತಾಗಿ ಬೆಳಗ್ಗೆ ಇಡ್ಲಿಗೆಂದು ನೇಮಕಗೊಂಡಿದ್ದ ನೋಟು ಮತ್ತು ಕಾಯನ್ನನ್ನು ಟಿಪ್ಸ್ ರೂಪದಲ್ಲಿ ಕಾಣಿಕೆಯಿಟ್ಟು ಒಮ್ಮೆ ಬಲವಾಗಿ ಮೈಮುರಿದು ಕಾಲ ಮೇಲೆ ಕಾಲು ಏರಿಸಿ ಕಡ್ಡಿಯಿಂದ ಹಲ್ಲುಗಳನ್ನು ಕೆದಕುತ್ತಾ ಕುಳಿತ, ವಾತಾವರಣವನ್ನು ಸವಿಯಲೆಂದೇ. ವೇಟರ್ ಹಿಂದಿರುಗಿ ಚಿಲ್ಲರೆ ಕೊಟ್ಟು ತನ್ನ ಸಂತೃಪ್ತಿಯನ್ನು ವ್ಯಕ್ತಪಡಿಸುತ್ತ "ಸಾರ್, ಸಂಜೆ ಹೊತ್ತು ಬಸ್ಟಾಂಡಿನ ಹತ್ತಿರ ಇರೋ ಗಾಯತ್ರಿ ಬಾರಲ್ಲಿ ಕೆಲಸ ಮಾಡ್ತೀನಿ. ಆಕಡೆ ಬಂದರೆ ನನ್ನೇ ಕೇಳಿ ಸಾರ್. ನಾನೇ ಸರ್ವ್ ಮಾಡ್ತೀನಿ" ಎಂದು ಹಲ್ಲು ಕಿರಿದ. ತಾನು ಕುಡಿಯೊಲ್ಲವೆಂದು ಹೇಳುವ ಮನಸ್ಸಾದರೂ ಬಯಸದೇ ಬಂದ ಆತ್ಮೀಯತೆಯನ್ನು ನಿರಾಕರಿಸಲಾಗದೆ ಹಲ್ಲು ತಿವಿಯುತ್ತ "ನೋಡೋಣ" ಎಂದ.

ಜೀವನದಲ್ಲಿ ಮೊಟ್ಟ ಮೊದಲ ಬಾರಿಗೆ ಇಷ್ಟು ಅದ್ದೂರಿ ಭೋಜನ ಸವಿದ ಅವನ ಮನಸ್ಸು ಹೋಟೆಲಿಂದ ಹೊರಬಂದ ಮೇಲೆ ಉಲ್ಲಸಿತಗೊಂಡಿತ್ತು. ಮಂಕಾಗಿದ್ದ ಬುದ್ಧಿ ಶರವೇಗದಲ್ಲಿ ಓಡಲಾರಂಭಿಸಿತು. ಏನು ಬೇಕಾದರೂ ಮಾಡಬಹುದು ಅನಿಸಿತು. ಸೊಂಟದಲ್ಲಿರೋ ಕಂತೆಯನ್ನು ಮುಟ್ಟಿ ನೋಡಿಕೊಂಡ. ಚೂರು ಷೋಕಿ ಮಾಡಿದರೆ ತಪ್ಪಿಲ್ಲ, ಮನಸ್ಸು ಮತ್ತೇರಿಸಿಕೊಂಡಿತು. ಇನ್ನು ಅರ್ಧ ದಿನವಷ್ಟೇ ಬಾಕಿಯಿರುವುದು ಎಂಬ ಅರಿವಾಗಿ ರೂಮಿಗೆ ಹೋಗಿ, ಸ್ನಾನ ಮಾಡಿ ಇದ್ದುದರಲ್ಲೇ ಲುಕ್ಕಾಗಿದ್ದ ಬಟ್ಟೆ ಧರಿಸಿ ರೂಮಿನಾಚೆ ಬಂದ. ಸಣ್ಣದಾಗಿ 'ಐ ಯಾಮ್ ಯೆ ಡಿಸ್ಕೋ ಡಾನ್ಸರ್' ಸಾಲನ್ನು ತಿರುಗಿಸಿ ತಿರುಗಿಸಿ ಗುನುಗುತ್ತಾ ಸೊಂಟ ಕುಣಿಸಿಕೊಂಡು ರಸ್ತೆ ತಲುಪಿ ಆಟೋಗೆ ಕೈ ಅಡ್ಡ ಹಾಕಿ ಸಿಕ್ಕ ಆಟೋವೊಂದನ್ನು ಹತ್ತಿ ಕುಳಿತ. "ಸರ್ ಎಲ್ಲಿಗೆ" ರಿಕ್ಷಾ ಡ್ರೈವರ್ ಕೇಳಿದಾಗ ಬುದ್ಧಿಗೆ ಮತ್ತೆ ಮಂಕು. ಎಲ್ಲಿಗೆ? ಎಲ್ಲಿಂದ ಶುರುಮಾಡಲಿ? ಥಟ್ಟನೆ ಹೊಳೆದಂತಾಗಿ "ಮಾಲ್‌ಗೆ ನಡಿ" ಎಂದ.

ಅವನು ಮಾಲ್‌ನ ಪ್ರತಿ ಮಹಡಿಯನ್ನೂ ವೃತ್ತಾಕಾರದಲ್ಲಿ ಸುತ್ತಿ ಸುತ್ತಿ ಕೆಳಗಿಂದ ಮೇಲಕ್ಕೆ ಮೇಲಿಂದ ಕೆಳಕ್ಕೆ ಹತ್ತಿ ಇಳಿದು ದಣಿದು ಹೊರಬರುವಷ್ಟರಲ್ಲಿ ಗಂಟೆ ಆರು. ಏನನ್ನೂ ಖರೀದಿಸಲಾಗಲಿಲ್ಲ, ಪ್ರತಿಯೊಂದು ವಸ್ತುವನ್ನು ಖರೀದಿಸುವ ಆಸೆಯಾದಾಗ ಮೂಡುತ್ತಿದ್ದ ಪ್ರಶ್ನೆಗಳು, ಎಲ್ಲಿಂದ ತಂದೆ, ಅಷ್ಟೊಂದು ದುಡ್ಡು ಯಾರು ಕೊಟ್ಟರು ಅಂತ ಯಾರಾದರು ಕೇಳಿದರೆ ಏನು ಹೇಳುವುದು? ಒಂದು ಪಕ್ಷ ಖರೀದಿಸಿದರೂ ಯಾರಿಗೂ ಕಾಣದ ಹಾಗೆ ಎಲ್ಲಿ ಬಚ್ಚಿಡುವುದು? ಹಾಗೆ ಬಚ್ಚಿಡುವುದಾದರೆ ಖರೀದಿಸುವುದಾದರೂ ಏತಕ್ಕೆ? ದುಡ್ಡಿದ್ದರಷ್ಟೇ ಸಾಲದು ಉಪಯೋಗಿಸುವ ಸ್ವಾತಂತ್ರ್ಯ ಕೂಡ ಇರಬೇಕು ಎಂಬುದು ಬಹಳ ಬೇಗ ಅರ್ಥವಾಗಿ ಬೇಸರವಾಯಿತು. ಹ್ಯಾಪುಮೋರೆ ಹೊತ್ತು ರೂಮಿಗೆ ಹಿಂದಿರುಗಲು ಮತ್ತೆ ಆಟೋ ಹತ್ತಿದ. ಆಟೋರಿಕ್ಷಾ ಬಸ್ಸ್ಟ್ಯಾಂಡು ಹಾದು ಹೋಗುವಾಗ ಗಾಯತ್ರಿ ಬಾರು ತಂತಾನೇ ಕಾಣಿಸಿಕೊಂಡು, ಒಂದೇ ಒಂದು ಸಲ ಏನೂ ಆಗಲ್ಲ ಎಂದು ಆಟೋಮ್ಯಾಟಿಕ್ಕಾಗಿ ಸಮಝಾಯಿಷಿ ಮೂಡಿ ಥಟ್ಟನೆ ಆಟೋ ನಿಲ್ಲಿಸಿ ಬಾರೊಳಗೆ ನುಗ್ಗಿದ. ಮಬ್ಬಾದ ಬೆಳಕು. ದಟ್ಟವಾದ ಹೊಗೆ. ಗುಂಪುಗುಂಪಾಗಿ ಜನರು ತೊದಲುತ್ತ ನಗಾಡುತ್ತ ಅಳುತ್ತ ಪಕ್ಕದೋರನ್ನ ಮುದ್ದಿಸುತ್ತಾ ಒಟ್ಟಿನಲ್ಲಿ ನವರಸಗಳಿಗಿಂತ ಅಧಿಕ ರಸಗಳನ್ನು ಪ್ರದರ್ಶಿಸುತ್ತ ಮತ್ತಿನ ಮಸ್ತಿಯಲ್ಲಿದ್ದರು. ಅವನಿಗೆ ಒಳಗೆ ಹೆಜ್ಜೆಯಿಡುತ್ತಲೇ ಇಲ್ಲಿ ತಾನು ಆಗಂತುಕನೆನಿಸಿತು. ಒಂಥರಾ ನಾಚಿಕೆ. ಎಲ್ಲರೂ ನನ್ನನ್ನೇ ನೋಡು ತ್ತಿದ್ದಾರೆ ಅನ್ನುವ ಭಾವ. ಧೈರ್ಯವಾಗಿ ಒಂದು ಸರ್ತಿಯಾದರೂ ಟ್ರೈ ಮಾಡಾಣ ಅಂತಂದರೆ, ಯಾವುದು ಕೇಳಲಿ ಏನಂತ ಕೇಳಲಿ? ಅಲ್ಲಿ ನೋಡಿದರೆ ಬಾಟಲಿಗಳ ಮೇಲೆ ಉದ್ದುದ್ದ ಹೆಸರುಗಳು, ಇಲ್ಲಿ ನೋಡಿದರೆ ಗಿರಾಕಿಗಳು ಎರಡು ಮೂರು ಅಕ್ಷರದಲ್ಲಿ ಕೇಳ್ತಿದಾರೆ. ಪೂರ್ತಿ ಹೆಸರು ಓದಿ ಕೇಳಿದರೆ ಪೆಕ್ಕರ ಅಂದ್ಕೋತಾರೆ. ಥೂ ಥೂ, ಅವಮಾನ. ಇದೆಲ್ಲ ಬೇಡ. ವಾಪಸ್ಸು ಹೋಗೋಣ, ಕಸಿವಿಸಿಗೊಂಡು ಹೊರಬಂದ. ಬಾರಿನ ಬಾಗಿಲಿನ ಎಡಬದಿಯ ಮೂಲೆಯಲ್ಲಿ ನಡುವಯಸ್ಕನೊಬ್ಬ ಒಬ್ಬನೇ ಕುಳಿತಿದ್ದ. ತನ್ನಂತೇ ಒಂಟಿಯಿದ್ದಾನೆ. ಓಹೋ ಇಲ್ಲಿ ಒಬ್ಬೊಂಟಿಗರಿಗೂ ಜಾಗವಿದೆ ಅಂತಾಯ್ತು. ಅವನ ಜೊತೆ ಕುಳಿತರೆ ಒಂದಷ್ಟು ಮುಜುಗರ ತಪ್ಪಿಸಿಕೊಂಡು ಪರಿಸ್ಥಿತಿಯನ್ನು ತೇಲಿಸಿಬಿಡಬಹುದು, ಮತ್ತೆ ಆಸೆ ಚಿಗುರಲು ಬೇಡ ಬೇಡವೆನ್ನುತ್ತಲೇ ಕಾಲುಗಳು ನಡುವಯಸ್ಕನ ಟೇಬಲ್ಲಿಗೆ ಎಳೆತಂದವು. ವೇಟರು ಬಂದು "ಸಾ, ನಮಸ್ಕಾರ, ನೆನಪೈತ ನಾನು, ಬೆಳಗ್ಗೆ, ಹೋಟೇಲು" ಎಂದು ಗುರುತು ಪರಿಚಯ ತಿಳಿಸಿದಾಗ ಇವನಿಗೆ ಓಹ್ ಹೌದಲಾ, ನೆನಪಾಗಿ ಅಪರಿಚಿತ ಜಾಗ ಒಮ್ಮೆಲೇ ಪರಿಚಿತಗೊಂಡು ಖುಷಿ ಇಮ್ಮಡಿಗೊಂಡಿತು. ಅಳುಕುತ್ತಲೇ ಈಗ ತಾನೆ ನೋಡಿ ಬಂದ ನೀರಿನಂತಿದ್ದ ಬಾಟಲಿಯ ಮೇಲಿನ ಹೆಸರು ಹೇಳಿದ. ವೋಡ್ಕ. ಬೇರೆ ಏನಾದರೂ? ಏನೂ ಬೇಡಾ.

ಎದುರು ಕೂತಿದ್ದವನು ಬಹಳ ಆಸಕ್ತಿಕರನಾಗಿದ್ದು ಇವನು ವಿದ್ಯಾರ್ಥಿಯಂತೆ ಕುತೂಹಲದಿಂದ ಅವನ ಹಾವಭಾವಗಳನ್ನು ಗಮನಿಸಲಾರಂಭಿಸಿದ. ಆತ ತನ್ನ ಬಲಗೈನ ಹೆಬ್ಬೆರಳು ಮಧ್ಯದ ಬೆರಳು ಮತ್ತು ಉಂಗುರದ ಬೆರಳನ್ನು ಕೂಡಿಸಿ ಮದ್ಯ ತುಂಬಿದ್ದ ಲೋಟದಲ್ಲಿ ಅದ್ದಿ ಹೊರತೆಗೆದು ಮೂರು ಬಾರಿ ಮೂರು ದಿಕ್ಕಿನಲ್ಲಿ ಸಿಂಪಡಿಸಿದ. ಮತ್ತೊಮ್ಮೆ ಅದ್ದಿ ನೆತ್ತಿ ಮೇಲೊಮ್ಮೆ ಮಂತ್ರಿಸಿಕೊಂಡ.

ಇವನ್ಯಾರೋ ದಿನನಿತ್ಯದ ಆಸಾಮಿಯೇ ಇರಬೇಕು, "ಸಾರ್ ನಮಸ್ಕಾರ, ರಂಗಾ ಅಂತ."

"ರಂಗಣ್ಣಾ ಮಂಗಣ್ಣ ಅಂಗಿ ಬಿಚ್ಕಂಡು ನುಂಗಣ್ಣಾ. ಒಗಟು ಬಿಡಿಸಿ ಯೇಳು ನೋಡನ?" ಎದುರಿದ್ದವನು ಎರಡೂ ಕೈಗಳನ್ನು ಮಂಗನ ರೀತಿ ಆಡಿಸಿದ. ಯಾರೋ ತಿಕ್ಕಲ, ಎದ್ದೋಗೋದೇ ಒಳ್ಳೇದು.

"ಹೆದುರ್ಕೋಬೇಡ ಕಂದ. ನಮಸ್ಕಾರ. ನನ್ನ ಹೆಸರು ಮಂಜೂ ಅಂತ. ಏನು ಫಸ್ಟ್ ಟೈಮಾ?"

ಇವನೇನಪ್ಪಾ ಸೈಕಾಲಜಿಸ್ಟಾ, ಡೈರೆಕ್ಟಾಗಿ ಕಳ್ಳನ ಹಿಡಿದಂಗೆ ಕೇಳ್ತಾನೆ, "ಹು ಸಾ, ನಿಮ್ಗೆಂಗ್ ಗೊತ್ತಾಯ್ತು?"

"ಹೌದು ನಾನು ಸೈಕಾಲಜಿಸ್ಟ್, ಕುಡಿಯೋರ ಬಗ್ಗೆ ಪೀಯೆಚ್ಡಿ ಮಾಡಿದೀನಿ."

"ಓಹೋ, ವೆರಿ ನೈಸ್ ಸರ್, ಪರಿಚಯ ಆಗಿ."

"ವೆಲ್‌ಕಮ್, ಲೈಫಲ್ಲಿ ಮೊದಲನೇ ಬಾರು ಮೊದಲನೇ ಬೀರು. ಮೊದಲನೇ ಹೆಣ್ಣು. ಮೊದಲನೇ ಮಂಚ. ಯಾವತ್ತೂ ಮರೆಯಂಗಿಲ್ಲ. ಎಂಜಾಯ್ ಮಾಡು, ಇವತ್ತಿನ ದಿನ ನಿನಗೆ ಮೆಮೊರೆಬಲ್ ಆಗಿರ್ತದೆ", ಮಂಜು ಜ್ಞಾನೋಕ್ತಿ ಪಠಿಸಿದರು. ಉಭಯಕುಶಲೋಪರಿ ಮುಂದುವರೆಯುತ್ತಿರಲು ವೇಟರ್ ವೋಡ್ಕ ಮತ್ತು ಪ್ಲಾಸ್ಟಿಕ್ ಗ್ಲಾಸು ತಂದು ಎದುರಿಟ್ಟು,

"ಸಾ ಬೇರೇನಾದರೂ?"

ಆರ್ಡರ್‌ನಲ್ಲಿ ಏನಾದರೂ ಮಿಸ್ಟೇಕ್ ಮಾಡಿದ್ದೀನ ಎಂದು ಅನುಮಾನಿಸುತ್ತಲೇ ಏನೆಂದು ತಿಳಿಯದೆ 'ಅಷ್ಟೇ' ಎಂದು ಹೇಳಿ ಕಳುಹಿಸಿದವನು ಪ್ಲಾಸ್ಟಿಕ್ ಗ್ಲಾಸಿಗೆ ಪೆಗ್ಗಿನಷ್ಟು ವೋಡ್ಕ ಸುರಿದು 'ಸಿವಾ' ಎಂದು ಮನಸ್ಸಲ್ಲೇ ಜಪಿಸಿ ಗ್ಲಾಸನ್ನು ಎತ್ತಿ ಬಾಯಿ ಹತ್ತಿರ ತರಲು ಅದರ ವಾಸನೆಗೇ ಕೆಮ್ಮು ಸೀನು ಬಂದರೂ ತೋರಿಸಿಕೊಳ್ಳದೆ ಬಲವಂತದಿಂದ ಬಾಯಿಗೆ ಸುರಿದುಕೊಳ್ಳುವುದನ್ನು ಮಂಜು ಸೈಲೆಂಟಾಗಿ ವೀಕ್ಷಿಸುತ್ತಿದ್ದರು.

ವೋಡ್ಕ ಗಂಟಲಿಗೆ ಬಿದ್ದೊಡನೆ ಎದೆಯಲ್ಲಿ ಧಗ್ಗನೇ ಬೆಂಕಿ ಹತ್ತಿಕೊಂಡಂತಾಗಿ, 'ಕ್ಕೀಹ್ಹಾ' ಕೆಮ್ಮಿ ಬಾಯಲ್ಲಿ ಮಿಕ್ಕಿದುದ್ದನ್ನು ಪಕ್ಕಕ್ಕೆ ಉಗಿದು ಬಿಟ್ಟ. ವಿಷವನ್ನು

ಸುರುವಿದಂತಾಗಿತ್ತು ಬಾಯಿಗೆ. ಉಗಿದ ರಭಸದಲ್ಲಿ ನೆತ್ತಿಗೇರಿ ಕಣ್ಣಲ್ಲಿ ನೀರು ತುಂಬಿಕೊಂಡಿತು. ಸೋತ ಭಾವದಿಂದ ಪೆಚ್ಚುಮೋರೆ ಹೊತ್ತು ಮಂಜಣ್ಣನ ಕಡೆ ನೋಡಲು,

ಮಿತಭಾಷಿ, ಗಂಭೀರಿ, ಸೈಕಾಲಜಿಸ್ಟ್ ಮಂಜಣ್ಣ ನಿರ್ಭಾವುಕನಾಗಿ ಹೊಗೆ ಬಿಡುತ್ತ ತನ್ನ ಸ್ಪ್ರೈಟ್ ಬಾಟಲಿಯನ್ನು ಇವನ ಕಡೆಗೆ ತಳ್ಳಿ ಕಬಾಬ್ ಕೂಡ ತಿನ್ನಬಹುದುದು ಎಂದು ಕಯ್ಯಲ್ಲೇ ಸನ್ನೆ ಮಾಡಿದ.

"ಹೇಳೋದಲ್ವಾ ಸರ್ ಮುಂಚೆನೇ."

"ಸ್ವ ಕಲಿಕೆ ಅವರಿವರು ಹೇಳಿಕೊಡೋ ಪಾಠಕ್ಕಿಂತ ದೊಡ್ಡದು."

"ಚೆನ್ನಾಗಿ ಮಾತಾಡ್ತೀರ ಸರ್."

ತದನಂತರ ಪರಿಸ್ಥಿತಿ ಹತೋಟಿಗೆ ಸಿಕ್ಕಿ ಇವನು ತುಸು ಹೆಚ್ಚೇ ಕುಡಿದ. ಕುಡಿವ ರಭಸದಲ್ಲಿ ಮೂತಿ ಅತ್ತಿತ್ತ ಸೀಟುತ್ತಿದ್ದ. ಕೈ ಎತ್ತೆತ್ತಲೋ ಹೋಗುತ್ತ ಹಣೆ ಮೇಲಿದ್ದ ವಿಭೂತಿ ಕೂಡ ಅರ್ಧಂಬರ್ಧ ಅಳಿಸಿ ವಕ್ರಗೊಂಡಿತ್ತು. ಇಬ್ಬರೂ ಒಂದಷ್ಟು ಮಾತನಾಡಿದರು. ಮಂಜ ಮೇಷ್ಟರ ಹಾಗೆ, ಇವನು ವಿದ್ಯಾರ್ಥಿಯ ಹಾಗೆ.

"ನಿಂಗೆ ಈಗ ನಡೀಬೇಕು ಅನ್ನಿಸ್ತಿದೆ." ಮಂಜು.

"ಹ್ಞೂ ಕಣ ಮಂಜ, ಬಚ್ಚಲಿಗೆ ಹೋಗಿ ಬತ್ತೀನಿ".

ತಿರುಗಿ ಬಂದಾಗ, "ಬಚ್ಚಲಲ್ಲಿ ಅತ್ತಿಂದಿತ್ತ ಇತ್ತಿಂದತ್ತ ಲೆಫ್ಟ್ ರೈಟ್ ಮಾಡುದ್ಯಲ್ಲವಾ."

"ಏನೇನು ಓದ್ಕಂಡಿದಿಯ ಮಂಜ ನೀನು. ನೋಡಕೆ ಕಳ್ಳುನ್ ತರ ಇದೀಯ, ಎಲ್ಲ ಕರೆಟ್ಟಾಗಿ ಗೆಸ್ ಮಾಡ್ತೀಯ".

"ಈಗ ನಿಂಗೆ ಅಳಬೇಕು ಅನ್ನಿಸ್ತಿದೆ. ಕಾರಣ ಹುಡುಕ್ತಿದೀಯ."

ವಾಲಾಡುತ್ತ ತಲೆ ಗುಣುಕು ಹಾಕಿದ.

"ಸಿಗರೇಟು ಸೇದಬೇಕು ಅಂತ ಆಸೆ ಆಗ್ತಿದೆಯಾ".

ಒಂದೇ ಒಂದು ಕೊಡಿ ಎಂದು ಕೈಚಾಚಿದ.

ಮಂಜು ವೇಟರಿಗೆ ಸಿಗರೇಟು ತರಲು ಸನ್ನೆ ಮಾಡಲು ವೇಟರು ಕಾಸಿಗೆ ಕೈಯೊಡ್ಡಿದ. ಒಮ್ಮೆಲೆ ಇವನು ಹಿಂದೆ ಮುಂದೆ ಯೋಚಿಸದೆ ಸೊಂಟದಿಂದ ಪಿಂಕು ನೋಟೊಂದನ್ನು ಇರಿದು ವೇಟರ್ ಕೈಗಿಟ್ಟ.

ವೇಟರ್ ಅತ್ತ ಹೋದ ಮೇಲೆ ಮಂಜು ಕೇಳಿದ, "ದುಡ್ಡು ಕದ್ದುಕೊಂಡು ಬಂದಿದ್ದೀಯ ಅಲ್ಲವಾ?"

ಇವನಿಗೆ ಧಸಕ್ಕನೆ ಅಮಲು ಇಳಿದು ಮೈ ಝುಮ್ಮೆಂದಿತು. ಹಣೆ ತುಂಬ ಬೆವರು. ಇವನೇನಾದರೂ ರೂಮಿನಿಂದ ನನ್ನನ್ನು ಹಿಂಬಾಲಿಸಿಕೊಂಡು ಬಂದಿದ್ದಾನಾ

ಅಥವಾ ಪೊಲೀಸ್ನೋರು ಸತ್ಯ ಬಿಡಿಸಲು ನನ್ನ ಮೇಲೆ ಇವನನ್ನು ಛೂ ಬಿಟ್ಟಿದ್ದಾರಾ, ದಿಗಿಲಾಯ್ತು. ಅತ್ಯಂತ ದಯನೀಯವಾಗಿ

"ಏನು ಸಾ ಹಿಂಗೆ ಹೇಳ್ತೀರ, ನಮ್ಮಪ್ಪನಾಣೆಗೂ ಇಲ್ಲಾ ಸಾ. ಏನೋ ಚೆನ್ನಾಗಿ ಮಾತಾಡ್ಸುದ್ರೆ ಕಳ್ಳ ಅನ್ನೋದಾ. ನನ್ನನ್ನ ನೋಡಿದರೆ ಹಂಗೆ ಕಾಣುಸ್ತೀನಾ" ಎಂದು ಬಡಬಡಾಯಿಸಿದ. ಛೂ ಆಣೆ ಇಡಬಾರದಿತ್ತು, ಆಣೆಯ ಮೇಲಿನ ನಂಬಿಕೆಯಿಂದಲ್ಲಾ, ಅಕಸ್ಮಾತ್ ಈಯಪ್ಪ ತಮಾಷೆಗೆ ಹಂಗಂದು ನಾನು ಇಷ್ಟು ವಯಲೆಂಟಾಗಿ ರಿಯಾಕ್ಟು ಮಾಡಿ ನಾನು ಕದ್ದಿರೋದು ನಿಜವೇ ಅಂತ ಇವನಿಗೆ ಖಾತ್ರಿಯಾಗಿಬಿಟ್ಟರೆ?

"ನನ್ನ ರೂಪ ನೋಡಿ, ಕಳ್ಳ ಮಂಜನ ಥರಾ ಇದ್ದೀರ ಅಂದೆಯಲ್ಲ. ಬಹುಪಾಲು ಮಂದಿಯ ಅಂತರಂಗಕ್ಕೂ ಬಹಿರಂಗಕ್ಕೂ ಸಾಮ್ಯತೆನೇ ಇರುವುದಿಲ್ಲ. ನಾನು ನೋಡುವುದಕ್ಕೆ ಕಳ್ಳನ ಹಾಗೆ ಇರಬಹುದು ಆದರೆ ಕಳ್ಳನಲ್ಲ, ನೀನು ನೋಡಲು ಸಭ್ಯಸ್ಥ ವಿದ್ಯಾರ್ಥಿಯಂತಿರುವೆ. ಆದರೆ ನನಗೆ ನೀನು ಕಳ್ಳತನ ಮಾಡಿದ್ದೀಯ ಅಂತ ಅನ್ನಿಸ್ತಿದೆ."

"ಹ್ಹೆ ಹ್ಹೆ ಸುಮ್ಮನೆ ಹಂಗಂದೆ ಸಾ ಬೇಜಾರು ಮಾಡಕಬೇಡಿ. ನೀವೊಳ್ಳೆ ಸಾಯಿತಿ ತರ ಮಾತಾಡ್ತೀರ."

"ಹೋಗ್ಲಿ ಬಿಡು, ಮೊದಲ್ನೇ ಸಲ ನನ್ನ ಸೈಕಾಲಜಿಯಲ್ಲಿ ಮಿಸ್ಟೇಕ್ ಆಗಿರಬಹುದು."

ಇವನಿಗೆ ನಿರಾಳವಾಯಿತು. "ಸದ್ಯ ಬದುಕಿದೆ, ಇವನಿಗೆ ನಿಜ ಗೊತ್ತಿಲ್ಲ" ಎಂದು ಸಮಾಧಾನಗೊಂಡ. ಇಲ್ಲಿದ್ದರೆ ಕುಡಿದ ಗ್ಯಾನದಲ್ಲಿ ಇನ್ನೂ ಹೆಚ್ಚು ಮಾತಾಡಬಹುದು. ಇವನೋ, ದೊಡ್ಡ ಮೇಧಾವಿ ತರ ಇದ್ದಾನೆ. ಅಮಲಿನಲ್ಲಿ ನಾನು ನಿಜ ಕಕ್ಕಿಬಿಡಬಹುದು. ಬೇಗ ಜಾಗ ಖಾಲಿ ಮಾಡುವುದು ಒಳ್ಳೇದು,

"ಸರಿ ಸಾ ನಾ ಬತ್ತೀನಿ", ಎದ್ದು ನಿಂತ.

"ನಂದೂ ಆಯ್ತಪ್ಪಾ ನಾನೂ ಹೊರಡ್ತೀನಿ" ಮಂಜಣ್ಣನೂ ಏಳಲು "ಇವನೇನಪ್ಪಾ ಇಂಥಾ ಸಂದೇಹದ ವ್ಯಕ್ತಿ. ಹಿಂಬಾಲಿಸಿಕೊಂಡು ಬಂದರೆ ಏನ್ಮಾಡೋದು?" ಗಾಬರಿ ಬಿದ್ದ.

ಇಬ್ಬರೂ ಬಾರಿನಿಂದ ಹೊರಬಂದು ಮಂಜಣ್ಣ "ನಾನು ಯಾವ ಕಾಲೇಜು ಪ್ರೊಫೆಸರ್ರೂ ಅಲ್ಲ, ಸೈಕಾಲಜಿನೂ ಓದಿಲ್ಲ. ಕವಿಯೂ ಅಲ್ಲ ಸಾಹಿತಿಯೂ ಅಲ್ಲ. ಆದರೂ? ಹ್ಹೆ ಹ್ಹೆ!" ಎಂದು ವಿಲಕ್ಷಣವಾಗಿ ಕೇಡಿಗನ ನಗೆ ನಕ್ಕು ಕಣ್ಣನ್ನು ಮಿಟುಕಿಸಿ ತನ್ನ ಸೈಕಲ್ ಏರಿ ಮಾಯವಾದ. ಸೈಕಲ್ ಹತ್ತುವಾಗ ಹಿಂಬದಿಯಿಂದ ಅವನ ಪ್ಯಾಂಟಿಗೆ ತೇಪೆ ಹಾಕಿದ್ದು ಗೋಚರಿಸಿ,

"ಥೋ, ಇವುನ್ ತ್ಯಾಪೆ ಮುಖನಾ ಬಡಿಯಾ, ಸೈಕಲ್ ಗಿರಾಕಿ ಸೈಕಾಲಿಜಿಸ್ಟ್ ಅಂತ ಬುರುಡೆ ಬಿಟ್ಟು ಯೇನೇನನ್ನೋ ಒದರಿ ಬೀಜ ಬಾಯಿಗೆ ಬರಿಸಿದ್ದ. ಹಲ್ಕಾ

ನನ್ನ ಮಗ ಚೆನ್ನಾಗಿ ಮಜಾ ತಗಂಡ" ಎಂದು ಅವನು ಅತ್ತ ಕಣ್ಮರೆಯಾಗುತ್ತಲೇ ಇವನು ತುಸು ಜೋರಾಗೇ ಹಿಗ್ಗಾಮುಗ್ಗಾ ಬೈದ. ಹೋದವನ ಬಗ್ಗೆ ಕೋಪ ಉಕ್ಕಿದರೂ ತೊಂದರೆ ವ್ಯಕ್ತಿಯಾಗಿರಲಿಲ್ಲ ಎಂದೆನಿಸಿ ಮನಸ್ಸು ಹಗುರವಾಯಿತು. ತೂರಾಡುತ್ತಲೇ ರಸ್ತೆ ದಾಟಿದ.

ಕಾಲುಗಳು ತೊಡರುತ್ತಿದ್ದವು ಮತ್ತು ಮೈಯ್ಯನ್ನೆಲ್ಲಾ ಆವರಿಸಿತ್ತು. ಕಣ್ಣುಗುಡ್ಡೆಗಳು ನೀರಿನ ಮೇಲೆ ಖಾಲಿ ಬಿಂದಿಗೆ ತೇಲಿದಂತೆ ತೇಲುತ್ತಿದ್ದವು. ವಾಹನಗಳ ಬಲ್ಬಿನ ಬೆಳಕು ಕದರಿ ಮೊಸರಾಗಿತ್ತು. ಮನಸ್ಸಿಗೂ ಮದವೇರಿ ಎಂ ಜಿ ರೋಡಿಗೆ ಹೋಗ್ಬೇಕು ಅನ್ನಿಸುತ್ತಿತ್ತು. ಮೊದಲನೇ ಹೆಣ್ಣು, ಮೊದಲನೇ ಹೆಂಡ, ಥೋ ಥೋ ತಪ್ಪು ತಪ್ಪು ಮೊದಲನೇ ಮಂಚ ನೆಪ್ಪಿಕ್ಕಬೇಕು. ಬುರುಡೆ ದಾಸ ಸಖತ್ತಾಗಿ ಹೇಳ್ದ. ಆಟೋ ವೊಂದನ್ನು ಹತ್ತಿ "ಎಂಜಿ ರೋಡಿಗೆ ನಡಿ" ಎಂದ.

ಅಟೋ ಹತ್ತುವಾಗ ಇದ್ದ ಧೈರ್ಯ ಎಂಜಿ ರೋಡು ತಲುಪುವುದರೊಳಗೆ ಇಳಿದು ಹೋಯಿತು. ಯಾಕೆಂದರೆ, ಮತ್ತದೆ ಪ್ರಶ್ನೆಗಳು, ಹೆಂಗೆ, ಯಾರನ್ನು ಕೇಳೂದು? ಎಲ್ಲಿಗೆ ಹೋಗೋದು? ಇಲ್ಲಿರುವ ನೂರರಲ್ಲಿ, ಅಲ್ಲ ಸಾವಿರದಲ್ಲಿ ಒಬ್ಬನೋ ಇಬ್ಬರೋ ಮಾಮಾಗಳು ಇರ್ತಾರೆ, ಮಿಸ್ಸಾಗಿ ಬೇರೆಯವರನ್ನ ಕೇಳಿ, ಮಕ್ಕೊಡೆದರೆ? ಪೊಲೀಸನಿಗೆ ಹಿಡಿದು ಕೊಟ್ಟರೆ? ಬೀದಿಯಲ್ಲಿ ಅಪಹಾಸ್ಯ ಮಾಡಿದರೆ? ಥೂ, ಇದ್ದರೆ ಜೀವನದಲ್ಲಿ ಪರಿಶುದ್ಧವಾಗಿರಬೇಕು, ಇಲ್ಲವಾ ಪೂರ್ಣ ವಾಗಿ ಅಪಾಪೋಲಿಯಾಗಬೇಕು. ಹೀಗೆ ಹೊರಗೆ ಶುದ್ಧನಂತೆ ಒಳಗೆ ಪೋಲಿ ಯಾಸೆಗಳು, ಇದಕ್ಕೆ ಬೇಕಾದ ನಾಲೆಡ್ಜು ಕೊಂಚವೂ ಇಲ್ಲದೆ, ಹೀಗೆ ನಡುರಾತ್ರಿ, ನಡುಬೀದಿಯಲ್ಲಿ, ಖಾಲಿ ತಲೆಯೊತ್ತು ಹುಡುಕುವುದು? ಥೇ, ನಾಯಿ ಬಾಳು. ಕಳ್ಳ ಮಂಜ ಹೇಳಿದ್ದು ಸರಿ, ಅಂತರಂಗಕ್ಕೂ ಬಹಿರಂಗಕ್ಕೂ ಸಂಬಂಧವಿಲ್ಲ.

ಏನಾದರಾಗಲಿ, ಈ ಆಟೋದವನಿಗಂತು ನಾನ್ಯಾರು ನಮ್ಮೂರು ಯಾವುದು ಒಂದೂ ಗೊತ್ತಿರಲ್ಲ. ಧೈರ್ಯ ಮಾಡಿ ಆಟೋದವನ ಬೆನ್ನು ತಿವಿದು, "ಸರ್ ಇದು ಬೇಕಿತ್ತು", ಕೈ ಸನ್ನೆ ಮಾಡಿದ. ಆಟೋದವನ ಪ್ರತಿಕ್ರಿಯೆ ಹ್ಯಾಗಿರುತ್ತೋ ಎಂದು ಜೀವ ಹಿಡಿದು ಕುಳಿತ.

ಆಟೋದವನು ಹಿಂದೆ ತಿರುಗದೆ ಗಾಡಿ ಓಡಿಸುತ್ತಲೇ, "ನೋಡಿ ಸಾರ್, ನಾವು ಆ ಕೆಲಸ ಮಾಡಲ್ಲ. ಎಂಜಿ ರೋಡಿಗೆ ಕೇಳಿದ್ದೀರ. ಅಲ್ಲಿಗೆ ಬಿಡ್ತೀನಿ. ನಾನು ಮನೆಕಡೆ ಹೋಗ್ತಿದ್ದೆ, ಅತ್ಲಾಗೇ ಹೋಗ್ತಿದ್ದೀರ ಅಂತ ಹತ್ತುಸ್ಕಂಡೆ ಅಷ್ಟೇ" ಹೆಚ್ಚೇನು ಆಶ್ಚರ್ಯ, ಮೂದಲಿಕೆಯಿಲ್ಲದೆ ಉತ್ತರಿಸಿದ.

ಇವನಿಗೆ ಹಿಡಿದಿಟ್ಟ ಜೀವ ಜಾರಿ ಹೋದಂತಾಯಿತು. ಮೊದಲನೇ ಸಲ ಕೇಳಬಾರದ ವ್ಯಕ್ತಿ ಹತ್ತಿರ ಕೇಳಬಾರದ್ದು ಕೇಳಿ, ನಾವು ಹಂಗಲ್ಲ ಅನಿಸಿಕೊಂಡು,

ಛೀ, ಎಂತ ಅವಮಾನ. ತಲೆ ತಗ್ಗಿಸಿಬಿಟ್ಟ. ಆಟೋ ನಿಲ್ಲಿಸಿ ಮುಖ ತೋರಿಸದೆ ಓಡಿಹೋಗಬೇಕೆಂದುಕೊಂಡ. ಕನ್ನಡಿಯಲ್ಲಿ ಡ್ರೈವರ್ ತನ್ನನ್ನೇ ನೋಡುತ್ತಿರುವಂತೆ ಭಾಸವಾಗುತ್ತಿತ್ತು. ಕ್ಷಣ ಕ್ಷಣವೂ ಹೊಟ್ಟೆ ತೊಳಸಿದಂತೆ ಅನುಭವ. ಇದೆಲ್ಲಾ ನಮಗಲ್ಲ, ಇಂಥವು ನನ್ನಂಥೋರಿಗೆ ದಕ್ಕೋದಲ್ಲ ಎಂದು ತನ್ನ ಹಣೆಬರಹವನ್ನು ಹಳಿಯುತ್ತ ಹಿಂದುರಿಗಿ ಹೋಗಬೇಕೆಂದು ನಿಶ್ಚಯಿಸಿ ಆಟೋ ನಿಲ್ಲಿಸಿ ದುಡ್ಡು ಕೊಟ್ಟು ಬಿರ ಬಿರನೆ ರಸ್ತೆ ದಾಟಿದ.

ಕೆಲವೇ ಕ್ಷಣಗಳ ಅಂತರದಲ್ಲಿ ಅವನಿಗೆ ಜ್ಞಾನೋದಯವಾಗಿತ್ತು. ಇಳಿದದ್ದು ಒಳ್ಳೆಯದೇ ಆಯಿತಲ್ಲಾ. ಸ್ವಲ್ಪದರಲ್ಲೇ ಎಡವುತ್ತಿದ್ದೆನಲ್ಲಾ. ರಿಕ್ಷಾದವನು ನಿರಾಕರಿಸಿ ಒಳ್ಳೆಯದನ್ನೇ ಮಾಡಿದ. ಜೀವನದಲ್ಲಿ ನೆನಪಿಸಿಕೊಳ್ತೀನಿ ಅವನನ್ನ. ಮುಂದೆಂದೂ ಹೀನ ಆಸೆಗೆ ಬೀಳುವುದಿಲ್ಲ. ಛೀ ಎಂಥ ಅಸಹ್ಯ ಕೆಲಸ ಮಾಡಿಬಿಡುತ್ತಿದ್ದೆ. ಸ್ವಲ್ಪದರಲ್ಲಿ ನನ್ನ ವ್ಯಕ್ತಿತ್ವವೇ ಮಣ್ಣು ಪಾಲಾಗ್ತಿತ್ತಲ್ಲಾ. ಬಚಾವಾದೆ. ರಸ್ತೆ ಬದಿಯಲ್ಲಿ ನಿಂತು ನಾನಾ ರೀತಿಯಿಂದ ತನ್ನ ದುರ್ಬಲತೆಯನ್ನು ಸಮರ್ಥಾಯಿಷಿಸಿಕೊಳ್ಳುತ್ತಿದ್ದ.

ಕುಡಿದ ಮತ್ತಿನಲ್ಲಿದ್ದ ಅವನು ಆಟೋ ಯಾವುದು ಕಾರು ಬಸ್ಸು ಯಾವುದು ಗುರುತಿಸಲಾಗದೆ ಪ್ರತಿಯೊಂದಕ್ಕೂ ಕೈ ತಡ ಹಾಕುತ್ತಿದ್ದ. ವಾಹನದ ವೇಗ ತಗ್ಗಿಸುತ್ತಿದ್ದವರು ಈತನನ್ನು ನೋಡಿ ಯಾರೋ ಕುಡುಕನೆಂದು ತಿಳಿದು ಬುರ್ರೆಂದು ಹೋಗುತ್ತಿದ್ದರು. ಅವತ್ತಿನ ಬಹುಪಾಲು ದಿನವನ್ನು ಅವನು ಅವಮಾನ ಅನುಮಾನದಿಂದಲೇ ಕಳೆದಿದ್ದ. ಸಾಲದ್ದಕ್ಕೆ ಎಂದೂ ಮಾಡದ 'ತಪ್ಪು'ಗಳನ್ನು ಅಂದು ಮಾಡಿದ್ದ. ಮತ್ತಷ್ಟು ತಪ್ಪುಗಳನ್ನು ಮಾಡುವವನಿದ್ದ. ನೋಡುಗರಿಗೆ ಅವನ ಪರಿಸ್ಥಿತಿ ತಮಾಷೆಯಾಗಿಯೂ ಕನಿಕರವಾಗಿಯೂ ಕಾಣುತ್ತಿತ್ತು. ಅವನ ಅದೃಷ್ಟಕ್ಕೆ ಒಂದು ಆಟೋ ಬಂದು ನಿಂತಿತು. ಹತ್ತಿ ಕುಳಿತು ರೂಮಿನ ವಿಳಾಸ ತಿಳಿಸಿದ. ಆಟೋದವನು "ಸರ್ ದುಡ್ಡಿದ್ಯಲ್ಲವಾ" ಎಂದು ಪ್ರಶ್ನಿಸಲು, ನನ್ನ ಹತ್ತಿರ ಚೀಲಗಟ್ಟಲೆ ಇದೆ ಎಂಬ ತಿರುಗೇಟು ಕೊಡುವ ಮನಸ್ಸಾದರೂ ಸದ್ಯ ನಿಲ್ಲಿಸಿ ಹತ್ತಿಸಿಕೊಂಡದ್ದು ಇವನೊಬ್ಬನೇ ಎಂದು ಸುಮ್ಮನಾದ.

ಆಟೋ ಹೊರಟು ತುಸು ದೂರ ಕ್ರಮಿಸಿ ಮಾರ್ಗಮಧ್ಯದಲ್ಲಿ ಡ್ರೈವರ್ ಕನ್ನಡಿಯಲ್ಲಿ ಇವನನ್ನು ನೋಡುತ್ತ ಕೇಳಿದ, "ಸರ್, ಐಟಮ್ ಬೇಕಾ?"

ಥಂಡಿ ಚಳಿಯಲ್ಲೂ ಮಾನಸಿಕ ತೊಳಲಾಟದಿಂದ ಬೆವರುತ್ತಿದ್ದ ಇವನಿಗೆ ಇದನ್ನು ಕೇಳಿ ಒಂದು ಕ್ಷಣ ಮಾತು ಬರದಾಯಿತು. ಆಂತರ್ಯವು ಛಿದ್ರಗೊಂಡಿತು. ವಿಚಿತ್ರ ವೇದನೆ, ಪುಳಕ ಒಟ್ಟೊಟ್ಟಿಗೆ. ಹೂಂ ಅಂದರೆ, ಮುಂದೇನು ಕಾದಿದೆಯೋ, ಎಲ್ಲಿ ಏನು ಎಡವಟ್ಟು ಆಗುವುದೋ ಎಂಬ ಅಳುಕು. ಧೈರ್ಯ ಮಾಡಿ ಮುನ್ನುಗ್ಗಿದರೆ ಸ್ವರ್ಗ. ಪ್ರಥಮ ಸ್ಪರ್ಶಾನುಭವ. ವರ್ಷಗಳಿಂದ ಕಟ್ಟಿಟ್ಟಿದ್ದ ಕಟ್ಟೆ ಇನ್ನು ಕೆಲವೇ

ನಿಮಿಷದಲ್ಲಿ ಒಡೆದು ಧುಮ್ಮಿಕ್ಕುವ ಸದಾವಕಾಶ. ಶೂರನ ಪಟ್ಟ! ಕುರುಚಲಾಗಿ ಬೆಳೆದಿರುವ ಗಡ್ಡಮೀಸೆಗೆ ಒಮ್ಮೆಲೇ ಬೆಲೆ ಏರುವಂಥ ತರ್ಕ. ಬೇಡ ಬೇಡವೆಂದು ಬೇಡುವ ಮನಸ್ಸಿನೊಂದಿಗೇ ಮಾತು ಬಾರದ ಬಿಕ್ಕಲನಂತೆ ಉಗುಳು ನುಂಗಿಕೊಂಡು ಕ್ಷೀಣ ದನಿಯಲ್ಲಿ 'ಹ್ಞೂ' ಎಂದ.

ಅದಾದ ಹತ್ತು ನಿಮಿಷದಲ್ಲಿ ಅವನು ಸಾಧಾರಣ ಲಾಡ್ಜಿನ ರೂಮಿನೊಂದರ ಹಾಸಿಗೆಯ ಮೇಲೆ ಕುಳಿತು ಒಬ್ಬನೇ ಚಡಪಡಿಸುತ್ತಾ ಕೈ ಕೈ ಹಿಸುಕುತ್ತ ಎದಿರು ನೋಡುತ್ತಿದ್ದ,

'ಅವಳಿಗೋಸ್ಕರ'.

ಭಯವಿನ್ನೂ ಕಾಡುತ್ತಿತ್ತು. ಹಾಸಿಗೆ ಮೇಲೆಲ್ಲಾ ಅಮೀಬಾ ಆಕಾರದ ಕಲೆಗಳು ಅವನನ್ನು ಮತ್ತೂ ಕಂಗೆಡಿಸುತ್ತಿದ್ದವು. ಯಾವುದಾದರೂ ಮೋಸದ ಬಲೆಗೆ ಸಿಕ್ಕಿಸುತ್ತಿದ್ದಾರೆಯೇ? ಬ್ಲಾಕ್ಮೇಲ್ ಮಾಡುವರೇ?. ಹನಿ ಟ್ರ್ಯಾಪ್ ಅಲ್ಲ ತಾನೇ? ಹೊರಗೆ ಹೆಜ್ಜೆಯ ಸಪ್ಪಳ, ಠಪ್ ಠಪ್ ಠಪ್ ಠಪ್ ಬೂಟಿನ ಶಬ್ದ, ಪೋಲೀಸಾ? ಎದೆ ಹುಚ್ಚೆದ್ದು ಬಡಿದುಕೊಳ್ಳಲಾರಂಭಿಸಿತು. ನನ್ನ ಕತೆ ಇವತ್ತಿಗೆ ಮುಗೀತು ಎಂದು ಕೈಚೆಲ್ಲಿ ಮುಚ್ಚಿದ ಬಾಗಿಲನ್ನೇ ದಿಟ್ಟಿಸಲಾರಂಭಿಸಿದ. ಪೋಲೀಸು ಒಳನುಗ್ಗಿ 'ಏನೋ ಬದ್ಮಾಶ್, ಈಗಲೇ ಇಂಥ ಶೋಕಿಯೇನೋ ನಿನಗೆ' ಎಂದು ಬೆತ್ತದಿಂದ ರಪ ರಪ ರಪ ಬಾರಿಸಿ, ಜೊತೆಗೆ ಟಿವೀನೋರು ಕ್ಯಾಮೆರಾ ಜೊತೆ ಬಂದು, ಕೊಂಚ ರೋಚಕತೆಯಿರಲೆಂದು ಅಂಗಿ ಬಿಚ್ಚಿಸಿ ಈಗಿಂದೀಗಲೇ ನೇರ ಪ್ರಸಾರ ಮಾಡಿ, ಮನೆಯಲ್ಲಿ ಇನ್ನೂ ಯಾರೂ ಮಲಗಿರದೆ, ಹೀಗೆ ಹಟಾತ್ತಾಗಿ ತಮ್ಮ ಮಗ ಒಂದು ಡಝುನ್ ಸುದ್ದಿ ಚಾನೆಲ್ಲುಗಳಲ್ಲಿ ಅರ್ಧ ಮುಖ ಮುಚ್ಚಿ ಪ್ರತ್ಯಕ್ಷನಾಗುವುದು. ವಾಸ್ತವಕ್ಕಿಂತ ಭಯಂಕರವಾಗಿ ಅವನ ಕಣ್ಣ ಮುಂದೆ ಬಂದು ಮೈ ಕಂಪಿಸಿತು. ಎದ್ದು ಓಡಿಬಿಡಲೇ ಅನ್ನಿಸಿತು.

ಬಾಗಿಲು ಕಿರ್್ರ್ ಎಂದು ಶಬ್ದ ಮಾಡುತ್ತ ತೆರೆದುಕೊಂಡಿತು. ಅವನಿಗೆ ಕಣ್ಣೆತ್ತಲೂ ಧೈರ್ಯವಿರಲಿಲ್ಲ. ಮಿರಿ ಮಿರಿ ಮಿನುಗುವ ಯೀಲ್ಡು ಚಪ್ಪಲಿ ಮೆಟ್ಟಿದ ಕಾಲ್ಗಳು ಕಂಡವು. ನಿಟ್ಟುಸಿರು ಬಿಟ್ಟ. ಭಾವನೆಗಳೆಲ್ಲ ದಿಢೀರನೆ ಏರುಪೇರು. ಭಯ ಅಳುಕು ಬೆವರು ಮಾಯವಾಗಿ, ಲಜ್ಜೆ ಪುಳಕ ಮೈ-ಬಿಗಿ ಆವರಿಸಿದವು. ಬೆಳ್ಳಗಿದ್ದಳು. ಗುಂಡಗಿದ್ದಳು. ಕನಸುಗಳಲ್ಲಿ ಬರುತ್ತಿದ್ದ ಸುಂದರಿಯರಂತೇನು ಇರಲಿಲ್ಲ. ಮುಖದ ತುಂಬ ಬಣ್ಣ ಮೆತ್ತಿದ್ದಳು. ನಿರ್ಭಾವುಕ ನಿರ್ಲಜ್ಜತೆಯಿಂದ ಇದೆಲ್ಲ ಮಾಮೂಲಿ ಯೆಂಬಂತೆ ಸರಸರನೆ ಬಂದು ಟಾಪು ಸ್ಕರ್ಟನ್ನು ಕಳಚಿ ಇವನ ಮೈ ತಡವುತ್ತಾ ಟೀವಿ ಆನ್ ಮಾಡಿ ಹಾಸಿಗೆ ಮೇಲೆ ಉರುಳಿಕೊಂಡಳು. ಅವನ ಅಂಜುಬುರುಕ ಮೋರೆ ನೋಡಿ 'ಪೆಹಲಾ ಬಾರ್ ಹೇ ಕ್ಯಾ? ಯೇ ಲೋ' ಎನ್ನುತಾ ತನ್ನ

ಮಿಣುಗುವ ಬ್ಯಾಗಿನಿಂದ ಅರ್ಧ ಬರಿದಾಗಿದ್ದ ವ್ಹಿಸ್ಕಿಯ ಬಾಟಲಿಯನ್ನು ತೆಗೆದು ಅವನ ಕೈಗಿತ್ತಳು. ಈಗಷ್ಟೇ ಬಾರಿನಿಂದ ಬಂದ ಅನ್ನುವ ಮನಸ್ಸಾದರೂ ಉಸಿರು ಹೊರಡದೆ ನೋಡೇ ಬಿಡುವಾ ಎಂದುಕೊಂಡು ಜಗ್ಗಿನಲ್ಲಿದ್ದ ನೀರು ಬೆರೆಸಿ ಬಾಟಲಿ ಖಾಲಿ ಮಾಡಿಬಿಟ್ಟ.

'ಜಲ್ದೀ ಕರೋ ಜೀ', ಅವಳು ನುಲಿದಳು. ಕೊಂಚ ಧೈರ್ಯ ತಂದುಕೊಂಡು ಅವಳ ಬಲಗೈಯನ್ನು ಒತ್ತಿದ. ತಣ್ಣಗಿತ್ತು. ಅವಳು ಸ್ವಲ್ಪವೂ ಮಿಸುಕಲಿಲ್ಲ. ಫ್ಯಾನು ನೋಡುತ್ತಿದ್ದಳು. ಮುಂದುವರೆದು ಅವಳ ಕಾಲಿನ ಬಳಿ ಬಂದ. ತರಕಲು ಚರ್ಮ. ಒಡೆದ ಹಿಮ್ಮಡಿ. ಹಳೆಯ ಚಪ್ಪರದ ಕಂಬದಂತಿದ್ದ ಕೊರಡು ಕಾಲುಗಳು. ಮಲಗಿದ್ದವಳು ಹೆಣ್ಣೆಂಬುದು ಬಿಟ್ಟರೆ ತಾನು ಕಲ್ಪಿಸಿಕೊಂಡಿದ್ದಂತೆ ಎಳ್ಳಷ್ಟೂ ಇರಲಿಲ್ಲ. ಹೆಣ್ಣೆಂದರೆ ಸೌಮ್ಯ ಕೋಮಲ ಮಣ್ಣು ಮಸಿ, ಊಹ್ಞೂ ಸಿನೆಮಾದಲ್ಲಿ ನೋಡಿದಂತೆ ನಾಯಕ ನಾಯಕಿಯನ್ನ, ನಾಯಕಿ ನಾಯಕನನ್ನ ಕೆಡವಿ ಕೆದಕಿ ಕೆರಳಿಸಿ ಉರುಳಾಡುವುದು ಇಲ್ಲಿ ಯಾವುದೂ ಇಲ್ಲ. ಧುತ್ತನೆ ಅಗಾಧ ನಿರಾಸೆ ಆವರಿಸಿತು. ಬಿಗಿ ಹಿಡಿದಿದ್ದ ಮೈ ಸಡಿಲಗೊಂಡಿತು. ಉದ್ರೇಕ ಇಳಿದು ನೆಲಕಚ್ಚಿತು.

ದೇಹ ದೇಗುಲಾ,

ಈ ದೇಹ ದೇಗುಲಾ

ಗೋಡೆ ಮೇಲಿದ್ದ ಟಿವಿ ಸಿನೆಮಾ ಹಾಡನ್ನು ಗುನುಗುತ್ತಿತ್ತು. ಇವನಿಗೆ ಯಾರೋ ಇರಿದಂತಾಗಿ ಇದ್ದಕಿದ್ದಂತೇ ದುಃಖ ಉಮ್ಮಳಿಸಿ ಬಂತು. ಜೀವನದಲ್ಲಿ ಮೊಟ್ಟ ಮೊದಲ ಸಲದ ಗುಂಡೇಟಿಗೆ ಜೋರಾಗಿಯೆ ತತ್ತರಿಸಿ ಅಳಲಾರಂಭಿಸಿದ. ಹಾಸಿಗೆಯ ಮೇಲೆ ಬಿದ್ದು ಗರ್ಭದಲ್ಲಿ ಮುದುಡಿರುವ ಮಗುವಿನಂತೆ ಮಲಗಿ ತನ್ನ ಎರಡೂ ಅಂಗೈಗಳಿಂದ ಮುಖವನ್ನು ಮುಚ್ಚಿ ಬಿಕ್ಕಳಿಸಲಾರಂಭಿಸಿದ. ಇವಳಿಗೆ ಸಿಟ್ಟು ಬಂತು. ಯಾರೋ ಚೈಲ್ಡು. ಗುಲ್ಡೂ ನನ ಮಗ, ಬೈದುಕೊಂಡಳು. ಸಂತೈಸಲು ಬರುವುದಿಲ್ಲ. ಒಂದೆರಡು ಬಾರಿ ತಿವಿದಳು. ಅವನು ಅಳುತ್ತಲೇ ಇದ್ದ. "ಯೇನೋ ನಿಂಗೆ ರೋಗ, ಯಾಕೋ ಅಳ್ತಿದೀಯ, ಥೋ ಇದೊಳ್ಳೇ ಕರ್ಮ ಆಗೋಯ್ತಲ್ಲಾ" ತಲೆ ಚಚ್ಚಿಕೊಂಡಳು. ದುಡ್ಡು ಕೊಡುತ್ತಾನೋ ಇಲ್ಲವೋ ದುಗುಡಗೊಂಡು, ಹೇಗಾದರೂ ಸರಿ ತನ್ನ ಕೂಲಿ ಪಡೆದೇ ಹೋಗಬೇಕೆಂದು ನಿರ್ಧರಿಸಿ ತುಸು ಮೃದುವಾಗಿ "ಸಾರ್ ಏನಾಯ್ತು, ಏನು ಬೇಕು ನಿಮಗೆ, ನೀರು ತಂದುಕೊಡಲೇ?" ಕೇಳಿದಳು.

ಅವನು ಎರಡೂ ಕೈಗಳನ್ನು ಕೂಡಿಸಿದ, ಕೈ ಮುಗಿಯುತ್ತಿದ್ದಾನೆಂದುಕೊಂಡಳು, ಬದಲಾಗಿ ಹೃದಯದ ಸಂಕೇತ ತೋರಿಸುತ್ತಿದ್ದ.

ಪಿತ್ತ ನೆತ್ತಿಗೇರಿದವಳಂತೆ "ಅದೇನೋ ಹೇಳ್ತಾರಲ್ಲಾ, ತಿರಕೊಂಡು ತಿನ್ನೋಳ್ನ, ಹಂಗಾಯ್ತು ನೋಡು" ಎನ್ನುತ್ತ ಎದ್ದು ಹೊರನಡೆದಳು.

* * *

ಎದುರು ಕಿಟಕಿಯಿಂದ ಸೂರ್ಯನ ಮೊನಚು ಗರಿಗಳು ಮಲಗಿದ್ದ ಅವನ ಮುಖಕ್ಕೆ ಚುಚ್ಚಿ ಎಬ್ಬಿಸಿದವು. ಧಡುಗ್ಗನೆ ಬೆಚ್ಚಿ ಬಿದ್ದವನಂತೆ ಎದ್ದು ಕುಳಿತ. ಮೈ ಬೆವರುತ್ತಿತ್ತು. ಶರಟು ಮೈಮೇಲಿರಲಿಲ್ಲ. ಎಲ್ಲಿದ್ದೇನೆ? ಸುತ್ತಲೂ ಕಣ್ಣಾಡಿಸಿದ. ಆಹಾ, ತನ್ನದೇ ರೂಮು. ರೂಮೇಟು ಇಲ್ಲ. ಇದೆಲ್ಲಾ ಕನಸಾ? ಪತ್ರಿಕೆ ಓದಿ ಮಲಗಿದವನು ಎದ್ದದ್ದು ಈಗಲೇ? ಗಡಿಯಾರ ಹನ್ನೆರಡುವರೆ ತೋರಿಸ್ತಿದೆ. ಥೋ ಇವನವ್ವನ ಮುಳ್ಳು ತಿರುಗುತ್ತಿಲ್ಲ. ಟೈಮು ಎಷ್ಟೆಂದು ಗೊತ್ತಿಲ್ಲ. ತಾನು ಕಂಡದ್ದು ಕನಸೇ ಎಂದು ಸಂಪೂರ್ಣವಾಗಿ ನಂಬಲಾಗುತ್ತಿಲ್ಲ. ಆದದ್ದೆಲ್ಲಾ ನಿಜವೇ ಎಂದು ತಿಳಿಯಲೂ ಯಾವ ಕುರುಹು ಸಿಗುತ್ತಿಲ್ಲ. ಏನಾದರೂ ಸುಳಿವು ಸಿಗಬಹುದಾ ಎಂದು 'ನಡೆದುದರ' ಬಗ್ಗೆ ತಲೆ ಕೆರೆದುಕೊಂಡ. ಹಾ, ಪೇಪರ್ರು ನೋಡಿದರೆ ತಿಳಿಯುತ್ತೆ. ಒಮ್ಮೆಲೆ ಬಗ್ಗಿ ಚಾಪೆಯ ಹೊರಗೆ ಹರಡಿದ್ದ ಪೇಪರನ್ನು ಎತ್ತಿಕೊಂಡು ಮುಖಪುಟವನ್ನು ಅವಲೋಕಿಸಿದ. ಡಿಟ್ಟೋ ಅದೇ ಜಾಹೀರಾತು. ಯಾವ ತಂಡಗಳ ನಡುವಿನ ಪಂದ್ಯ? ಮುಂಬೈ-ಬೆಂಗಳೂರು. ಮಲಗೋದಕ್ಕಿಂತ ಮುಂಚೆ ಕಂಡ ಜಾಹೀರಾತಿನಲ್ಲಿ ಯಾವ ಯಾವ ತಂಡಗಳ ನಡುವೆ ಪಂದ್ಯವಿತ್ತು? ಅಯ್ಯೋ, ಗಮನಿಸಿಯೇ ಇಲ್ಲ. ನಾನು ನೋಡಿದ್ದು ಬರೀ ಪ್ರಾಯೋಜಕರ ಪಟ್ಟಿ, ತಾರೀಖಿನಿಂದಾದರೂ ಗುರುತು ಸಿಗಬಹುದೇನೋ, ಹೊರಪುಟವನ್ನೆಲ್ಲ ಹುಡುಕಾಡಿದ. ಎಂದಾದರೂ ಪೇಪರಿನಲ್ಲಿ ದಿನಾಂಕವನ್ನು ನೋಡಿದ್ದರಲ್ಲವೇ ಅದು ಎಲ್ಲಿ ಅಚ್ಚೊತ್ತಿರುತ್ತದೆ ಎಂಬ ಜ್ಞಾನವಿರುವುದು! ಅದನ್ನೂ ಗಮನಿಸಿರಲಿಲ್ಲ. ದಿನಾಂಕಗಳನ್ನು ಲೆಕ್ಕಕಿಡುವುದು ಬಿಟ್ಟು ವರ್ಷಗಳೇ ಉರುಳಿವೆ. ಖಂಡಿತ ಕನಸಿರಬೇಕು. ಬಿಡು ಹೋಗಲಿ. ಬಚ್ಚಲಿಗೆ ಹೋಗಿ ಕಮೋಡಿನ ಮೇಲೆ ಕುಳಿತು ನಿಡುಸುಯ್ದು. ನೆನಪುಗಳನ್ನು ಮೆಲುಕು ಹಾಗಿದ. ಕನಸೇ ಎಂದು ಇನ್ನೂ ನಂಬಲಿಕ್ಕಾಗುತ್ತಿಲ್ಲ. ಒಂದು ಉಪಾಯ ಹೊಳೆಯಿತು, ಹೀಗೆ ಮಾಡಿದರೆ ಹೇಗೆ? ಒಂದು ಸಲ ನೋಡೇ ಬಿಡೋಣ, ತಿಪ್ಪೆಯನ್ನು ತಡಕಿ. ತತ್ ತಕ್ಷಣ ಹೊರಗೆ ಬರುತ್ತಿದ್ದುದನ್ನು ತಡೆಹಿಡಿದು ಇದ್ದ ನೀರನ್ನೇ ಎರಚಿಕೊಂಡು ನಿಧಿ ಸಿಕ್ಕುವುದೇನೋ ಎಂಬಷ್ಟು ಉದ್ವಿಗ್ನತೆಯಿಂದ ಷರಟನೇರಿಸಿ ಹೊರಟೇಬಿಟ್ಟ.

ಅತ್ತ ಇತ್ತ ನೋಡಿ ತನ್ನನ್ನು ಯಾರೂ ಗಮನಿಸುತ್ತಿಲ್ಲವೆಂದು ಖಚಿತಪಡಿಸಿಕೊಂಡು ಒಂದಕ್ಕೆ ಅವಸರವಾದಂತೆ ಅಭಿನಯಿಸುತ್ತ ಟೀ ಅಂಗಡಿಯ ಹಿಂಭಾಗಕ್ಕೆ ಬಂದಾಗ ತಿಪ್ಪೆ ತಿಪ್ಪೆಯಂತೇ ಇತ್ತು. ತನ್ನ ಸ್ಮೃತಿಯಲ್ಲಿ ಇದ್ದಷ್ಟು ಮಾಹಿತಿಯಿಂದ ಅಲ್ಲೆಲ್ಲಾ ತಡಕಾಡಿದ. ಎತ್ತಲೋ ನೋಡುತ್ತಿರುವವನಂತೆ ನಟಿಸುತ್ತ ಕಾಲುಗಳಿಂದ ತಿಪ್ಪೆಯನ್ನು ದೊಗೆದ. ಊಹ್ಞೂ, ಅಲ್ಲೇನು ಇರಲಿಲ್ಲ. ಹುಡುಕುತ್ತ ಹುಡುಕುತ್ತ ಅವನಿಗೆ ಆದದ್ದೆಲ್ಲವೂ ನಿಜವೇ ಅನ್ನಿಸತೊಡಗಿ ಸಿಕ್ಕಿದ್ದನ್ನು ಕಳೆದುಕೊಂಡಷ್ಟೇ ದುಃಖವಾಗತೊಡಗಿತು. ತನ್ನ ಹಣೆಬರಹವೇ ಇಷ್ಟು ಎಂದು ತನ್ನನ್ನು ತಾನೇ ಜರಿಯಲಾರಂಭಿಸಿದ. ಸೋತ

ಮುಖ ಹೊತ್ತು ಹೊರಗೆ ಬಂದು ಟೀ ಅಂಗಡಿಯ ಮುಂದೆ ಕುಳಿತ. ಎದುರಿಗೆ ಒಬ್ಬ ಗಿರಾಕಿ ಟೀ ಸೇವಿಸುತ್ತಿದ್ದ. ಟೀ ಮಾರುವವನೂ ಗಿರಾಕಿಯೂ ಸರ್ಕಾರಗಳ ಜನ್ಮ ಜಾಲಾಡುತ್ತಿದ್ದರು. ಒಂದು ಸಲ ಅಂಗಡಿಯವನನ್ನು ಕೇಳಿಬಿಡಲೇ? ಏನಂತ ಕೇಳಲಿ, ಸಾರ್, ನಿಮ್ಮಂಗಡಿ ಹಿಂದಿನ ತಿಪ್ಪೆಯಲ್ಲಿ ದುಡ್ಡು ಸಿಕ್ಕಿತಾ ಅಂತಲೇ? ಮಕ್ಕುಗಿದಾನು. ಸಿಕ್ಕಿದ್ದರೂ, ಹ್ಞೂ ಸರ್, ಸಿಕ್ಕಿದೆ, ಸರಿಯಾಗಿ ಮೂವತ್ತೈದು ಲಕ್ಷ ಇದೆ, ಇಕೋ ತಗೊಳ್ಳಿ ಅಂತ ಕೊಟ್ಟುಬಿಡುವರೇ? ಕನಿಷ್ಠ ನೆನ್ನೆ ಇಲ್ಲಿ ಕಳ್ಳತನವಾಯಿತೇ ಎಂದು ಕೇಳಲೇ? ಅಕಸ್ಮಾತ್ ಕನಸೆಂದುಕೊಂಡದ್ದು ನಿಜವಾಗಿದ್ದು ಹೀಗೆ ಏಕಾಏಕಿ ಪರಿಚಯವಿರದವನು ಘಟನೆಯ ಬಗ್ಗೆ ವಿಚಾರಿಸಿದರೆ ಅವನಲ್ಲಿ ಸಂದೇಹ ಹುಟ್ಟುವುದಿಲ್ಲವೇ? ಗ್ಯಾರಂಟಿ ಪೊಲೀಸರು ಇವನನ್ನು ಗೂಢಚರ್ಯೆಗೆ ಬಳಸಿರುತ್ತಾರೆ. ಈ ಗಿರಾಕಿ ನನ್ನನ್ನೇ ನೋಡಿ ಯಾಕೋ ನಗುತ್ತಿದ್ದಾನಲ್ಲ? ಅಥವಾ, ಎಲ್ಲ, ಎಲ್ಲ ಭ್ರಮೆಯೇ? ಲೋಕವೇ ಒಂದು ಭ್ರಮೆಯೇ? ಈ ಶರೀರ, ಅಶರೀರ ಎಲ್ಲವೂ ಕಲ್ಪನೆಯೇ? ಸುಮ್ಮನೆ ಕುಳಿತಿರುವವನೂ ನಗುತ್ತಿರುವಂತೆ ಭಾಸವಾಗುತ್ತಿದೆ, ಈ ಮಟ್ಟಕ್ಕೆ ನಾನು ಹುಚ್ಚನಾಗಿರುವೆನೇ? ಥೋ, ಇದರ ಸಹವಾಸವೇ ಬೇಡ. ಎಂಥೆಂತದೋ ಕನಸು ಕಂಡು ಅದೇ ನನಸು ಎಂದು ಹೀಗೆ ಅಲೆದಾಡುವುದು! ನನಗ್ಯಾಕೋ ತಲೆ ಕೆಟ್ಟಿದೆ, ಊರಿಗೆ ಹೋಗಿ ಬರಬೇಕು ಒಂದು ಸಲ, ಇಲ್ಲವಾದರೆ ಪೂರ್ಣ ಹುಚ್ಚನಾಗುವುದು ಖಂಡಿತ, ತನ್ನ ಹುಂಬತನಕ್ಕೆ ತಾನೆ ತಲೆ ಚಚ್ಚಿಕೊಂಡು ಎದ್ದು ರೂಮಿನತ್ತ ನಡೆದ,

ರೂಮಿನೆದುರಿಗಿನ ಗೋಪುರದ ಮೇಲೆ ಅಂಜನೇಯನ ನೆತ್ತಿಗೆ ಮೈಕು ಕಟ್ಟಿದ್ದರು. ಹಳೆಯ ಮೈಕು ಗೀರುಬಾರಾದ ಟೇಪುಗಳಿಂದ ಹಾಡು ಹಾಡುತ್ತಿತ್ತು.

ಗುಡಿಯೊಳಗೆ ಗಣಣ ಮ
ಹಡಿಯೊಳಗೆ ತನನ ಅಂ
ಗಡಿಯೊಳಗೆ ಝಣಣ ನುಡಿಗೊಡುತ್ತಿತ್ತೋ!
ಕುರುಡು ಕಾಂಚಾಣ!

ಅವನು ರೂಮಿಗೆ ಬಂದು ಎಂದಿನಂತೆ ಗುಂಡಿ ಬಿಚ್ಚದೆ ಶರಟನ್ನು ಮೇಲೆತ್ತಿ ಕೆಳಗಿಳಿಸಿ ಕಳಚಿದ, ತಪತಪನೆ ಕೆಳಕ್ಕೆ ಬಿದ್ದವು ಪಿಂಕು ನೋಟುಗಳು! ಪ್ರಪಂಚವೇ ತಲೆಕೆಳಗಾದಂತೆ. ಅತಿಂಥ ಶಾಕಲ್ಲ. ಕಣ್ಣು ಬಾಯಿ ಊರಗಲ ತೆರೆದು ಕೆಳಗೆ ನೋಡಲು ಸುಯ್ಯನೆ ಒಳತೂರಿ ಬರುತ್ತಿದ್ದ ಸಣ್ಣ ಗಾಳಿಗೆ ನೋಟುಗಳು ಅಲೆಗೈಯುತ್ತಿದ್ದವು. ಇದು ಭ್ರಮೆಯಲ್ಲೋ ಅಣ್ಣಾ, ಸತ್ಯಾಸತ್ಯ!. ಲೆಕ್ಕಾಚಾರವೆಲ್ಲ ಬೋರಲಾಗಿದೆ. ಯಾವುದು ಕನಸೆಂದುಕೊಂಡು ಸುಮ್ಮನಾದನೋ ಅದೇ ಕನಸು ಎದುರಿಗೆ ಬಂದು ನಾನು ನನಸಪ್ಪ ಎಂದು ಥಕತೈ ಮಾಡಿ ಕುಣಿಯುತ್ತಿದೆ. ಅಯ್ಯಯ್ಯೋ, ಜರುಗಿರುವುದೆಲ್ಲ

ನಿಜ. ಕದ್ದದ್ದೂ ನಿಜ. ನಾನು ಕದ್ದೆನೇ, ನಾನು ಕಳ್ಳನೇ? ಈ ಮಟ್ಟಕ್ಕೆ ನಾನು ಇಳಿದೆನೇ. ಎಷ್ಟು ದೊಡ್ಡ ಮೊತ್ತ. ಇದು ಸಾವಿರಾರು ರುಪಾಯಿಯ ಕಳ್ಳತನವಲ್ಲ, ಭರ್ತಿ ಮೂವತ್ತೈದು ಲಕ್ಷ. ಇದು ದರೋಡೆ!. ಸರಸರನೆ ಪತ್ರಿಕೆಯ ಪುಟಗಳನ್ನು ತಿರುಗಿಸಿ ನೋಡಿದ. ಹ್ಞಾ, ಇದೆ, ಇಲ್ಲೇ, ಎರಡನೇ ಪುಟದಲ್ಲೇ, 'ನಗರ-ಪ್ರದಕ್ಷಿಣೆ' ಕಾಲಮ್ಮಿನಲ್ಲೇ ಇದೆ, 'ಹಾಡು ಹಗಲೇ ಮೂವತ್ತೈದು ಲಕ್ಷ ದರೋಡೆ' ಶೀರ್ಷಿಕೆ. ಸುದ್ದಿ ವಿಸ್ತರಣೆಯಲ್ಲಿ 'ಗಮನ ಬೇರೆಡೆಗೆ ಸೆಳೆದು' ಎಂಬ ವಿಶ್ಲೇಷಣೆ. 'ಇದು ಯಾರೋ ಒಬ್ಬ ಎಸಗಲು ಸಾಧ್ಯವಿರದ ಕೃತ್ಯ, ಅಂತರ್‌ರಾಜ್ಯ ದರೋಡೆಕೋರರ ತಂಡದ ಕುಕೃತ್ಯವಿರಬಹುದು, ಆದರೆ ಸ್ಥಳೀಯರ ಕೈವಾಡ ಅಲ್ಲಗಳೆಯುವಂತಿಲ್ಲ' ಎಂದು ಪೊಲೀಸ್ ಇನ್‌ಸ್ಪೆಕ್ಟರ್‌ನಿಂದ ವಿವರಣೆ. ಎಲಾ ಇವನಾ, ಇದು ನನ್ನ ಕುರಿತದ್ದೇ ಸುದ್ದಿ. ನಾನು ದರೋಡೆಕೋರನಾದೆನೇ? ಒಮ್ಮೆಲೇ ಹೃದಯ ಕೈಬಿಟ್ಟ ಮಡಕೆಯಂತೆ ಫಳ್ಳನೆ ಒಡೆದು ಚೂರುಚೂರಾದ ಅನುಭವ. ಒಂದು ವೇಳೆ ನನ್ನ ಕನಸೂ ಘಟಿಸಿರುವ ದರೋಡೆಯೂ ಕಾಕತಾಳೀಯವೇ? ಹಾಗಿದ್ದಲ್ಲಿ ಈ ಗರಿಗರಿ ನೋಟುಗಳು ಎಲ್ಲಿಂದ ಬಂದವು?

ಎಂಥಾ ಬಾಲಿಶ ಯೋಚನೆ. ನೋ ಡೌಟ್, ಕಳ್ಳ ನಾನೇ.

ಇಲ್ಲ, ಅದು ಭ್ರಮೆಯಲ್ಲ, ಆ ಗಿರಾಕಿ ನನ್ನನ್ನೇ ನೋಡುತ್ತಿದ್ದ. ಕುಹುಕು ನಗೆ ಬೀರುತ್ತಿದ್ದ. ಅವನಿಗೂ ನನಗೂ ಈ ದರೋಡೆಗೂ ಏನೋ ಸಂಬಂಧವಿದೆ. ಅವನೇನಾದರೂ ಪೊಲೀಸ್ ಗೂಢಾಚಾರಿಯೇ? ಇರಬೇಕು, ಹಾ, ದರೋಡೆ ಸ್ಥಳದಲ್ಲಿ ಪೊಲೀಸರು ಒಬ್ಬ ಗೂಢಾಚಾರನನ್ನು ನೇಮಿಸಿದ್ದಾರೆ. ಪೇಪರಿನಲ್ಲಿ ಹೇಳಿದ್ದಾರಲ್ಲ, ಸ್ಥಳೀಯರನ್ನು ಅಲ್ಲಗಳೆಯುವಂತಿಲ್ಲ. ಅವನನ್ನು ನಾನು ಎಲ್ಲೋ ನೋಡಿದಂತಿದೆಯಲ್ಲ? ನಮ್ಮೂರಿನೋನಾ? ಅಥವಾ ಬಸ್ಸಿನಲ್ಲಿ ಎಂದಾದರೂ ಪಕ್ಕದಲ್ಲಿ ಕುಳಿತಿದ್ದನಾ? ನೆನಪಾಗ್ತಿಲ್ಲ. ಆದರೂ ಎಲ್ಲೋ ನೋಡಿದ ಹಾಗೆ ಅನ್ನಿಸುತ್ತಿದೆ. ಆ ಹೊಟೇಲಿನ ವೇಟರ್‍ರಾ? ಅಲ್ಲ ಬಾರಲ್ಲಿ ಸಿಕ್ಕ ಬುರುಡೆ ಸಾಹಿತಿಯೇ? ಊಹ್ಞೂ ಅವನೂ ಅಲ್ಲ ಅನ್ನಿಸ್ತಿದೆ. ಆಟೋದೋನಾ? ಅವನ ಮುಖ ಸರಿಯಾಗಿ ಗಮನಿಸಿಲ್ಲ. ಮತ್ತಿನ್ಯಾರು? ಪೊಲೀಸಾ? ಹ್ಞಾ, ಅವನೇ, ಇವನೇ ಅವನು, ಆ ಇನ್‌ಸ್ಪೆಕ್ಟರ್! ಬಡ್ಡಿ ಮಗ. ಹೌದಲ್ವಾ, ಬೂಟ್ಸು ಕಂದುಗಿದ್ದವು, ಬಟ್ಟೆ ಮಾತ್ರ ಬಣ್ಣ ಬಣ್ಣದ್ದು. ಈಗ ಜ್ಞಾಪಕಕ್ಕೆ ಬರ್ತಿದೆ. ಗ್ಯಾರಂಟಿ ಪೊಲೀಸರು ಕಲರ್ ಡ್ರೆಸ್‌ನಲ್ಲಿ ತನ್ನ ಬೆನ್ನಟ್ಟಿದ್ದಾರೆ.

ಅವನಿಗೆ ಜೀವ ಬಾಯಿಗೆ ಬಂದಂತಾಯ್ತು. ಬೆವರಿಗೆ ತೋಯ್ದು ಹೋದ. ಇನ್ನು ತಾನು ಮುಳುಗಿದಂತೆಯೇ ಸರಿ. ಇವತ್ತಿಗೆ ಕಾಲೇಜು ಊರು ಬೆಂಗಳೂರು ಮನೆ ಸಂಬಂಧ ಎಲ್ಲಾ ಕ್ಲೋಸ್. ಇನ್ನೇನು ಕೆಲವೇ ದಿನ, ಅಥವಾ ಗಂಟೆ ಅಥವಾ ಕ್ಷಣ, ಪೊಲೀಸ್ ಜೀಪು ಯಾವ ಕ್ಷಣದಲ್ಲಿ ಬೇಕಾದರೂ ರೂಮಿನ ಎದುರು

ಬಂದು ನಿಲ್ಲುತ್ತದೆ. ಜೀಪು ಇಳಿದವರೇ ಇಬ್ಬರು ಮೂವರು ಓಡಿ ಬಂದು ಕೈಗೆ ಕೋಳ ತೊಡಿಸುತ್ತಾರೆ. 'ಬಾರೋ ಭೋಸುಡಿ ಮಗನೆ' ಅಂತ ಕೊರಳಪಟ್ಟಿ ಹಿಡಿದು ದರದರ ದರನೆ ಎಳೆದು ಜೀಪು ಹತ್ತಿಸುತ್ತಾರೆ. ಹೊರಗೆ ಜನ ಸುತ್ತುವರಿಯುತ್ತಾರೆ. ನನ್ನನ್ನು ನೋಡುತ್ತಾರೆ. ಇವನೂ ಇಂಥ ಕೆಲಸಕ್ಕೆ ಕೈಹಾಕಿದ್ದನಾ ಎಂದು ಮಾತನಾಡಿಕೊಳ್ಳುತ್ತಾರೆ, ಪಕಪಕ ನಗುತ್ತಾರೆ. ಮಾನ ಮರ್ಯಾದೆಯೆನ್ನುವುದು ಮೂರು ಕಾಸಿಗಲ್ಲ, ಮುಗಸಟ್ಟೆಗೆ ಬಿಕರಿಗೊಳ್ಳುತ್ತದೆ. ಗೆಳೆಯರು, ಕಾಲೇಜಿನೋರು, ಮನೆಯವರು, ನೆಂಟರು, ಗುರುಗಳೂ.. ಪ್ರತಿಯೊಬ್ಬರೂ ಇವನು ಕಳ್ಳ ಖದೀಮ ದೊಡ್ಡ ಮಳ್ಳ ಎಂದು ಆಡಿಕೊಳ್ಳುತ್ತಾರೆ. ಹಿತೈಷಿಗಳು ಕಡಿಮೆ. ಮರುಗುವರೇನೋ. ಆಗದವರೇ ಹೆಚ್ಚು. ಬೀಳುವುದನ್ನೇ ಕಾಯುತ್ತಿರುವವರು ಅಂಡು ಬಡಿದುಕೊಂಡು ನಗುವರು.

ಅವನಿಗೆ ಚಿಟಾರನೆ ಕಿರುಚಿಕೊಳ್ಳಬೇಕೆನಿಸಿತು. ಮೈ ಜ್ವರ ಹಿಡಿದವರಂತೆ ನಡುಗುತ್ತಿತ್ತು. ಎಲ್ಲಾದರೂ ಓಡಿ ಹೋಗಲೇ? ಎಲ್ಲಿಗೆ ಹೋಗಲಿ? ಪೋಲೀಸರು ಎಲ್ಲಿಗೆ ಹೋದರೂ ಬಿಡುವುದಿಲ್ಲ. ಹಿಡಿಯುವುದು ಖಂಡಿತ. ಓಡಿಹೋದಷ್ಟೂ ಶಿಕ್ಷೆ ಜಾಸ್ತಿ. ಸತ್ತರೆ? ಹೌದು, ಅದೇ ಸರಿ ಅನ್ನಿಸುತ್ತಿದೆ. ಸತ್ತರೆ ಪೋಲೀಸರಿಗೆ ನಾನೇ ಕಳ್ಳ ಎಂದು ಸಾಬೀತುಪಡಿಸಲು ಸಾಧ್ಯವಿಲ್ಲ. ಕಡೇಪಕ್ಷ ಇಂಥ ಹೀನ ಕೆಲಸ ಮಾಡಿದ ನನ್ನ ಮಗ ಎಂದು ಊರಲ್ಲಿ ಮನೆಯವರು ಕೊರಗುವುದನ್ನಾದರೂ ತಪ್ಪಿಸಬಹುದು. ನಗಾಡುವವರ ಬಾಯಿಂದ ಪಾರಾಗಬಹುದು. ಒಳ್ಳೆ ನಿರ್ಧಾರ.

ಆದರೂ, ಸತ್ತಮೇಲೆ ಪಾರಾಗಿ ಏನು ಸಾಧಿಸಿದ ಹಾಗೆ? ಸತ್ತು ಪಾರಾಗುವುದು ಎಂದರೇನು? ಅರ್ಥವಿಲ್ಲದ ಮಾತು. ನಾನು ಸತ್ತಿರುತ್ತೇನೆ, ಇಲ್ಲಿ ಏನು ಜರುಗುವುದೆಂದು ನನಗೆ ಗೊತ್ತಾಗುವುದಿಲ್ಲ. ನಗುತ್ತಾರೆ ಅಂದುಕೊಂಡವರು ನಗುತ್ತಾರೋ ಮರುಗುವರು ಅಂದುಕೊಂಡವರು ಮರುಗುತ್ತಾರೋ, ಅಳಬಹುದೆಂದುಕೊಂಡವರು ಅಳುತ್ತಾರೋ? ಹೇಗೆ ತಿಳಿಯುತ್ತೆ? ಅದೆಲ್ಲಾ ನನ್ನ ಕಲ್ಪನೆಯಷ್ಟೇ. ಜೀವನವೇ ಒಂದು ನಾಟಕ. ಜಗತ್ತೇ ವೇದಿಕೆ. ಇಲ್ಲಿ ಎಲ್ಲರೂ ನಟನೆಯಲ್ಲಿ ಪೀಯೆಚ್ಡಿ ಮುಗಿಸಿರುವವರು. ಯಾರು ಎಷ್ಟು ಚೆನ್ನಾಗಿ ಅಭಿನಯಿಸುತ್ತಿದ್ದಾರೆ ಎಂದು ಹೇಳಲಾಗುವುದಿಲ್ಲ.

ನಾನೇ ಹೋಗಿ ತಪ್ಪೊಪ್ಪಿಕೊಳ್ಳಲೇ? ಇರುವುದರಲ್ಲಿ ಸಹ್ಯವಾದ ಮಾರ್ಗ. ಶಿಕ್ಷೆ ಕೊಂಚ ಕಡಿಮೆಯಾದರೂ ಆಗಬಹುದು. ಯಾರು ಏನೇ ಅಂದುಕೊಳ್ಳಲಿ. ಸಹಿಸಿದರಾಯಿತು. ಇದನ್ನೇ ಸವಾಲಾಗಿ ಪಡೆದು ಜೀವನವನ್ನು ಸರಿಪಡಿಸಿ ಏನಾದರೂ ಸಾಧಿಸಿದರಾಯಿತು. ಪಶ್ಚಾತ್ತಾಪದಿಂದಲೇ ಆತ್ಮಶುದ್ಧಿಯಾಗುವುದು, ಆತ್ಮಶುದ್ಧಿಯಿಂದಲೇ ಆರೋಗ್ಯಕರ ಕ್ರೋಧ ಹುಟ್ಟುವುದು, ಇಂಥ ಕ್ರೋಧದಿಂದಲೇ

ಮನುಷ್ಯ ಏಳ್ಗೆಯ ಪಥ ತುಳಿದು ಏನಾದರೂ ಮಹತ್ತರವಾದದ್ದನ್ನು ಸಾಧಿಸುವುದು– ಹಲವು ಸ್ವಸಹಾಯ ಪುಸ್ತಕಗಳಲ್ಲಿ ಓದಿದ್ದ ನೆನಪು.

ಇಷ್ಟಕ್ಕೂ ಪೊಲೀಸರು ದುಡ್ಡೆಲ್ಲಿ ಅಂತ ಕೇಳಿದರೆ? ಆತ್ಮ ಭರ್ತ್ಸನೆಯಲ್ಲಿ ಅದನ್ನು ಮರೆತೇ ಹೋಗಿದ್ದನಲ್ಲಾ? ಅಲ್ಲಿ ಬಚ್ಚಿಟ್ಟ ದುಡ್ಡು ಎಲ್ಲಿ ಹೋಯಿತು? ಯಾರಾದರೂ ಪೇಪರ್ ಆಯುವ ಭಿಕ್ಷುಕರಿಗೆ ಸಿಕ್ಕಿತಾ? ಕಸ ತುಂಬುವ ಮುನಿಸಿಪಾಲಿಟಿ ಕೆಲಸಗಾರರು ಎತ್ತಿಕೊಂಡರಾ? ಏನಾದರೂ ಆಗಿರಬಹುದು. ನನ್ನ ಬುದ್ಧಿಗಿಷ್ಟು. ಎಲ್ಲೋ ಓದಿದ್ದೆ. ಎಲ್ಲಾ ಸಾಮಾನ್ಯ ಮನುಷ್ಯನೂ ಹೀಗೆಯೇ. ಏನಾದರೂ ಬೆಲೆಬಾಳುವ ವಸ್ತುವನ್ನು ತಕ್ಷಣ ಬಚ್ಚಿಡಬೇಕಾದರೆ ಅತೀ ಬುದ್ಧಿವಂತನಂತೆ, ಬಚ್ಚಿಡುವುದು ಅತೀ ಸಾಮಾನ್ಯ ಜಾಗಗಳಲ್ಲಿ, ಅಂದರೆ, ಕಲ್ಲಿನ ಅಡಿ, ಜಂತೆ ಸೊಂದಿಯಲ್ಲಿ, ಅಡಿಗೆಮನೆ ಡಬ್ಬಿ ಕೆಳಗೆ, ಬೂಟ್ಸುಗಳೊಳಗೆ. ಪ್ರಕೃತಿ ವೈಶಿಷ್ಟ್ಯ. ಎಂದೂ ತಡಕದ ಸರ್ವೇಸಾಮಾನ್ಯ ಜಾಗಗಳನ್ನು ಬೆಲೆಬಾಳುವ ವಸ್ತುವಿಟ್ಟಾಗಲೇ ಯಾರಾದರೂ ಹೋಗಿ ತಡಕಿರುತ್ತಾರೆ. ಮರ್ಫಿ ನಿಯಮ.

ಛೇ, ಎಷ್ಟೊಂದು ವಿಷಯಗಳನ್ನು ಮರೆತೇ ಹೋಗಿರುವೆ. ಬೆಳಗ್ಗೆ ಎದ್ದಾಗ ಇದೆಲ್ಲಾ ಕನಸೇ ಎಂದು ತಿಳಿದಿದ್ದೆ. ಹಾಗೆಯೇ, ಈ ದುಡ್ಡನ್ನೂ ಕೂಡ ಎಲ್ಲಿಯಾದರೂ ಎತ್ತಿಟ್ಟೆ?? ನಾನು ಭಯಪಟ್ಟು ಏನೇನೋ ಮಾಡುತ್ತಿರುವೆ. ಸ್ವಲ್ಪ ಸಹನೆಯಿಂದ ಯೋಚಿಸೋಣ. ನೆನ್ನೆ ನಡೆದಿದ್ದೆಲ್ಲವನ್ನೂ ನೆನಪು ಮಾಡಿಕೊಳ್ಳೋಣ. ಅಕಸ್ಮಾತ್ ನಾನೇ ಅದನ್ನು ಬೇರೆಡೆಗೆ ವರ್ಗಾಯಿಸಿದ್ದರೆ! ನಾನು ಬುದ್ಧಿವಂತ ಕಳ್ಳ. ನೆನಪಿರಲಿ. ಹ್ಞಾ, ಎಲ್ಲಿಂದ ಶುರು? ಒಂದೊಂದಾಗಿ ನೆನ್ನೆ ಬೆಳಗ್ಗೆಯಿಂದ ನಡೆದ ಘಟನೆಗಳನ್ನು ಮೆಲುಕು ಹಾಕಿದ.

ಚೀಲ ಬಚ್ಚಿಟ್ಟು ಹೊರಗೆ ಬಂದೆ. ಜನ ಸೇರಿದ್ದರು. ಅಮೇಲೆ ಚದುರಿದರು. ಪೋಲೀಸು ನನ್ನ ಬಟ್ಟೆ ಬಗ್ಗೆ ಮಾತಾಡಿದ. ಬಟ್ಟೆ ಅಂಗಡಿಗೆ ಹೋದೆ. ಅಂಗಡಿಯವನು ಬೇವರ್ಸಿ. ನನ್ನ ದೇಹಕ್ಕೆ ಬಟ್ಟೆ ಸರಿಯಾಗಿ ಸಿಗಲ್ಲ ಚೆನ್ನಾಗಿ ತಿನ್ನಿ ಅಂದ. ದೊಡ್ಡ ಹೋಟೇಲ್ಗೆ ಹೋದೆ. ಒಳ್ಳೆ ಊಟ. ಆಮೇಲೆ ಬಿಲ್ಲು ಕೊಡುವವನು. ಅವನೋ, ಬಾರಿನ ಆಸೆ ಹುಟ್ಟಿಸಿದ. ಇಲ್ಲವಾದರೆ ನಾನು ಬಾರಿಗೆ ಹೋಗುತ್ತಲೇ ಇರಲಿಲ್ಲ. ಊಟವಾದ ಮೇಲೆ ಹೇಗಾದರೂ ಮಾಡಿ ಹಣ ಬೇರೆಡೆ ಒಯ್ಯಬಹುದಾಗಿತ್ತು. ಬಾರಲ್ಲಿ, ಬ್ಯಾಡಾ ಅಂತ ಹೊರಟಾಗ ಹಾಗೇ ಹೊರಟು ಬರಬೇಕಾಗಿತ್ತು. ಆ ತರಲೆ ಸೈಕಿಕ್ ಹತ್ತಿರ ತಗುಲಾಕ್ಕೊಂಡು, ಅವನೊಂದಷ್ಟು ಹೆದರಿಸಿ, ಏನಂದ ಅವನು, ಮೊದಲನೇ ಬಾರು ಬೀರು ಮಂಚ. ಅವನ ಪಿಂಡ. ಥೋತ್ತೇರಿಕೆ! ಅವನು ಹಾಗೆ ಹೇಳದಿದ್ದರೆ ಎಂಜಿ ರೋಡಿನ ಆಸೆಯೇ ಬರುತ್ತಿರಲಿಲ್ಲ. ತಲೆಗೆ ಹುಳ ಬಿಟ್ಟು ಹೋದ. ಲಾಡ್ಜಿಗೆ ಹೋದೆ. ಅವಳು. ಸತ್ತಂತೆ ಮಲಗಿದ್ದಳು. ನಿರ್ಜೀವ

ದೇಹವನ್ನು ಬಿಕರಿಗಿಟ್ಟಂತೆ. ಇಂಗಿತ ಬತ್ತಿ ಹೋಯಿತು. ಅಳು ಬಂತು. ಅತ್ತೆ. ಕೆದಕಿದಳು. ಇನ್ನೂ ಅತ್ತೆ. ಆಮೇಲೇನಾಯ್ತು? ನೀನೊಂದು ಕಲ್ಲು ಅಂತ ಬಯ್ದೆ. ಅವಳೂ ಅತ್ತಳು. ಅಥವಾ ಅತ್ತಂತೆ ನಟಿಸಿದಳು. ಈ ದೇಹ ಕಲ್ಲಾಗಿ ವರ್ಷಗಳೇ ಕಳೆದಿವೆ ಅಂದಳು. ಭಾವುಕಳಾದಳೇನೋ ಅಂದುಕೊಂಡೆ. ಅಯ್ಯಯ್ಯೋ, ನಾನೇ ಮದುವೆ ಪ್ರಸ್ತಾಪ ಮಾಡಿದೆನಲ್ಲವೇ? ಛೀ ಛೀ. ಏನೇನೋ ಮಾತಾಡಿದೆವು. ಮದುವೆಯಾಗೋಣ. ಓಡಿಹೋಗೋಣ. ನಾನು ಆ ಕೆಲಸ. ನೀನು ಈ ಕೆಲಸ. ಮುದ್ದು ಕುಟುಂಬ. ಅಬ್ಬಬ್ಬಾ. ಆವಾಗಲೇ ನಾನು ಬಾಯಿ ಬಿಟ್ಟಿದ್ದು. ನನ್ನ ನಿಧಿ ಬಗ್ಗೆ. ತಿಪ್ಪೆಯಲ್ಲಿ ಹುದುಗಿಸಿಟ್ಟಿದ್ದ ನಿಧಿ ಬಗ್ಗೆ. ಅವಳೂ ನಾನೂ ನಿಧಿ ಎತ್ತಿಕೊಂಡು ಓಡಿಹೋಗುವುದಂತೆ. ದೂರದ ಊರಿನಲ್ಲಿ ಶಂಕರ್‌ನಾಗ್ ತರಹ ಹೊಸ ಜೀವನ ಆರಂಭಿಸುವುದಂತೆ, ಪ್ಲಾನು. ಹೊರಗೆ ಬಂದೆವು. ಕಾರೊಂದು ಬಂತು. ನಾನು ಮುಂದೆ ಅವಳು ಹಿಂದೆ. ತಿಪ್ಪೆಯ ಬಳಿ ಬಂದೆವು. ನಾನು ಇಳಿದೆ. ಅವಳು ಇರಲಿಲ್ಲ. ಅವನು ಚಾಲಕ. ಓಹೋಹೋ. ಪೊಲೀಸ್. ಅವನು ಪೊಲೀಸ್. ಅದು ಪೊಲೀಸ್ ಕಾರು. ಅವಳು ಮಂಗಮಾಯ. ಕೈಕೊಟ್ಟಳಾ ಅಥವಾ ಇವನೇ ಓಡಿಸಿದನಾ? ಗೊತ್ತಿಲ್ಲ, ಬರುವಾಗ ಕಾರಿನಲ್ಲಿ ಮಲಗಿದ್ದೆ. ಪೊಲೀಸು ಚೀಲ ಎತ್ತಿಕೊಂಡ. ಮತ್ತೆ ಕಾರು ಹತ್ತಿಸಿದ. ಮದ್ಯದ ಅಮಲು ಭೂಮಿಯನ್ನು ಹ್ಯಾಗೆ ತಿರುಗಿಸುತ್ತಿತ್ತು ಅಂದರೆ ಸಾಧ್ಯವಾದರೆ ನನ್ನ ತಲೆಯನ್ನು ಕತ್ತರಿಸಿ ದೂರ ಎಸೆಯುವಷ್ಟು! ಹಲವಾರು ಅಪರಾಧಗಳ ಮಿಶ್ರಣವಾಗಿ ನಾನು ಇಡಿಯಾಗಿ ಅಲ್ಲೋಲಕಲ್ಲೋಲ ಗೊಂಡಿದ್ದೆ. ಒಂದು ಕಡೆ ಕಾರು ನಿಂತಿತು. ಪೊಲೀಸು ನನ್ನನ್ನು ಇಳಿಸಿದ. ಸ್ಟೇಷನ್ ಯಾವ ಏರಿಯಾದ್ದು ಎಂದು ತಲೆ ಎತ್ತಿ ನೋಡಿದರೆ, ಅದು ಸ್ಟೇಷನ್ ಅಲ್ಲ, ನನ್ನ ರೂಮು!. ಪೊಲೀಸು ಯಾಕೆ ರೂಮಿಗೆ ಕರಕೊಂಡು ಬಂದ? ಆಶ್ಚರ್ಯ. ತೂರಾಡುತ್ತಾ ಇಳಿದೆ. ರೂಮಿನ ಕದ ತೆರೆಸಿ ಒಳಗೆ ಕಳಿಸಿ ಮಾಯವಾದ. ಬಿಟ್ಟನಲ್ಲಾ ಎಂಬ ನಿರಾಳದಿಂದ ಬಂದು ಮಲಗಿದೆ. ಇಷ್ಟೇ ನಡೆದದ್ದು.

ನೆನ್ನೆ ಬೆಳಗ್ಗೆ ಬೈದವನು, ರಾತ್ರಿ ತಂದು ಬಿಟ್ಟವನು, ಇಂದು ಅಂಗಡಿ ಮುಂದೆ ಕುಂತಿದ್ದವನು, ಮೂವರೂ ಅವನೇ. ಫೆಂಟಾಸ್ಟಿಕ್. ಅವನ ನಗುವಿನ ಕುಹುಕದಲ್ಲೇ ಅನ್ನಿಸುತ್ತಿತ್ತು. ಇಲ್ಲಿ ಏನೋ ಮಸಲತ್ತು ನಡೆದಿದೆ ಎಂದು. ಇನ್‌ಸ್ಪೆಕ್ಟರ್ ಎಷ್ಟು ಚಂದವಾಗಿ ಕಾಯ್ದು ನೋಡುವ ತಂತ್ರ ಬಳಸಿ, ನನ್ನನ್ನು ಹಿಂಬಾಲಿಸಿ ಕೊನೆಗೆ ನಾನೇ ತೋಡಿಕೊಂಡ ಹಳ್ಳಕ್ಕೆ ಬಿದ್ದಾಗ, ಅನಾಯಾಸವಾಗಿ ಬಂದು ಚೀಲವನ್ನು ಎತ್ತಿಕೊಂಡಿದ್ದಾನೆ. ಕಳ್ಳತನ ಮಾಡಲಿಲ್ಲ, ಕಳ್ಳನನ್ನು 'ಹಿಡಿಯಲಿಲ್ಲ'. ಕದ್ದ ಮಾಲನ್ನು ಬಿಡಲಿಲ್ಲ, ಸ್ಮಾರ್ಟ್ ಥೀಫ್. ರಂಗನಿಗೆ ಘಟಿಸಿದ್ದೆಲ್ಲವೂ ಬೆಳಗಿನ ಕನಸಿನಂತೆ ನಿಚ್ಚಳವಾಗಿ ಕಣ್ಣ ಮುಂದೆ ಬಂತು.

ಎಷ್ಟು ಹೀನಾಯವಾಗಿ ಘಟನಾವಳಿಯ ಪ್ರವಾಹಕ್ಕೆ ಸಿಲುಕಿ ನಾನು ಕೊಚ್ಚಿಹೋದೆ. ಪ್ರತಿಯೊಂದು ಹೆಜ್ಜೆಯ ನಂತರ ಒಮ್ಮೆಯಾದರೂ ನಿಂತು ಯೋಚಿಸಿದ್ದರೆ, ದಾರಿ ಬದಲಾಯಿಸಿದ್ದರೆ, ಬಹುಶಃ ಬಚಾವಾಗುತ್ತಿದ್ದೆ. ಹಣವೇ ಹಾಗೆ ಅಲ್ಲವೇ? ನಮ್ಮನ್ನು ಮಂಗ ಮಾಡಿ ತನಗೆ ಬೇಕಾದಂತೆ ಕುಣಿಸುತ್ತದೆ. ಈ ಸಮಾಜ ಎಷ್ಟು ಚೊಕ್ಕವಾಗಿ ಜೋಡಿಸಿಕೊಂಡಿದೆಯಲ್ಲವೇ? ಅನಾಮತ್ತಾಗಿ ಒಬ್ಬ ಅಮಾಯಕನನ್ನು ತಿಪ್ಪೆಯಿಂದ ರಾಜನ ಖುರ್ಚಿಗೆ ಎತ್ತೊಯ್ಯಲು ಅಷ್ಟು ಸುಲಭವಾಗಿ ಅದು ಬಿಡುವುದೇ ಇಲ್ಲ.

ಹ್ಯಾಂಗಾರೆ ಕುಣಿಕುಣಿದು
ಮಂಗಾಟ ನಡೆದಾಗ
ಅಂಗಾತ ಬಿತ್ತೋ, ಹೆಗಲಿ ಎತ್ತೋ !
ಕುರುಡು ಕಾಂಚಾಣ !

ಆ ದಿನವೆಲ್ಲ ಅವನು ಮಲಗಿದ್ದಲ್ಲೇ ಹೊರಳಾಡಿದ, ನರಳಾಡಿದ. ಅವಮಾನ, ಪಶ್ಚಾತ್ತಾಪಗಳ ಅತೀವ ಮಾನಸಿಕ ಹಿಂಸೆಯಿಂದ ಹಾಸಿಗೆಯನ್ನು ಕಡಿಯುತ್ತಿದ್ದ. ಹೀಗೆ ಮಲಗಿದ್ದಲ್ಲೇ ಭೂಮಿ ತನ್ನನ್ನು ಆಹುತಿ ತೆಗೆದುಕೊಳ್ಳಬಾರದೇ ಎಂದು ಬೆಂದ. ಸಂಜೆಯಾದರೂ ಅಂತರಂಗದಲ್ಲಿನ ವಾತಾವರಣ ತಿಳಿಯಾಗಲಿಲ್ಲ. ಎದ್ದು ಹೊರಬಂದು ಮುಖ್ಯರಸ್ತೆವರೆಗೆ ನಡೆದ. ರಸ್ತೆಮಧ್ಯದಲ್ಲಿ ನಿಂತು ಕೂಗಿ ಕೂಗಿ ತನ್ನ ಕುಕೃತ್ಯವನ್ನು ಸಾರಬೇಕೆನಿಸಿತು. ಧೈರ್ಯ ಸಾಲಲಿಲ್ಲ. ಸುತ್ತಲೂ ಅವಲೋಕಿಸಿದ. ಅಲ್ಲಿರುವ ಪ್ರತಿಯೊಬ್ಬರೂ ತಂತಮ್ಮ ಉದ್ಯೋಗದಲ್ಲಿ ಮಗ್ನರಾಗಿದ್ದರು. ಕಾರಲ್ಲಿ ಕೂತು ಪತ್ನಿಗೋಸ್ಕರ ಕಾಯುತ್ತಿರುವವನು, ಎಳನೀರು ಮಾರುವವನು, ಸಿಗರೇಟು ಸೇದುತ್ತಿರುವವನು, ಏಟಿಯೆಮ್ಮಿನ ಸೆಕ್ಯೂರಿಟಿ, ಸಿಗ್ನಲ್ಲಿನಲ್ಲಿ ಬಲೂನು ಹಿಡಿದು ಓಡಾಡುತ್ತಿರುವ ಪುಟ್ಟ ಪುಟ್ಟ ಮಕ್ಕಳು. ಇವರೆಲ್ಲರೆದುರು ತಾನೊಬ್ಬ ಕ್ಷುದ್ರ ಕೀಟ ಎನಿಸಿತು. ಈ ಸಮಾಜದಲ್ಲಿ ಎಲ್ಲವೂ ಒಂದಕ್ಕೊಂದು ಚೆನ್ನಾಗಿ ಜೋಡಿಸಿಕೊಂಡಿವೆ. ಒಳ್ಳೆಯತನಕ್ಕೆ, ಕೆಟ್ಟತನಕ್ಕೆ ನಿರ್ದಿಷ್ಟ ಅರ್ಥಗಳಿವೆ. ಇಲ್ಲಿ ಬಲೂನು ಮಾರುವ ಹುಡುಗಿಯ ಬಗ್ಗೆ ಕನಿಕರವಿದೆ. ಕಾರಿನಲ್ಲಿರುವವನ ಬಗ್ಗೆ ಗೌರವವಿದೆ. ಪೋಲೀಸೆಂದರೆ ಭಯವಿದೆ. ಸನ್ಯಾಸಿಗಳ ಬಗ್ಗೆ ಭಕ್ತಿಯಿದೆ. ಈ ಡಿಕ್ಷನರಿಯ ಪ್ರಕಾರ, ನಾನು ಒಳ್ಳೆಯವನೋ, ಕೆಟ್ಟವನೋ ನನಗೇ ಗೊತ್ತಿಲ್ಲ. ಬಹುಶಃ ನಾನು ಈ ವ್ಯವಸ್ಥೆಗೆ ತಕ್ಕನಾದವನಲ್ಲ, ಚಚ್ಚೌಕಾರದ ಬಾಕ್ಸುಗಳನ್ನು ಜೋಡಿಸಿದರೆ ಮತ್ತೊಂದು ದೊಡ್ಡ ಚೌಕದ ಆಕಾರ ಎದ್ದೇಳುತ್ತದೆ. ಅದರ ಮಧ್ಯೆ ನಿರ್ದಿಷ್ಟ ಆಕಾರವಿಲ್ಲದ, ಓರೆಕೋರೆಗಳಿಂದ ಸ್ವರೂಪ ಕಳೆದುಕೊಂಡ ಬಾಕ್ಸನ್ನು ತುರುಕಿದರೆ ಆ ದೊಡ್ಡ ಆಕಾರವೇ ಕುಸಿದು ಬೀಳುತ್ತದೆ. ಅಂತಹ ವಿಕಾರ ಡಬ್ಬ ನಾನು.

ತೀವ್ರ ವಿಷಾದ ತುಂಬಿಕೊಂಡ ಅವನು ಏನನ್ನೋ ಧೃಡವಾಗಿ ನಿಶ್ಚಯಿಸಿ ವಾಪಸ್ಸು ರೂಮಿಗೆ ಹೊರಟ.

ಬೆಳಕು ಸರಿದು ಕತ್ತಲೆ ವ್ಯಾಪಿಸುವ ಸಮಯ. ದಾರಿ ಮಧ್ಯೆ ಅದೇ ಭಿಕ್ಷುಕ ಕೈಯೊಡ್ಡಿ ಕುಳಿತಿದ್ದ. ಅದೇ ಕೆದರಿದ ಕೂದಲು. ಕೈಯಲ್ಲಿ ಹಿಡಿದಿದ್ದ ಅದೇ ಚಿಪ್ಪು. ಚಿಪ್ಪಿನಲ್ಲಿ ತಿಪ್ಪೆಯಿಂದ ಗಣಿಗಾರಿಕೆ ಮಾಡಿ ತಂದಿರುವ ಹಳಸು ಕೇಕು. ಜೋಳಿಗೆ ತುಂಬ ಆಸ್ಪತ್ರೆಗಳ ಹಿಂದೆ ಬಿಸಾಡಿರುವ ಕಾಲ ಮೀರಿದ ಔಷಧಿ, ಪರಿಕರಗಳು. ರಕ್ತ ಮೆತ್ತಿದ ಹತ್ತಿ ಉಂಡೆಗಳು. ಭುಜಕ್ಕೆ ಜೋತಾಡುತ್ತಿರುವ ಹರಿದ ಚಪ್ಪಲಿಗಳು. ಒಂದೆರಡು ಮುರಿದ ಕನ್ನಡಕಗಳೂ ಅವನ ಉಗ್ರಾಣವನ್ನು ಸೇರಿಕೊಂಡಿದ್ದವು. ಇವನು ಭಿಕ್ಷುಕನಿಗೆ ತನ್ನ ಗುರುತು ಸಿಕ್ಕಿಬಿಡುವುದೋ ಏನೋ ಎಂದು ಸಂಶಯಗೊಂಡ. ಹಾಗೆ ಕಾಣಲಿಲ್ಲ, ಭಿಕ್ಷುಕ ಎಲ್ಲರಿಗೂ ಕೈಯೊಡ್ಡಿದಂತೆ ಇವನಿಗೂ ಕೈಯೊಡ್ಡಿದ. ಇವನು ಅವನ ಮುಂದೆ ಕುಕ್ಕರಗಾಲಿನಲ್ಲಿ ಕುಳಿತು ಭಿಕ್ಷುಕನ ಮುಖವನ್ನು ಓದಲು ಯತ್ನಿಸಿದ. ಸಾಧ್ಯವಾಗಲಿಲ್ಲ. ಈ ಡಿಕ್ಷನರಿಗಳನ್ನು ಮೀರಿಸಿದ ಭಾವ ಅವನಲ್ಲಿ ತುಂಬಿಕೊಂಡಿತ್ತು. ಒಂದು ಕ್ಷಣ ಇವನಿಗೆ ಭಿಕ್ಷುಕಸಮಾನ ವ್ಯಕ್ತಿಯಂತೆ ಗೋಚರಿಸಿದ. ತನಗಿಂತ ಎತ್ತರದವನೇ ಅನ್ನಿಸಿದ. ಅವನನ್ನೆ ದಿಟ್ಟಿಸುತ್ತ "ನೋಡು ರಾಜಾ, ನೆನ್ನೆ ಆ ಲಕ್ಷಗಳನ್ನು ಕದ್ದದ್ದು ನಾನೇ, ನಿನಗೆ ಪ್ರಾಣ ತೆಗೆಯುವಂಥ ಒದೆ ಬಿದ್ದದ್ದು ನನ್ನಿಂದಲೇ, ದಯವಿಟ್ಟು ನನ್ನನ್ನು ಕ್ಷಮಿಸಿಬಿಡು, ಯಾರಿಗಾದರೂ ಈ ಗುಟ್ಟನ್ನು ಹೇಳಬೇಕೆನಿಸಿದರೆ ಕೂಗಿ ಹೇಳು, ನನಗಂತೂ ಧೈರ್ಯ ಸಾಲುತ್ತಿಲ್ಲ" ಎಂದ. ಭಿಕ್ಷುಕನಿಗೆ ಏನು ಅರ್ಥವಾಯಿತೋ ಬಿಟ್ಟಿತೋ! ತನ್ನ ಬ್ರಂಹಾಂಡ ಬಾಯನ್ನು ತೆರೆದು ಕ್ಕೆಹ್ಹೆಹ್ಹೆಹ್ಹೆ ಎಂದು ಸೊಗಸಾದ ನಗೆ ನಕ್ಕ. ಇವನು ತನ್ನ ಷರಟಿನ ಜೇಬನ್ನು ಕೊಡವಿ ಇರುವುದನ್ನೆಲ್ಲ ಪ್ರಾಯಶ್ಚಿತ್ತವೆಂಬಂತೆ ಭಿಕ್ಷುಕನ ಕೈಗಿತ್ತು ರಸ್ತೆ ಕಡೆ ಹೆಜ್ಜೆ ಹಾಕಿದ.

ಕತ್ತಲು ಬೆಳಕನ್ನು ನೂಕಿ ಸಂಪೂರ್ಣ ವ್ಯಾಪಿಸುವ ಕೊನೆಯ ಅಂಚಿನಲ್ಲಿ ಅಚಾನಕ್ಕಾಗಿ ಸಿಕ್ಕ ಭಿಕ್ಷುಕ ಇವನನ್ನು ಬದುಕಿಸಿದ್ದ. ನಾಯಿಗಳಿಗೆ ಕಲ್ಲೆಸೆದು ಓಡಿಸಿದ ಋಣ ಅವನನ್ನು ಕಾದಿರಬಹುದು.

ಲೇಖಕರ ಈವರೆಗಿನ ಪುಸ್ತಕಗಳು

(ಎಲ್ಲಾ ಪ್ರಮುಖ ಪುಸ್ತಕ ಮಳಿಗೆಗಳಲ್ಲಿ ಲಭ್ಯ)

ಕಥಾಸಂಕಲನ(೨೦೧೯)

ನೆಲಮುಗಿಲು ಪ್ರಕಾಶನ

ಕಥಾಸಂಕಲನ(೨೦೨೧)

ಬಹುರೂಪಿ ಪ್ರಕಾಶನ

ತಂತ್ರಜ್ಞಾನ(೨೦೨೨)

ಸಾವಣ್ಣ ಪ್ರಕಾಶನ

ಕಾದಂಬರಿ(೨೦೨೩)

ನೆಲಮುಗಿಲು ಪ್ರಕಾಶನ

ತಂತ್ರಜ್ಞಾನ(೨೦೨೪)

ನೆಲಮುಗಿಲು ಪ್ರಕಾಶನ

www.ingramcontent.com/pod-product-compliance
Lightning Source LLC
LaVergne TN
LVHW090420051026
849518LV00006B/2392
9789334137712